కథలు, స్వప్నకావ్యము, వ్యాసములు

పానుగంటి లక్ష్మీనరసింహారావు

సంపాదకుడు

మోదుగుల రవికృష్ణ

కో-ఆర్డినేటర్

బుక్ పబ్లిషింగ్ & కల్చరల్ డిపార్ట్‌మెంట్

VIVA - VVIT, నంబూరు.

ప్రచురణ

VVIT

VASIREDDY VENKATADRI
INSTITUTE OF TECHNOLOGY

Stories, Swapna Kaavyamu, Essays
Paanuganti Lakshmi Narasimha Rao

Editor
Modugula Ravi Krishna
09440320580, 07396100173
ravimodugula@gmail.com

First Print : 2020

Published by :
VVIT
Namburu, Guntur Dt.

Publication No. 7

Cover Painting :
R. Giridhar Gowd
96521 39668

Titles Design :
S. Chandra Mohan
94404 59194

Copies : 600

₹ **200/-**

Sole Distribution :
Creative Links Publications
Hyderabad - 501505
Ph : 98480 65658

DTP :
R. Parameswar
99852 97169

Layout :
Lakshmi Prasanna Graphics
98660 16690

Printed at :
Rainbow Print Pack
Hyderabad, T.S.
040-23731620 / 23741620

పుట్టా జగన్మోహనరావుగారు

(16.06.1947 – 20.11.2011)

తమ తండ్రిగారి దివ్యస్మృతి చిహ్నంగా
ఈ గ్రంథం వెలుగు చూడటానికి సహకరించిన
పుట్టా రామకృష్ణగారికి శుభాకాంక్షలు.

పానుగంటి లక్ష్మీనరసింహారావు పంతులుగారు

విషయసూచిక

మనవిమాటలు

"ఈ నెంబర్ల పుస్తకాలు ఇస్తారా?"

నెంబర్లు వేసిఉన్న చీటి తీసుకొన్నాడు ఉద్యోగి. చూశాడు.

"ఇవి లిటరేచర్ పుస్తకాలు కదా! సైన్సోడివి నీకెందుకు? అలా ఇవ్వరు."

"మా సార్ చదవమన్నారు."

"ఏ సారు?"

"డివిపి సార్ గారు."

"ఇంగ్లీష్ లెక్చరరు తెలుగు పుస్తకాలు చదవమని చెప్పారా?"

కావలసిన పుస్తకాల పేర్లు, నెంబర్లు రాసిన చీటి యిచ్చిన కుర్రాడు నాలుక్కరుచుకొన్నాడు.

"ఇప్పుడే డివిపి సార్ క్లాస్ నుండి వస్తుండటంతో చటుక్కున ఆ సార్ పేరు వచ్చింది. జిఎన్ సార్ తీసుకోమన్నారు."

"థర్డ్ యియర్ వాళ్లకు ఇంగ్లీష్ సబ్జెక్ట్ ఎప్పటినుండి పెట్టారు?"

డిగ్రీ విద్యార్థులకు తెలుగు, ఇంగ్లీష్ మొదటి రెండు సంవత్సరాలలోనే. మూడవ సంవత్సరం మొత్తం సబ్జక్టులన్నీ గ్రూపే; భాషలు ఉండవు. మళ్లీ దొరికిపోయాడు కుర్రాడు.

"సార్! ఆ పుస్తకాలు చదవాలనిపించి అడిగాను. దయచేసి ఇవ్వండి, ప్లీజ్." 'అలా రా దారికి' అన్నట్టు ఒక చూపు చూసి పుస్తకాల నంబర్లు వేసి ఉన్న చీటి తీసుకొని లోపలకు వెళ్లి పుస్తకాలు వెతికి, తీసుకువచ్చి రిజిష్టర్‌లో రాస్తూ, "ఇవే పుస్తకాలు రెండుమూడుసార్లు తీసుకొన్నట్లు ఉందే!"అన్నాడు ఉద్యోగి.

కుర్రాడు తిరుగు జవాబు ఇవ్వలేదు.

❖ ❖ ❖

బాపట్ల ఆర్ట్స్ & సైన్స్ కళాశాల గ్రంథాలయంలో అసిస్టెంట్ లైబ్రేరియన్‌కు, నాకూ జరిగిన సంభాషణ అది. కళాశాల గ్రంథాలయంలో 'మనుచరిత్ర–ఎ. పెద్దన', 'పారిజాతాపహరణము–యన్. తిమ్మన', 'కృష్ణపక్షము–డి. కృష్ణశాస్త్రి' లాంటి పద్ధతిలో పెద్ద కేటలాగ్ అచ్చుప్రతులు నాలుగైదు, విద్యార్థుల సౌకర్యార్థం అందుబాటులో ఉండేవి. ఆ కేటలాగ్‌లో ఉన్న ప్రకారం పుస్తకం పేరు, నెంబరు చీటి మీద వేసిస్తే ఉద్యోగి వెతికి తెచ్చి ఇస్తాడు. నెంబరు చాలు. పుస్తకం పేరు కూడా అక్కర్లేదు. ఏ సబ్జెక్టువాళ్లు ఆ సబ్జక్టు పుస్తకాలే తీసుకోవాలని కాబోలు – అసిస్టెంట్ లైబ్రేరియన్ – యాస కొంచెములేని బాసగల నవాబుగారు – తరచూ నాతో 'నీ సబ్జెక్ట్ ఏమిటి? నువ్వు అడిగే పుస్తకాలేమిటి? అలా ఇవ్వరు, ఇవ్వకూడదు' అంటూనే 'ప్లీజ్ సార్' అనగానే లోపలికి వెళ్లి తెచ్చిపెడ్తూండేవాడు.

అలా నేను ఒకటికి మూడుసార్లు తీసుకొని చదివిన పుస్తకాలు మా కాలేజి లైబ్రరీ కేటలాగ్ ప్రకారం పి.ఎల్.ఎన్. రావుగారి సాక్షి వ్యాస సంపుటాలు ఆరు. ఆయనవే కోకిల, విప్రనారాయణ, కంఠాభరణం, ముద్రిక, వీరమతి నాటకాలు. పి.ఎల్.ఎన్. రావు అంటే పానుగంటి లక్ష్మీనరసింహారావు.

"నువ్వు ప్రచురించే పుస్తకాల మనవిమాటలలో సొంతసోది ఎక్కువ అవుతున్నది" అని మిత్రులు అడపాదడపా లాలనగా హెచ్చరిస్తున్నారు. కాబట్టి ఇక కట్టిపెడతాను.

❖ ❖ ❖

పానుగంటి సాహిత్యాన్ని చదువుతుంటే నన్ను అమితంగా ఆకర్షించిన అంశం అందులోని ధారాళత. జలపాతంలాగా ఉరికే మాటల ఉరవడి. ఎక్కడా మాటల కోసం తడుముకోవడం ఉండదు, అతికించినట్లుండే మాటలు ఉండవు. పరమాణువు మొదలు పరబ్రహ్మము వరకు దేనినైనా సరే వదలకుండా చేసే విమర్శ, గుణాన్ని గుణంగా – దోషాన్ని దోషంగా చూపగల ప్రతిభ, ఎన్నో శాస్త్రాలనుండి తక్కున ఉదాహరణలు యిచ్చి ప్రస్తుత విషయంతో అతకగలిగే నేర్పు, గ్రాంథికభాషే అయినా చదవటానికి, అర్థం చేసుకోవటానికి పెద్దగా అవస్థపడనీయక చేయిపుచ్చుకొని తనతో లాక్కుపోతున్నట్లుండే శైలి, దేనినైనా హాస్యంలోకి లాగగల చమత్కృతి; ఇవన్నీ నాకు పరమాద్భుతాన్ని కలిగించేవి.

దేనినైనా హాస్యంలోకి లాగగల చమత్కృతి అని అన్నానే – ఆ చమత్కృతిని ఎక్కువగా పానుగంటి వ్యక్తుల పటాటోపాన్ని, ఆడంబరాన్ని, భేషజాన్ని ఎగతాళి చేయటానికి వాడుకొన్నారు. ఎట్లాగూ సందర్భం వచ్చింది కాబట్టి, ఒక ఉదాహరణ.

ఆయన రాసిన నర్మదాపురుకుత్సీయము నాటకంలో రాజు ఏదో జబ్బు పడతాడు. కుదర్చడానికి వైద్యులు ప్రయత్నిస్తుంటారు. రాజుప్రియురాలే వైద్యుని వేషంలో వస్తుంది. విదూషకుడు ఆమెని – అంటే ఆ కొత్తవైద్యుణ్ణి "అయ్యా! మీ పేరేమిటి?" అని అడుగుతాడు. వైద్యుడు "అమృతహస్తుడు" అని జవాబిస్తాడు. "మీరు వైద్యులు కాబట్టి ఒక సంగతడుగుతాను, పెరుగుతోటకూరలోని పెరుగు ఆవుపెరుగా? గేదెపెరుగా?" అని ప్రశ్నిస్తాడు విదూషకుడు.

వైద్యుడు నవ్వుతూ "పెరుగుతోటకూర అన్నంతమాత్రాన అందులో పెరుగు ఉంటుందా?" అని అంటాడు. వెంటనే విదూషకుడు "మీ అమృతహస్త నామధేయము కూడా అలాంటిది కాదుగదా?" అని చల్లగా అంటిస్తాడు.

పెరుగుతోటకూర గురించి అమాయకంగా ప్రస్తావిస్తూ, వైద్యుడి పేరుమీద ఎంత సెటైర్ విసిరాడు విదూషకుడు! సెటైర్ వేసింది విదూషకుడా? పానుగంటే కదా! ఆ రోజులలో ఆయుర్వేదం, హెూమియోపతి వైద్యులు ప్రాక్టీసు లేకపోయినా భలే డాబుగా ఉండేవారట. పేరుకు ముందు ఏదో గట్టిబిరుదు ఉండేది. ఆయుర్వేద వైద్యులకైతే అది తప్పనిసరి అలంకారం. చాలా సందర్భాలలో ఆ బిరుదు మంచిరోజు చూసి వారే తగిలించుకొన్నదై ఉంటుందే తప్ప ఎవరూ ప్రదానం చేసినదై ఉండదు. విదూషకుని ద్వారా ఆ బాపతువారినందరినీ ఉమ్మడిగా ఎగతాళి చేశారు.

ఆయన నాటకాలలో, వ్యాసాలలో యిలాంటివి కొల్లలు. వైద్యులను, కవులను, న్యాయవాదులను, సంప్రదాయం పేరుతో అడ్డదిడ్డంగా ప్రవర్తించేవారిని ఆయన వీలైనంత ఆపహాస్యం చేశారు. విశేషమేమంటే ఆ వ్యవస్థల పట్ల ఆయనకు తగని గౌరవం ఉంది. ఎటొచ్చీ అందులోని అపసవ్యపు వ్యక్తులతోనే పానుగంటికి పేచీ.

కవికి ఉండవలసిన ప్రధానలక్షణాలు లోకజ్ఞత, పరిచయచారుత్వము అని చెప్పి క్షేమేంద్రుడు, అంతటితో ఊరుకోకుండా తర్క, వ్యాకరణ, భరత, చాణక్య, భారత, రామాయణ, భాగవత, వాత్స్యాయన, ఆత్మజ్ఞాన, వైద్య, జ్యోతిష, గజ, తురగ, స్త్రీపురుష లక్షణ, దూత్య ప్రకీర్ణాదులలో గట్టిపరిచయం ఉండాలని శాసించాడు.

క్షేమేంద్రుడు చెప్పిన లక్షణాలన్నీ బీరువోకుండా పానుగంటిలో కనబడతాయి. బహుగ్రంథ పరిచయం వలన కావచ్చు, బహుపండిత పరిచయం వలన కావచ్చు, పానుగంటి రచనలో అనేక శాస్త్రాల మౌలికవిషయాలు సందర్భోచితంగా, అనౌచిత్య దోషం లేకుండా ప్రస్తావనకి వస్తుంటాయి. ఆధునిక భౌతిక రసాయన శాస్త్రాలు, మనోవిజ్ఞానశాస్త్రం ఆయనకు సుపరిచితాంశాలు. ఒక సాక్షి వ్యాసంలో ఆయన 'టెస్ట్‌ట్యూబ్ బేబీ' గురించి కూడా ప్రస్తావించారు. సంస్కృత ఆంధ్ర ఆంగ్ల సాహిత్య సముద్రాల రేవులన్నింటిలో ఆయన మునిగి మురిసినవాడే.

రెండు సంవత్సరాలపాటు నేను చదివింది కేవలం పానుగంటి సాహిత్యమే. భాషాపరంగా కొత్త తలుపులు తెరుచుకొన్నాయి. దీనివల్ల కలిగిన యిబ్బంది ఏమంటే మితభాషిగా ఉండేవాణ్ణి కాస్తా అమితభాషిగా మారిపోయాను. ఇలా 'పానుగంటి పిచ్చి' బాగా ముదిరాక పానుగంటిని ఎలానూ చూళ్లేం, కనీసం పానుగంటి నివసించిన పిఠాపురాన్నన్నా చూద్దామని 2000, సెప్టెంబర్‌లో పిఠాపురం వెళ్లాను.

❖ ❖ ❖

బస్టాండ్‌లో దిగి బయటకు వచ్చాను. ఫెళ్లున ఎండ కాస్తున్నది. ఒక కిళ్లీబడ్డీ వద్ద ఆగి, సోడాతో దాహం తీర్చుకొని 'ఊళ్లో ఏమి చూడదగినవి వున్న' వని బడ్డీ ఆసామిని వాకబు చేశాను. అతగాడు "యేటి సూద్దారనొచ్చారు?" అన్నాడు.

నేను ఒక్క క్షణం ఏమీ జవాబీయలేకపోయాను.

నిజమే! ఏమి చూద్దామనొచ్చాను. ఒక ప్లానూ లేదు, పాడూ లేదు. పానుగంటి వారిల్లు ఉందో, పడగొట్టేశారో తెలియదు. నిజమే! యేటి సూద్దారనొచ్చాను, వేలాంవెర్రి పట్టినట్టు. అందుకని జవాబీయలేకపోయాను.

వెర్రిమొహమేసుకొని నిలబడ్డ నన్ను చూసి కిళ్లీబడ్డీ అతనే ఒక గ్రహింపు కొచ్చినట్లున్నాడు. "సెలికాని భావనరావు దొరగారింటి కెల్లండి. ఆరే వూరంతా తిప్పి సూపిత్తారు" అని ధైర్యం చెప్పాడు. "ఆరిల్లు తెల్సా?" అనడిగాడు. "కనుక్కుంటాను. ఎడ్రస్ చెప్పండి" అన్నాను. అతనే ఒక ఆటోని కేకేసి "ఈ బాబుని సెలికాని భావనరావు దొరగారింటికి అట్టుకెల్లు" అని చెప్పాడు.

ఎన్నెన్నో ప్రదేశాలలో రకరకాల యాసలు మాట్లాడే ఎందరెందరితోనో సంభాషణలు జరిపివుంటాను, కానీ ఈ పిఠాపురపు కిళ్లీబడ్డీవాలా సంభాషణ, పెద్దాపురం వెళ్లినప్పుడు ఒక రిక్షావాలాతో సంభాషణ మరువలేను. ఆ సంభాషణ చెప్పటానికి ఇది తావు కాదు.

ఆటోలో భావనరావుగారింటికి వెళ్లాను. లోపలికి అడుగుపెట్టగానే ఆయనే ఎదురుగా వస్తున్నారు, భోజనం చేసి చేతులతడి తుడుచుకొంటూ. ఒక్క గుక్కలో సూటిగా ప్రాథమిక పరిచయవాక్యాలు కూడా లేకుండా వచ్చిన పని చెప్పాను. ఆయన నోటినుండి వచ్చిన మొదటి వాక్యం "భోంచేసారా?" అని.

ఆ కాలోచితాలు పూర్తయ్యాయని, ఎక్కువ సమయం లేదని, చూడవలసినవి త్వరగా చూపమని కోరాను. ఆ ఆటోలోనే యిద్దరమూ సందర్శనకు బయలుదేరాము. ఆటోలో తిరిగేటప్పుడు, ఆయా ప్రదేశాలు చూపేటప్పుడు సూర్యారావు బహద్దరువారి కథలు, సంస్థానపండితుల విశేషాలు, వైణికులు తుమురాడ సంగమేశ్వరశాస్త్రులవారి గురించి ప్రచారంలో వున్న సంగతులెన్నో చెప్పారు. అవన్నీ ఏకరువు పెట్టి గ్రంథం పెంచను. పానుగంటికి సంబంధించిన సంగతులు మాత్రం చెబుతాను.

"మేష్టారూ! పంతులుగారికి చివరిదశలో మతి చలించింది. ఆ సంగతి తెలుసుగా?" అన్నారు భావనరావుగారు.

"చదివానండీ" అన్నాను.

"కవిగారికి మతి చలించింది అని మొట్టమొదటిసారిగా లోకానికి తెలిసినప్పుడు, ఆ ఘట్టంలో నేనూ వున్నాను" అన్నారాయన.

ఇప్పటివరకూ ఆయన పానుగంటిని చూశారని అనుకోలేదు. పానుగంటిని చూడకపోయినా ఆయనను చూసినవారిని చూశానని సంతోషపడ్డాను.

"ఏమండీ! మీరు పానుగంటిగారిని చూశారా? ఎలా ఉండేవారాయన? మీరెప్పుడైనా ఆయనతో మాట్లాడారా? విడిగాకూడా ఆయన హాస్యంగా మాట్లాడేవారా?" అని ఆత్రుతగా ఏవేవో ప్రశ్నలు గుప్పించాను.

"చూశాను. మా తండ్రిగారు, ఆయన చాలా స్నేహితంగా ఉండేవారు. నాకు సుమారు ఎనిమిదేళ్ల వయసు నుండి పాతికేళ్ల వయసు వరకు ఆయన్ను ఎరుగుదును. మాట్లాడటమంటూ పెద్దగా లేదు. మా తండ్రిగారికి, ఆయనకు స్నేహం ఉన్నా పంతులుగారు మా యింటికిగాని, మా తండ్రిగారు ఆయనింటికిగాని వచ్చినట్లు, వెళ్లినట్లు నాకు జ్ఞాపకం లేదు. ఎక్కడేనా బజార్లో కలిస్తే మాత్రం రోడ్డుకు ఒక వారగా నిల్చొని గంట, అరగంటకు తగ్గకుండా మాట్లాడుకొనేవారు.

ఆయన నవ్వు ఎప్పుడూ ఒక్కలాగ వుండేదికాదు. ఒక్కోసారి చాలా బిగ్గరగా నోరంతా తెరిచి ఒళ్లంతా కదిలిపోయేటట్లు నవ్వేవారు. ఒక్కోసారి పెదాలు బిగబట్టి

నవ్వును బలవంతాన ఆపుకొని నవ్వుతున్నట్లు నవ్వేవారు. ఒక్కోసారి నవ్వుతూ చేతులు గాల్లో అటూయిటూ ఊపుతుండేవారు. ఓవరాల్‌గా ఏదో తేడా కనబడుతుండేది ఆయన ప్రవర్తనలో.

నడవడం చాలా స్పీడుగా నడిచేవారు, పరిగెత్తినట్లుగా వుండేది. ఆయన బజారుకి యీవినింగ్ వాక్ లాగా వచ్చేవారు. ఆ నడక పరుగే కాని, నడక కాదు. మా తండ్రిగారితో తప్ప బజార్లో యింకెవరితోను మాట్లాడినట్లు నేను చూడలేదు. పిఠాపురం వూరి చివర పెంకుటింట్లో ఒక ప్రెస్ ఉండేది. దానిలో నాలుగైదుసార్లు చూశాను. (పిఠాపురంలో పెంకుటింట్లో ఉన్న ప్రెస్ విద్వజ్జనమనోరంజనీ ముద్రాక్షరశాల. ఈ సంగతి దాసరి లక్ష్మణస్వామి రాశారు. ఇదే ప్రెస్‌లో ఆయన రాసిన 'వర్ణనరత్నాకరం' అచ్చుపడింది. ఆరోజుల్లో పిఠాపురంలో పుస్తకాలు అచ్చువేయగలిగిన ప్రెస్ ఇదొక్కటే. దీని నిర్వాహకులు నడకుదిటి వీరరాజుపంతులు. పంతుల్లిద్దరికీ మంచిస్నేహం ఉంది. పానుగంటి నాటకాలు కొన్ని ఇక్కడే ప్రథమముద్రణ అయ్యాయి.)

ఒకసారి బజార్లో మా తండ్రిగారిని ఏదో అడిగారు. మా తండ్రిగారు చటుక్కున పక్కజేబులోంచి వందనోటు తీసి ఆయనకిచ్చారు. అంతే చటుక్కున దాన్ని పంతులు గారు అందుకొని గిరుక్కున మరలిపోయారు. నా అనుమానం మా తండ్రిగారు కూడా ఆ వందను ఎక్కడో చేబదులుగా తీసుకొస్తున్నారు. రెండుమూడు నెలల తరువాత ఒక మనిషితో కొన్ని సాక్షి సంపుటాలు, కొన్ని నాటకాలు, సొంత గ్రంథాలయంలోని కొన్ని యింగ్లీష్ పుస్తకాలను పంతులుగారు మా లోగిటికి పంపారు. వచ్చిన మనిషి ఒక చీటిని మా తండ్రిగారికిచ్చాడు. అరుగుమీద కూర్చున్న మా తండ్రిగారు ఆ చీటి అందుకొని మడత విప్పి చదివి, ముక్కలుగా చించిపారేశారు. నేను పెద్దయినాక యీ సంఘటన గుర్తొచ్చినప్పుడు, ఆ వంద రూపాయలకి బదులుగా యీ పుస్తకాలు వుంచండి, అని రాసుంటారు పంతులుగారు ఆ చీటిలో, అనుకొన్నాను" అని ఏకబిగిని యిన్ని సంగతులు చెప్పారు.

"పానుగంటిగారి రూపం ఎలా వుండేదో కొద్దిగా జ్ఞాపకం చేసుకొని చెప్పండి" అని ప్రార్థించాను.

"నేను చూసేనాటికి పంతులుగారు బాగా ముస్సలిగా కనబడేవారు బాబూ. తల పూర్తిగా నెఱిసింది. బుంగమీసాలు ఉండేవి. ఎక్కడో ఒక ఫోటోలో మీసాలు లేనట్లుగా చూశాను. కానీ నాకు గుర్తున్నంతమటుకూ ఎప్పుడూ నిండుమీసంలోనే చూశాను కానీ, మీసాలు లేని మొహం చూసినట్లు గుర్తులేదు.

ఒకప్పుడు ఎరుపుగానే ఉండిఉంటారు అనిపించే చామనచాయ రంగు. ఎత్తయిన మనిషి. ఆరడుగులకు తక్కువుండరు అన్నట్లు ఉండేవారు. సన్నటి మనిషే అయినా, బుంగమీసాలతో గంభీరమైన మనిషిలా కనిపించేవారు. కూర్చున్నా, నిలుచున్నా, నడుస్తున్నా నిటారుగా గెడకర్రలాగా బిర్రబిగిసి ఉండేవారు. వారింటి అరుగుమీద వాలుకుర్చీలో కూర్చొని కళ్లద్దాలు పెట్టుకొని ఏదో చదువుకొంటూ ఉండేవారు. ఆ అద్దాల్లో ఒక అద్దానికి పగులు ఉండేది. వాలుకుర్చీలో కూడా నిటారుగా కూర్చుని వుండేవారే తప్ప విశ్రాంతిగా ఆనుకొని పడుకొనేవారు కాదు.

ఒకప్పుడు వైభవంగానే ఉండేవారట. నాకు తెలిసిన తరువాత ఆయన అతి సాధారణమైన నీరుకావి బట్టలతోనే ఉండేవారు. వాళ్లబ్బాయి విజయరాఘవరావు నాకన్నా పాతికేళ్లు పెద్ద. ఆయనా ఏదో నాటకం రాశారు, 'లోభి' లేదా 'రంగూన్ రౌడీ', అలాంటి పేరేదో ఉండేది. (విజయరాఘవరావు రాసిన నాటకం 'లోభి'. ఆ రోజుల్లో అది బాగానే ఆడిన నాటకం. 'రంగూన్ రౌడీ' నాటక రచయిత సోమరాజు రామానుజరావు.) కానీ తండ్రికిలాగా కీర్తి రాలేదు."

"పానుగంటిగారి మాటలు మీకు ఏమన్నా గుర్తున్నాయా సార్?"

"నాకేమీ గుర్తులేవు. ఆయన మహాఉపన్యాసకర్త అని, ఆయనది కంచు కంఠమని, ఆయన మాట్లాడుతూ ఉంటే జనం అలాగే నోరు తెరుచుకొని వినేవారని, ఆయన బహిరంగ ఉపన్యాసాలకు వెళ్లినపుడు ఎప్పుడూ ఒకే రకమైన ఖరీదైన వస్త్రధారణతో వెళ్లేవారని, మా తండ్రిగారు నాతో అన్నారు. (పానుగంటివారి మూడవ కొడుకు చిరంజీవిరావు కుమారుడైన పానుగంటి రామలక్ష్మీనరసింహారావుతో ఫోన్‌లో 2016లో మాట్లాడినపుడు ఆయనా ఇవే మాటలు చెప్పారు. 'మా తాతగొంతే నాకొచ్చిందని మా చుట్టాలు అంటుండేవారు' అని ఆయన చెప్పారు. రాజమండ్రిలో రెండేళ్ల క్రితం ఎనభైరెండేళ్ల వయసులో ఆయన పరమపదించారు.) నాతో ఆయన, ఆయనతో నేను ఎప్పుడూ మాట్లాడుకోలేదు. మా తండ్రిగారితో బజారు వెళ్లినప్పుడు, నేను ఆయనకి వెనకవెనకగా నడుస్తుండేవాడిని. పంతులుగారు ఎదురుపడితే వాళ్లిద్దరూ చాలాసేపు మాట్లాడుకొనేవారు. నేను కొంచెం దూరంగా నిలబడేవాడిని. ఒక్కోసారి మా తండ్రిగారు నన్ను వెళ్లిపొమ్మనేవారు. మా తండ్రిగారు చాలా గంభీరంగా వుండేవారు. కానీ పంతులుగారు దూరంగా కనబడుతుండగానే ముసిముసి నవ్వులు మొదలయ్యేవి. పంతులుగారు నాటకీయంగా ఒక్కోసారి పెద్దగొంతుతో, ఒక్కోసారి చిన్నగా మాట్లాడుతుండేవారు. ఆయన నవ్వుకూడా తమాషాగా ఉండేది. మా తండ్రిగారు

మాత్రం చిరునవ్వు స్థాయి మించకుండా సంభాషణ ఆద్యంతం నవ్వుతూనే ఉండేవారు. మరి పంతులుగారు ఏం జోక్స్ చెప్పేవారో!"

"ఈ ఊళ్లో పానుగంటిగారికి చుట్టాలు, స్నేహితులు ఎవరూ లేరా?"

"పంతులుగారిది యీ ఊరు కాదనుకొంటాను. ఎక్కణ్ణించో వచ్చారు. చుట్టాలు, స్నేహితులు వున్నారో లేదో తెలియదు. వాళ్ల కుటుంబంతో నాకు పెద్దగా పరిచయం లేదు. ఒక కొడుకు ఏదో కవిత్వం చెప్పేవాడు. ఒక కొడుకు నాటకాలు రాశాడు. ఆ నాటకాల రిహార్సల్స్‌కు పంతులుగారు కూడా వెళ్లేవారు."

"ఆ సంగతి మీకెలా తెలుసు? మీరుకూడా రిహార్సల్స్‌కు వెళ్లారా?"

"మా మేనమామ వరసయ్యే ఒకాయనకు నాటకాలపిచ్చి వుంది. నాకు చిన్నప్పుడు పాఠశాల మీద పెద్దగా ధ్యాసలేదు. ఆయనతో నాటకాల రిహార్సల్స్‌కు వెళ్లేవాడిని. ఆ దిద్దికలు (రిహార్సల్స్‌ను ఒద్దికలు అని రాయలసీమలో అంటారని తెలుసు. దిద్దికలు అనేమాట భావనరావుగారి వద్దే విన్నాను) ఒక కొబ్బరితోటలోని విశ్రాంతి బంగళాలో జరిగేవి. పంతులుగారు కూడా వచ్చేవారు. నాలుగైదు చోట్ల డైలాగ్స్ ఇంకా హాస్యంగా ఉండేటట్లు మార్చారు. తన నాటకాల రిహార్సల్స్‌కు ఎప్పుడూ వెళ్లలేదు కాని కొడుకు నాటకాల రిహార్సల్స్‌కు రావాల్సి వచ్చిందని అనేవారు. (పిఠాపురం కోటలో ప్రదర్శించిన పానుగంటి నాటకాలన్నీ ఆయన దర్శకత్వంలోనే ప్రదర్శిత మయ్యాయి.) ఆయనకు కుర్చీ రూమ్‌లో కొద్దిగా దూరంగా, ఒక పెడగా వేసేవారు. మా వెలంవారు ఎవరైన దగ్గరకు వెళ్లి మాట్లాడుతుంటే లేచి నిల్చొనేవారు. తక్కినవాళ్లలో ఇంక ఎంత పెద్దవారు వచ్చినా కూర్చొనే మాట్లాడేవారు. సవ్యమైనస్థితిలో ఉండి మాట్లాడుతుంటే గొంతు ఖంగున కొబ్బరితోటంతా మోగుతుండేది.

"సవ్యమైన స్థితి అంటే ... ఏమైనా పుచ్చుకొని వచ్చేవారా?"

"ఛ ఛ, అలాంటి అలవాట్లు లేవాయనకు. (ఆయనకు మద్యం, గంజాయి, ముక్కుపొడుం అలవాటు ఉంది. భావనరావుగారికి ఈ సంగతి తెలిసినా 'ఒజ్జల పుచ్చకాయ' లాగా దాచిపెట్టడానికి ప్రయత్నించినట్లున్నారు.) అప్పుడప్పుడు కొద్దిగా చిత్తం అధీనం తప్పుతూ ఉండేది. అప్పుడు ఏమిటేమిటో ధారాళంగా కాసేపూ, ఆగి ఆగి నట్లుకొడుతూ కాసేపు రకరకాలుగా మాట్లాడేవారు."

ఈ సంభాషణ అంతా బాగా శిథిలమైపోయిన కోట ఆవరణలో మర్రిచెట్టో, రావిచెట్టో ఏదో బాగా నీడనిచ్చే చెట్టు కింద జరుగుతుంది.

శ్రీ చెలికాని సూర్యారావు (మరణం 1978), వీరు చెలికాని భావనరావుగారి తండ్రి.

శ్రీ చెలికాని భావనరావు (1915 - 2009)

"మీ నాన్నగారికి, పానుగంటిగారికి బాగా స్నేహం అన్నారే, మీ నాన్నగారు ఆయన్ని గురించి మాట్లాడిన మాటలేమైనా గుర్తువున్నాయా?"

"మా తండ్రిగారు పంతులుగారి గురించి మాట్లాడిన మాటలు నాకు ఇప్పుడైతే ఎక్కువగా గుర్తుకురావడం లేదు మాష్టరుగారూ. నైజాంలో ఉన్నప్పుడు కుస్తీశాస్త్రం తెలుసుకొన్నారని, వూళ్లో పేరుపడిన సానులు కూడా ఆయనముందు ఆడటానికి జంకేవారని (తప్పుపడతారని) - కొన్ని విశేషాలకంటే గుర్తులేదు. మా తండ్రిగారికి స్కూల్‌చదువు పెద్దగా లేదు కానీ, కావ్యాలవీ బాగా చదువుకొన్నారు. నాటకాలు బాగా యింట్రస్టు. పిఠాపురంవారికి (అంటే జమీందారుకి) మేము దగ్గరి బంధువులం. మాకు కోటలోకి అనుమతి లేకుండానే వెళ్లే చనువుంది."

"చివర్లో పానుగంటిగారికి, సూర్యారావుగారికి ఎందుకు చెడిందో తెలుసా సార్?"

"నాకవన్నీ గుర్తులేవు బాబూ!"

ఆ మాట అనడంలోనే భావనరావుగారికి తెలిసీ, ఆ సంగతి చెప్పడం యిష్టం లేదన్నట్లు ఆ మాటల ధోరణిలో కనబడింది.

"ఇంతకూ కవిగారికి మతి చలించిందని లోకానికి మొదటసారిగా తెలిసిన ఘట్టంలో మీరున్నారని అన్నారే - ఆ సంగతి చెప్పలేదు?"

"అసలు మొదలుపెట్టింది ఆ సంగతి చెబుదామనే. మీరు ఎటెటో తిప్పారు. ఒకసారి రాజావారు (సూర్యారావు) మద్రాసు వెళ్తున్నారు. పిఠాపురంవారికి ఒక రైలుబోగి

ప్రత్యేకంగా వుండేది. వారు మద్రాసు వెళ్లదలచుకొన్నప్పుడు రైలుకు ఆ బోగిని షంట్ చేసేవారు. రాజావారు గ్రామాంతరం వెళుతున్నప్పుడు సంస్థానోద్యోగులలో ముఖ్యులు, వూళ్లో పెద్దమనుషులు, బంధువులు స్టేషన్‌కి వచ్చి వీడ్కోలు పలకడం రివాజు.

అలా ఒకసారి మద్రాసు వెళ్తున్నప్పుడు మా తండ్రిగారితోపాటు నేనూ స్టేషనుకు వెళ్లాను. సుమారు 20, 25 మంది వరసగా నిలబడివున్నారు."

"అప్పుడు మీకెన్నేళ్లు?"

"ఉండవూ, ఇరవై. గట్టిగా ఇరవై వుంటాయి. 'వెళ్లొస్తాను' అని రాజానాయన (వెలమజమీందారులను ఆశ్రితులు, ఉద్యోగులు గౌరవపూర్వకంగా 'నాయన' అని పిలుస్తారు) చేతులు జోడిస్తూ అంటూ ఉన్నారు, ఇంతలో వరుసలో నిలబడిన పంతులుగారు 'ఇహ్హిహ్హీ' అని పెద్దగా వెకిలిగా నవ్వుతూ చేతులతో చప్పట్లు చరుస్తూ 'వెళ్లొస్తావూ, వెళ్లొస్తావూ, వెళ్లి మళ్లీ వస్తావూ, వెళ్లినవాడు మళ్లీ రాకుండా అక్కడే వుంటాడా?' అని వెర్రిగా నవ్వుతూ వారికి అలవాటైన పరుగులాంటి నడకతో స్టేషనులో నుంచి బయటకు వెళ్లిపోయారు.

అందరూ నిశ్చేష్టులై చూస్తున్నారు. రాజానాయన చాలా నిశ్చలంగా అందరి వద్దా సెలవుతీసుకున్నారు. వెళ్లి పెట్టెలో కూర్చొన్నారు."

"అలా ప్రవర్తించడం చాలా అవమానంగా భావిస్తారుకదా జమీందారులు. సూర్యారావుగారు చర్య ఏమీ తీసుకోలేదా?"

"ఏమో, అదంతా నాకు తెలియదు."

" ఆ తరువాతకూడా పంతులుగారు కోటకు రాకపోకలు, రాజమందిరంలో సభలకు, సమావేశాలకు ఆహ్వానాలు రావడం – అంతా మామూలుగానే ఉండేదా?"

"ఆ సంగతులు నాకు తెలియవు బాబూ! ఇక నువ్వెన్ని ప్రశ్నలు అడిగినా నా దగ్గర పిసరంత మాటలేదు. పంతులుగారి గురించి నాకు తెలిసిందంతా చెప్పాను." అని ముగించారు భావనరావుగారు.

కోట లోపలకు తీసుకువెళ్లారు. కొన్ని పూర్వపు సంగతులు చెప్పారు. ఊళ్లో పంతులుగారి యిల్లు చూపించారు. దాన్ని ఎవరో కొనుక్కొని, కొద్ది మార్పులు చేసుకున్నారు. ఇలా పిచ్చాపాటీ, ఆదరపూర్వమైన మాటలు చెబుతూ సాయంత్రం నాలుగు గంటలకి వీడ్కోలు యిచ్చారు భావనరావుగారు.

❖ ❖ ❖

భారతదేశంలో 1936లో జరిగిన ఎన్నికలలో పిఠాపురంరాజా 'పీపుల్స్ పార్టీ'ని స్థాపించి పాల్గొన్నారు. ఆయన నిలబెట్టిన అభ్యర్థులు, ఆయన కూడా ఓడిపోయారు. కాంగ్రెస్ మంత్రివర్గంలో కేంద్ర రక్షణశాఖ సహాయమంత్రిగా (2006– 2009) పనిచేసిన పళ్లంరాజుగారి తాత మల్లిపూడి పళ్లంరాజు పిఠాపురంరాజాపై మంచి మెజారిటీతో గెలిచారు.

ఇదీ ఒక చిత్రమే! పిఠాపురంరాజా నాటి జమీందారులలో ఉత్తమసంస్కారి. విద్యాధికుడు. జమీందారులలో చాలా సాధారణంగా కనబడే మద్యపానం, జూదం, గుర్రప్పందేలు, విచ్చలవిడితనం, వేట లాంటి దుర్వ్యసనాలు మచ్చుకైనా లేని వ్యక్తి. ప్రజాక్షేమం కోసం ఎంతో వెచ్చించినవారు. ఒక ఉద్యోగి ఆఫీసుకి వెళ్లినట్లుగా రోజూ అయన ఆఫీసుకు వెళ్లి ఎస్టేట్ వ్యవహారాలను చూసుకొనేవారు. ఆయన్ని ఓటర్లు తిరస్కరించారంటే ఆశ్చర్యంగానే ఉంది. ఆ ఎన్నికలలో నిలబడ్డ జమీందార్లందరూ గెలిచారు కర్కోటకులతోసహా, ఒక సూర్యారావు తప్ప.

ఆ ఎన్నికలలో చదువుకొన్నవారికి, భూస్వాములకి మాత్రమే ఓటుహక్కుని కల్పించారు. అయినా పిఠాపురం ప్రజలందరి మీదా ఆయనకు పట్టరాని ఆగ్రహం కలిగింది. 1936 లేదా 37లో ఆయన పిఠాపురం నుండి వెళ్లిపోయి, 1958లో తిరిగి పిఠాపురం వచ్చారు. మధ్యలో 1945లో తన షష్టిపూర్తి వేడుకలకు ఒకసారి వచ్చారు.

అప్పుడు పిఠాపురం నుండి వెళ్లిపోయే సందర్భంలోనే చిన్న గావంచా మాత్రమే కట్టుకొని ఉన్న పానుగంటి, రైలుస్టేషన్‌లోకి సుడిగాలిలాగా వచ్చి "పోతావ్... పోతావ్..." అని దోసిట్లోకి మన్నుతీసి సూర్యారావుగారున్న బోగీపైకి విసిరారట. అప్పటికి వారిద్దరికీ చెడి మూడు,నాలుగు సంవత్సరాలు అయ్యింది. కోర్టులో ఋణం తాలూకూ దావా నడుస్తున్నది. ఈ సంఘటనని ఆవంత్స సోమసుందర్‌గారు డాక్టర్ గజరావు సీతారామ స్వామిగారికి చెప్పారు.

అప్పటికి సూర్యారావుకి, పానుగంటికి నడుమనున్న పరిస్థితుల దృష్ట్యా, వీడ్కోలు పలకడానికి రైలుస్టేషన్‌కి పానుగంటి రావడం, వరసలో నిలబడి ఉండటం అసంభవం. కనుక భావనరావుగారు చెప్పినదానికన్నా డాక్టర్‌గారు చెప్పిందే సమంజసంగా ఉంది.

❖ ❖ ❖

పానుగంటి బ్రాహ్మణశాఖలలో ఒకటైన గోల్కొండవ్యాపారులు శాఖకు చెందిన మాధ్వులు. ద్వైతమతాన్ని మధ్వాచార్యులవారు స్థాపించారు కాబట్టి, తదనుయాయులను మాధ్వులు అంటారు. ఈ మతం పుట్టుక కర్నాటకలోని ఉడుపి. కర్నాటకం నుండి

మహారాష్ట్రలోకి, మహారాష్ట్రం నుండి తమిళదేశంలోని తంజావూరికి మధ్వమతం వ్యాపించింది. కన్నడదేశంతో సన్నిహితసంబంధం ఉన్న రాయలసీమ జిల్లాలలోకి, తెలంగాణ జిల్లాలలోకీ ద్వైతం ప్రవేశించింది. ద్వైతులు అనగా మాధ్వులు గ్రామ కరణాలుగా, జమీందార్ల వద్ద దివానులుగా నియోగంలోకి ప్రవేశించారు. రాయలసీమ జిల్లాలలో యిలా గ్రామకరణాలుగా చేరిన ద్వైతులు, ఆయా గ్రామనామాలను తమ మాతృభాష అయిన కన్నడంలోకి మార్చేశారు.

మహారాష్ట్రలో ప్రవేశించిన మాధ్వులు, మరాఠాలు తంజావూరిని ఆక్రమించి నప్పుడు తామూ తంజావూరు చేరారు. అక్కడి నుండి ఆంధ్రదేశం చేరారు. అందుకే యిప్పటికీ ఆంధ్రదేశపు మాధ్వులు ఇళ్లల్లో కచ్చాపచ్చీ మరాఠీ, కన్నడం మాట్లాడతారు. వీరు మాట్లాడే మరాఠీ మహారాష్ట్రలోని మరాఠీకి భిన్నంగా ఉంటుంది. మరాఠీ, కొద్దిగా కన్నడం, కొద్దిగా తమిళం కలగలసిపోయి, ఆ తమిళ, కన్నడ పదాలు కూడా ఉచ్చారణ మారిపోయి అదొక నూతన మాండలికంగా మారిపోయింది. ఈ సంగతులు చెప్పినవారు ఐ.ఏ.యస్.అధికారి, కీర్తిశేషులు పి.వి.ఆర్.కె.ప్రసాద్ గారు. వారు మాధ్వులు. ఇంటిపేరు పత్రి. ఇది మహారాష్ట్రలోని ఒక గ్రామనామం. ఇటీవల షిరిడీ సాయిబాబా జన్మస్థలంగా వివాదంలోకి వచ్చింది యీ గ్రామమే.

మాధ్వుల మూలాల వలన తెలుగు ప్రాంతాలలోకి వచ్చిన మాధ్వుల యింటిపేర్లు తెలుగువారి యింటిపేర్లకు భిన్నంగా ఉంటాయి. వారి యింటిపేర్లలోని–పత్రి, మానూరు, చట్టి, బారు, లఖణిగాం, ఔరంగాబాదు, కొల్లాపురి, చట్టి, బారు, అజోతి, దదేసుగర్, దౌలతాబాద్, పొర్లా, సామంతవాడి – ఇవి మహారాష్ట్ర గ్రామనామాలు.

తంజావూరు, ఆరణి, ఆర్కాటు, కరూరు, తిరువల్లిక్కేణి, మాదిమంగళం – ఇవి తమిళనాడు గ్రామనామాలు.

ఆనెగొంది, బెంగుళూరు, నిప్పాణి, బాగలకోట, విజాపురపు, ధార్వాడ, షహాపురం, ఉడుపి, పళ్లె – ఇవి కర్నాటక గ్రామనామాలు.

షేష్కార్, షబ్నవీసు, సర్దేశాయి, మజుందార్–ఇవి నిర్వహించిన పదవుల పేర్లు.

ఫారసీ, ఢిల్లీ, సూరత్, అంబరుఖానా, పీలుఖానా, కరడాల్, షాంజీ, ఓబరసు – ఇవి తెలుగువారి యింటిపేర్లకి విభిన్నంగా ఉండే యింటిపేర్లు.

ఇక గోల్కొండవ్యాపారులు అనేమాట ఎలావచ్చిందో చూడాలి.

మాధ్వులు మొదటినుంచీ రాజకీయాలు, ప్రభుత్వ ఉద్యోగాలలో ఉన్నవారే, మన ఆంధ్రదేశంలోని నియోగులులాగా. బ్రిటిషిండియాలోనూ, అంతకుముందు

సంస్థానాధిపతుల వద్ద, జమీందారుల వద్ద మంత్రాంగంలో మాధ్వులు తప్పనిసరిగా ఉండేవారు. వీరు మొదట కర్నాటకం నుండి గోల్కొండరాజ్యంలోకి చిన్నచిన్న ఉద్యోగులుగా, కరణాలుగా, వ్రాయసగాళ్లుగా రాచకార్యాలలోకి అడుగుపెట్టారు. అందుకే వారికి 'గోల్కొండవ్యాపారులు' అని పేరొచ్చింది. కుతుబ్‌షాహీల పతనం అనంతరం, అసఫ్‌జాహీల పాలనలో మంత్రాంగంలో మాధ్వుల ప్రాధాన్యత తగ్గింది. దానితో వారు అక్కడినుండి ఆంధ్రదేశంలోకి వలస వచ్చారు. ఇక్కడ 'వ్యాపారులు' అనేమాట 'బిజినెస్'ను సూచించదు; లౌకికవ్యవహారాన్ని సూచిస్తుంది.

గోల్కొండవ్యాపారులలో కేవలం మాధ్వులే కాక, విశిష్టాద్వైతులు, స్మార్తులు కూడా ఉన్నారని, "ఈ త్రిమతస్థులలో పడుచులు యివ్వడము, సహపంక్తి భోజనములు ధారాళముగా నడుస్తున్నవి" అని కోడూరి రంగరావు 1920, జూన్ నెల నియోగి పత్రికలో రాశారు.

"గోల్కొండరాజ్యములో విశిష్టాద్వైతం పుచ్చుకొన్న నియోగులను గోల్కొండ వ్యాపారులు అంటారు. మేము గోల్కొండవ్యాపారులమే. మా పూర్వీకుల స్వగ్రామం హైదరాబాదు చుట్టుపక్కల ఉన్న ఒక ఊరు" అని పిఠాపురవాసి అయిన ప్రముఖకవి ఆవంత్స సోమసుందర్ రాశారు.

అంటే గోల్కొండవ్యాపారులు గోల్కొండరాజ్యంలో వివిధ రకాల ప్రభుత్వ ఉద్యోగాలలోనూ, లౌకిక వ్యవహారాలలోనూ ఉన్నవారు. వారు ప్రత్యేకంగా ఒక మతశాఖకు చెందినవారు కారు. విశిష్టాద్వైతులు, ద్వైతులు, అద్వైతులు – యీ మూడు శాఖలవారూ గోల్కొండవ్యాపారులలో ఉంటారు.

మాధ్వులందరూ గోల్కొండవ్యాపారులు కారు; నైజాంలో ఉద్యోగాలలోకి, రాజకీయపదవులలోకి ప్రవేశించిన మాధ్వులే గోల్కొండ వ్యాపారులు. గోల్కొండ వ్యాపారులందరూ మాధ్వులు కారు; నైజాంలో ఉద్యోగాలలోకి, రాజకీయ పదవులలోకి ప్రవేశించిన విశిష్టాద్వైతులు, విశిష్టాద్వైతం పుచ్చుకొన్న నియోగులు గోల్కొండ వ్యాపారులు అవుతారు. మాధ్వులలో లౌకికవ్యవహారాలలోకి జొరబడకుండా మతధార్మిక నిష్ఠతో శుద్ధశ్రోత్రియంగా ఉండేవారూ ఉంటారు.

తెలంగాణా రాష్ట్రంలోని మహబూబ్‌నగర్ జిల్లాలోనూ, నల్గొండ పట్టణానికి సమీపంలోనూ, చిత్తూరు జిల్లాలో శ్రీకాళహస్తి పక్కనే, పానగల్లు పేరుతో మొత్తం మూడు గ్రామాలు ఉన్నాయి. పానుగంటి పూర్వీకులది మహబూబ్‌నగర్ జిల్లాలోని పానగల్లు.

గోల్కొండ వ్యాపారులను 'వేపార్లు', 'వేపారిపంతులు' అని కూడా అంటారు. వేపార్లలో మాధ్వులు గోపీచందనంతో క్రింద వెడల్పుగా ఉండి, పోనుపోను సన్నగా ఉండే పెద్ద నిలువుబొట్టు పెడతారు. ఈ బొట్టుని బట్టే మాధ్వులను "బెండకాయ బొట్టువారు" అని యితరులు హాస్యంగా అనడం కద్దు. పానుగంటి సాక్షి వ్యాసాలలో, కంఠాభరణం నాటకంలో వేపార్ల చాదస్తాలను ఎంతగానో ఎగతాళి చేశారు.

పానుగంటి మాధ్వులైనా, వారి రచనలను పరికిస్తే వైష్ణవం స్వీకరించినవారుగా కనబడుతున్నారు. అందుకు ఒక కారణం తోచింది. గోదావరి జిల్లాలలో, ఆపైన ప్రాంతాలలోని వెలమలు వైష్ణవులు. (నెల్లూరు జిల్లాలో శైవవెలమలను చూసి వెలమలలో శైవులా అని ఎనిమిదో వింతను చూసినట్లు ఆశ్చర్యపడ్డారు చెల్లపిళ్ల). వెలమలతోనే జీవితం ముడిపడి ఉన్న పానుగంటి కూడా (ఆయన్ని కూడా వెలమ అనుకొనేవారు అనే సంగతిని యింతకుముందే చెప్పాను) సహజంగానే వైష్ణవం వైపు మొగ్గుచూపి ఉంటారు.

పానుగంటి కులం గురించి యింత చర్చ అవసరమా అనిపించవచ్చు. 'గోల్కొండ వ్యాపారులు' అనే మాట అర్థం కావటానికి యిదంతా చెప్పాను.

ఎలాగైనా, సాంఘిక దురాచారాలనే కాక స్వంత కులంలోని అనాచారాలను, నైచ్యాన్ని, చాదస్తాలను దుమ్మెత్తిపోసినవారిలో, బ్రాహ్మణులే అగ్రగణ్యులు. ఆ తరువాత చదువుకొన్నవారిలో అంత సాహసం లేకపోయింది. ఆ కోవలో కె.యన్.వై. పతంజలి ఒక్కరు కనబడుతున్నారు.

❖ ❖ ❖

అది కోలంక సంస్థానం ముఖ్యగ్రామం లక్ష్మీనరసాపురం. దివాణంలో కచ్చేరీ గది. దివానుగారు ఏకాగ్రచిత్తంతో ఏవో కాయితాలు పరకాయిస్తున్నారు. గదిలోకి ఒక పండితుడు ప్రవేశించి ఒక అర్జీ దివాను చేతికిచ్చాడు. తమ వంశం తరతరాలుగా దివాణాన్ని అంటిపెట్టుకొని ఉన్నదనిన్నీ, దివాణం యశోప్రతిష్ఠలకు తమవంటి వారిని పోషించడమే కారణమనిన్నీ, జమీందారిణీ వారు తనకెన్నోమార్లు లోగడ ధనసహాయం

కోలంకవారి దివాణం

చేసి ఉన్నారనిన్నీ, ఇప్పుడు తన కుమారుని పెండ్లి తాలూకు యావత్తు ఖర్చున్నూ భరించ వలసినదనిన్నీ, అందువలన రాణీవారికి శాశ్వతబ్రహ్మలోక నివాసం ప్రాప్తించ గలిగినంతటి పుణ్యం లభించగలదనిన్నీ ఆ అర్జీ సారాంశం.

దాఖలు చేసిన అర్జీలో విషయాన్ని ఒక్క నిమిషంలో చదివేసి, ఉత్తరక్షణంలో 'డసుకుబల్ల' పైని సిరాబుడ్డిలో కలాన్ని ముంచి "ప్రస్తుతం రాణీవారికి అంతపుణ్యం జరూరు కానందున దరఖాస్తు త్రోసివేయడమైనది" అని రాసేశారు దివాను.

మరోసారి అదే దివాను సాయంత్రపు వ్యాహ్యాళికి వెళుతుండగా రాజబంధువైన వెలమదొర ఎదురయ్యాడు. ఆయన కించిత్ వైద్యుడు. దివాను 'వైద్యం ఎలా సాగుతున్న' దని కుశలప్రశ్న వేశారు దొరని. "ఇప్పుడు వైద్యం మానేశానండీ. కవిత్వం సాధన చేస్తున్నాను" అని బదులిచ్చాడాయన. "ఏదైతేనేమి లెండి, జనాన్ని చంపడానికి" అని చురకేశాడు దివానుగారు.

రాజబంధువైన మరో బడాపెద్దమనిషి తన పేరు చివర 'గారు' తగిలించి మరీ సంస్థానం కార్యాలయానికి అర్జీనో, ఉత్తరమో రాశాడు. కొంటెదివాను 'గారు గారికి' అని ప్రత్యుత్తరం రాశాడు. ఆ పెద్దమనిషి తగాదాకి వచ్చాడు. "నాకేం తెలుసును, అసలు మీ పేరులోనే 'గారు' ఉందనుకొన్నాను. నేనిచ్చే గౌరవం నేనివ్వద్దా?" హేళన ధ్వనించే గొంతుతో జవాబిచ్చాడు దివానుగారు. తరువాత ఈ చమత్కారం ఎవరెవరి పేరుమీదో ప్రచారం అయ్యింది.

ఇలాంటి సంఘటనలు మరికొన్ని జరిగాక ఆశ్రితుల ఫిర్యాదులు ఎక్కువై రాణీవారు దివానుకు ఉద్వాసన పలికారు. ఆ దివాను పేరు పానుగంటి లక్ష్మీనరసింహా రావుపంతులు. జననం 11.02.1865. నిష్క్రమణ 01.01.1940. ఇప్పటికి పానుగంటి జన్మించి 155 యేళ్లు. నిష్క్రమించి 80 యేళ్లు.

పానుగంటి తూర్పు గోదావరి జిల్లా రాజమండ్రి సమీపంలోని సీతానగరంలో వేంకటరమణయ్య, రత్నమ్మ దంపతులకు జన్మించారు. తండ్రి ఆ ప్రాంతంలో పేరుమోసిన ఆయుర్వేదవైద్యుడు. తల్లిప్రేమకు ఎక్కువ కాలం నోచుకోలేదు పానుగంటి. 1888 నాటికి బి.ఎ. పూర్తిచేశారు. ఆ రోజులలో అది చాలా గొప్ప అయినప్పటికీ ఆయన ఎప్పుడూ ఆ డిగ్రీ గురించి చెప్పుకోలేదు. ముందు పెద్దాపురం హైస్కూలులో ఉపాధ్యాయునిగా చేరారు. కొత్తపల్లి జగ్గారావుగారనే వెలమదొర ఆహ్వానం మీద వారి పిల్లలకు ట్యూటర్‌గా చేరి, హైస్కూల్ ఉద్యోగం మానేశారు.

సీతానగరంలోని పానుగంటివారి స్వగృహం. దీనిలోనే ఆయన తండ్రి వెంకట రమణయ్య ఆయుర్వేద వైద్యునిగా 'ప్రాక్టీసు' చేస్తుండేవారు. *2016*లో ఆ ఊరికే చెందిన పి. రాజేష్ నా అభ్యర్థన మేరకు ఆ యింట్లోకి వెళ్లి చూసి, ఈ ఛాయాచిత్రాలు పంపారు. ఆ ఇంట్లో పాడైపోయిన పాత గృహోపకరణాలే కాక, ఖిలమైపోయిన అనేక తాళపత్రగంథాలు కనిపించాయి. బహుశా వైద్యగ్రంథాలేమో! ప్రస్తుతం యీ యింటిని పూర్తిగా తీసేశారు.

అది మొదలు ఎన్ని ఉద్యోగాలలో చేరారో, ఎన్ని మానేశారో! ఏ ఉద్యోగంలో ప్రవేశించినా తనని పోషించే ప్రభువుకంటే తను చాలా ఎక్కువవాడనని అనుకోవడమే కాకుండా యజమానికి కూడా ఆ భావం కలిగేటట్లు చేసేవారు. ఇది ఉభయులకూ క్షేమం కాదని ఉభయులూ తెలుసుకున్న ఫలితంగా పంతులుగారు నూతన ఉద్యోగ ప్రయత్నం చేయవలసి వచ్చేది.

పిఠాపురం సంస్థానం నుండి ఏర్పడిన చిన్న సంస్థానం కోలంక. జమీలో గ్రామాలు తొమ్మిదే. కోలంకవారి అజమాయిషీలోనే వీరవరం అనే యింకొక చిన్న జమీ కూడా ఉండేది. 'కోలంక-వీరవరం' ఎస్టేటు ముఖ్యగ్రామం కోలంక శివారులోని లక్ష్మీనరసాపురం. ఎస్టేటు ప్రధానకార్యాలయం మాత్రం పిఠాపురంలోనే ఉండేది. రావు

చెల్లయ్యమ్మారావు కోలంక-వీరవరం జమీందారిణిగా ఉన్నప్పుడు (మరణం 25.04.1936) పానుగంటి, ఆ సంస్థానానికి దివాను అయ్యారు. ఎప్పుడు చేరారో, ఎప్పుడు విరమించుకున్నారో తెలియదుకాని, 1902 నాటికి ఆయన కోలంక సంస్థాన దివాన్. ఆరేడేళ్లు ఆయన ఆ ఉద్యోగంలో ఉన్నారు. 1907లో తనకి పరిచయమయ్యే నాటికి ఆయన కోలంక దివానుగా ఉన్నారని మొక్కపాటి నరసింహశాస్త్రి రాశారు.

ఆయన మంచి దివాను. కార్యనిర్వహణలో కచ్చితమైన మనిషి. కానీ, ఎంతటి వారినైనా మోమాటం లేకుండా మాట్లాడటం, వ్యంగ్యంగా చమత్కారం వేసే సందర్భం వస్తే వదులుకోకపోవటం వలన, రాజబంధువుల ఫిర్యాదులు భరించలేక చెల్లయ్యమ్మ పానుగంటి దివానుగిరీకి చెల్లుచీటీ రాసేశారు.

పానుగంటి పిఠాపురంలోనే తరచూ ఉండటం వలన, పిఠాపురం మహారాజా సూర్యారావుకి, ఆయనకి మంచి పరిచయమే ఉంది. నిరుద్యోగిగా ఉన్న పానుగంటికి కొలువు యిద్దామని ఆయనకుండేది. అయితే చెల్లయ్యమ్మ ఆయనకి స్వయానా పినతల్లి అవడంతో, పానుగంటికి ఉద్యోగం యిస్తే, ఆవిడ ఏమన్నా అనుకుంటారనే సంకోచంతో ఉద్యోగం యివ్వలేకపోయారు.

1910లో ఆంధ్రసాహిత్య పరిషత్ నాల్గవ వార్షిక సభలు బళ్లారిలో జరిగాయి. ఆ సభలకు ఆనెగొంది సంస్థానాధిపతి 'నరపతిసింహాసనాధీశు'లగు శ్రీరంగదేవరాయలు అధ్యక్షులు. అప్పుడు రాయలకు, పానుగంటికి పరిచయం కలిగింది. పానుగంటి బహుభాషా ప్రావీణ్యత, చాకచక్యం, సమయస్ఫూర్తి, హాస్య చతురత సాహితీ ప్రియులైన శ్రీరంగదేవ రాయలను ఆకట్టుకొన్నాయి. దత్తమండలాల రెవెన్యూ శాఖలో పానుగంటి సమీప బంధువు ఢిల్లీ జగన్నాథ రావు డిప్యూటీ కలెక్టర్‌గా ఉన్నారు. పానుగంటిని దివానుగా తీసుకొంటే ఎలా ఉంటుందని రాయలు సలహా అడిగారు ఆయన్ని. జగన్నాథరావు సానుకూలంగా చెప్పిన మీదట ఆనెగొంది దివాను అయ్యారు పానుగంటి.

రాజా శ్రీరంగదేవరాయలు

ఆనెగొంది నిజాం రాజ్యంలోని జమిందారీ. అక్కడ ఉర్దూ, పర్షియన్ రాజభాషలు. ఇవి

ఆనెగొందిలో ఎదురుబొదురుగా రెండు దివాణాలు ఉన్నాయి. ఒకటి పాతది. ఒకటి కొత్తది. పానుగంటి పనిచేసిన పాత దివాణం యిది. బాగా శిథిలం అయిపోయింది. బాగున్న కొంతభాగంలో ఆనెగొంది జమీందారి వారసులు రామదేవరాయులు నివాసం ఉంటున్నారు. ఈ ఛాయాచిత్రాలు 2010 నాటివి.

నేర్చుకోకపోతే పని సాగదని అర్థమై శీఘ్రంగా ఆ రెండు భాషలూ నేర్చుకొన్నారు. సంస్థానంలో ముగ్గురు మల్లయోధులు ఉండేవారట. వారి వద్ద సరదాగా మల్లశాస్త్రమూ నేర్చుకొన్నారట. ఇంతా చేసి అక్కడున్నది 15 నెలలు.

ఆనెగొంది దివాణానికి కందారాజుల బెడద ఉండేది. ఈ బెడద ఏ సంస్థానానికైనా ఉండేదే. రాజుకి లేదా జమీందారుకి దగ్గర బంధువులు కొందరు దివాణంలో రెండు పూటలా భోజనం చేసేవారు. వీరికి ఎటువంటి పనీ ఉండేది కాదు. దివాణానికి వీసమెత్తు ప్రయోజనం వారివలన కలిగేది కాదు. వారి పూర్వులకి, వీరి పూర్వులకి

ఉన్న సాన్నిహిత్యం, యుద్ధాలలో చేసిన సహాయం వలన వారసులకి యీ సౌకర్యం లభించేది. 'కందా' అంటే వంటిల్లు. అందుకే కేవలం భోజనానికి తప్ప ఎందుకూ ఉపయోగపడదు, నిష్ప్రయోజకుడు అనే అర్థంలో 'కందారాజు' పదం తెలుగులో జాతీయంగా స్థిరపడింది.

పానుగంటి తమ దివాన్గిరీ కాలంలో యీ కందారాజులకి అడ్డుకట్ట వేశారు. సంస్థానానికి అయ్యే ఖర్చును తగ్గించగలిగారు. కందారాజులు జమీందారు వద్ద తమ గోడు వెళ్లబోసుకొన్నారు. ఈరోజొచ్చిన దివాన్ కోసం తరతరాల బాంధవ్యాన్ని వదులుకోవలసిందేనా అని మొరపెట్టుకొన్నారు. కరిగిపోయిన జమీందారు వారి మర్యాద వారికి యథావిధిగా జరగాలని ఉత్తర్వు యిచ్చారు. తన కార్యనిర్వహణలో జమీందారు తలదూర్చినందుకు, ఆత్మగౌరవం దెబ్బతిన్న పానుగంటి యీ ఉద్యోగానికీ రాజీనామా చేశారు.

ఈ సంఘటనను నాకు చెప్పినవారు ఆనెగొంది వాస్తవ్యులు, ఆనెగొంది చరిత్ర, విజయనగర చరిత్ర సాకల్యంగా తెలిసిన కడిమెళ్ల అమరనాథవర్మగారు.

ఆరోజులలో ఆనెగొందిలో ప్లేగు జాడ్యం ప్రబలటంతో పానుగంటి ఉద్యోగం మానుకొన్నట్లు, ఆయన మీద విశేషపరిశోధన చేసిన ముదిగొండ వీరభద్రశాస్త్రి రాశారు.

తరువాత శ్రీకాకుళం జిల్లాలోని ఉర్లాం జమీందారీకి కొద్దికాలం దివాన్గా ఉన్నారు. ఆ కొద్దికాలంలోనే జమీకి సంబంధించిన కోర్టువ్యవహారాలను ఒక కొలిక్కి తెచ్చారు. జమీందారు అయిన కందుకూరి లక్ష్మీప్రసాదరావుతో వచ్చిన అభిప్రాయ

ఉర్లాం దివాణం (ఛాయాచిత్ర సౌజన్యం : శ్రీ జయంతి చంద్రశేఖర్)

భేదాల కారణంగా యీ ఉద్యోగమూ నిలవలేదు. అయినా పానుగంటి చూపిన కార్యదక్షతకు కృతజ్ఞతగా సంవత్సరానికి రెండు పుట్ల సన్నధాన్యాన్ని వార్షికంగా జమీందారు ఉన్నంత కాలమూ పంపారు.

ఇదంతా పంతులుగారి నిలకడలేనితనం అనుకొంటారేమో? కానేకాదు. భవిష్యత్తులో చాలా నాటకాలు రాయబోయేవాడికి, ఆంధ్రభాషాసరస్వతికి జిగజిగ మెరిసే ఆభరణం 'సాక్షి'ని సమర్పించబోయేవాడికి, లోకాచారాలలో మతవిరుద్ధము, సంఘోపద్రవకరమైన దుష్ప్రవర్తనను బాకా అంత గొంతుతో ఎగతాళి చేయబోయే వాడికి ఎంత లోకానుభవం ఉండాలి! మరెంత దేశం చూసి ఉండాలి! సంఘాన్ని ఎంత సూక్ష్మంగా పరిశీలించాలి! దానికి పూర్వరంగమే పానుగంటి ఉద్యోగపర్వం.

పానుగంటి జీవితంలో పిఠాపురం చివరి జమిందారు మహారాజా శ్రీ రావు వేంకట కుమార మహీపతి సూర్యారావు బహద్దర్‌గారిది ప్రముఖపాత్ర. రాజావారికి పానుగంటి అంటే చాలా ఇష్టం, గౌరవం. ఎంత ఇష్టమంటే కోటలోని గులాబీతోటలో ఒంటరిగా పానుగంటితో కులాసాగా గంటల కొద్దీ కబుర్లు చెప్పుకొంటూ తిరుగుతూ ఉండేటంత.

సూర్యారావు పిఠాపురం కోటలో ఎన్నోరకాల గులాబీలతో అందమైన తోటను చేయించారు. ఆయనకి గులాబీలంటే అమిత ఇష్టం. ఆ తోటలో ఒక్క పూవుకూడా ఎవరూ కోయకూడదు. మద్రాసులో వారి బంగళాలలో ఒకదానికి 'గులాబి' అని, ఇంకొకదానికి 'రోజరి' అని పేరు పెట్టుకొన్నారు. (ఒకప్పటి గులాబి ప్రాంగణంలో ప్రస్తుతం గోకులం కాలనీ ఉన్నది). అటువంటి తోటలో పానుగంటితో గడపడమే కాకుండా వీడ్కోలు సమయంలో ఒకటిరెండు పువ్వులు స్వయంగా తుంచి ఇచ్చేవారు.

మహారాజాతో యింత సాన్నిహిత్యం ఉండటంతో, పిఠాపురంలో పానుగంటి పట్ల గౌరవం, భయం ఏర్పడ్డాయి. భయం ఎందుకంటే ఎప్పుడు ఎవరి గురించి కుట్టుమాటలు ఏవైనా చెప్పి తమపై సూర్యారావుకి కోపం తెప్పిస్తారేమో అని.

ఈ భయం మరీ నిరర్థకం కాదని కొన్ని సంఘటనలు చెబుతున్నాయి. శ్రీపాద సుబ్రహ్మణ్యశాస్త్రి 'వీరపూజ'ని అచ్చువేయటానికి పిఠాపురంరాజా ఆర్థిక సహాయం చేయకపోవటానికి పానుగంటే కారణం అని మనకు అర్థం అయ్యేటట్లు రాశారు శ్రీపాద తమ స్వీయచరిత్రలో. (శ్రీపాద సుబ్రహ్మణ్యశాస్త్రి సర్వలభ్య రచనల సంకలనం, 2వ సంపుటం, మనసు ఫౌండేషన్, 2017, పుట 805-806).

వేంకటపార్వతీశకవుల 'ఏకాంతసేవ' సూర్యారావుకి అంకితం కాకపోవటానికీ కారణం పానుగంటేనని బాలాంత్రపు రజనీకాంతరావు 'రజని భావతరంగాలు'లో రాశారు. ఆ జంటకవులలోని బాలాంత్రపు వెంకటరావుగారి కుమారుడు రజని.

వేంకటరామకృష్ణకవులకు, పానుగంటికి ఎందుకోగాని ససేమిరా పడేది కాదు. వేంకటరామకృష్ణకవులు చెప్పిన "వాసింగన్న కవీశ్వరుడు..." అనే ఒక హేళన పద్యం తన గురించేనని పానుగంటికి ఉలుకు ఉండేది.

అంతమాత్రాన రాజావారి ఆదరణ ఆ కవులపట్ల లేకుండా పోలేదు. వేంకటరామకృష్ణకవులను సూర్యారావు గురువులుగా, ఆస్థానకవులుగా ఆదరించారు. వారి 'కవిత' పత్రిక రాజావారి దయతోనే నడిచేది. వేంకటపార్వతీశకవులు ముద్రణాశాల పెట్టుకోవటానికి, ఏకాంతసేవ అచ్చువేసుకోవటానికి పేరు బయటపడకుండా ధన సహాయం చేశారు. శ్రీపాద కూడా సూర్యారావుగారి ఆర్థికసహాయం పొందారు. దీనినిబట్టి సూర్యారావు తనకు యిష్టుడైన పానుగంటి మాటనూ కాదనలేదు; తనకు యిష్టమైన పని చేయకుండా మానెయ్యనూ లేదు.

సూర్యారావుకి సంస్థానాధిపత్యం రాకముందే పానుగంటితో పరిచయం ఉంది. ఆయన సంస్థానవారసత్వదావాలో ఉన్నారు. ఈయన రకరకాల ఉద్యోగాలలో స్థిరత్వం లేకుండా ఉన్నారు. ఇద్దరికీ స్థిమితం చిక్కాక దివాన్‌గానో, అసిస్టెంట్ దివాన్‌గానో పానుగంటిని ఆహ్వానించారు సూర్యారావు. అప్పటివరకూ సేవ్యసేవక సంబంధంతో విసిగిపోయిన పానుగంటి స్నేహసంబంధం కోరుకున్నారు. ఫలితంగా పిఠాపురసంస్థాన నాటకకవి పదవి లభించింది. చేయవలసిన పని రాజావారికి "మిగులనవ్వు పుట్టించు నాటకములు చేయుట", హాస్యప్రసంగాలతో ఉల్లాసం కలిగించుట. ఇప్పటికి పానుగంటికి కుదిరిక లభించింది. పిఠాపురంలో రైల్వేస్టేషన్ రోడ్‌లో ఉన్న మేడలో నివాసం ఏర్పడింది. శరపరంపరగా అటు నాటకాలు, ఇటు వ్యాసాలు, ఎడాపెడా గ్రాంథికభాషసమర్థన, వ్యావహారికభాషానిరసన మొదలయ్యింది.

పానుగంటి బి.ఎ. చదివేటప్పుడు షేక్స్పియర్ ఆయన్ను ప్రభావితం చేశాడు. షేక్స్పియర్ రాసినన్ని నాటకాలు తానూ రాయాలని యువకోత్సాహంలో ప్రతిజ్ఞ చేశారు. అనుకొన్నట్టే 30 నాటకాలూ రాశారు. వాటిలో కనీసం పదిహేనన్నా ఉత్తమతరగతికి చెందినవి.

పానుగంటి మాధ్వులైనా విశిష్టాద్వైతంవైపు మనసు మొగ్గింది అని యిందాకే అనుకొన్నాము. రాముడు, రామాయణం వారి జీవాతువులు. అందుకే రామాయణం

మొత్తాన్ని పాదుకాపట్టాభిషేకము, విజయరాఘవము, వనవాసరాఘవము, కల్యాణ రాఘవము పేర్లతో నాలుగు నాటకాలుగా రాశారు. వారి నాటకాలతో భక్తిరసం పరాంకోటి నందుకొన్నది రాధాకృష్ణ నాటకంలో. నిలువెల్లా హాస్యం నిండిఉన్నది కంఠాభరణం నాటకంలో. రంగస్థలంపై ఆదరణ చూరగొన్నది పాదుకాపట్టాభిషేకం. వీరి నాటకాలలో ఎక్కువ భాగం ప్రదర్శనకు అనుకూలంగా ఉండవని రంగాభిజ్ఞుల అభిప్రాయం.

వీటికంటే ఇప్పుడు పంతులుగారి ప్రతిష్ఠను నిలబెడుతున్నవి సాక్షి వ్యాసాలు. అయితే వాటి మీద పంతులుగారికి చిన్నచూపు ఉండటం చిత్రం.

❖ ❖ ❖

సత్యపురంలో (ఈ ఊరెక్కడుందో పానుగంటికి మాత్రమే తెలుసు) తపాలా కచేరీకి ఎదురుగా, పరీధావి సంవత్సర మాఖ బహుళ చతుర్దశీ శివరాత్రి గురువారం నాడు లింగోద్భవ కాలంలో (క్రీ.శ. 06.03.1913) సాక్షి సంఘాన్ని పానుగంటి ఆవిర్భవింపచేశారు. అంటే ఆ రోజు సువర్ణలేఖ పత్రికలో తొలి సాక్షి వ్యాసం అచ్చయిందన్నమాట. నేటికి నూట ఏడేళ్ల క్రితం.

చిత్రవిచిత్రాతివిచిత్రమహావిచిత్రములైన ప్రాపంచిక చర్యలను విమర్శించి చూపడానికి, మనమెట్లా ఉన్నామో మనకు చెప్పడానికి, పుట్టింది సాక్షి సంఘం. ఇందులో సభ్యులు ఐదుగురు.

మొదటివాడు కాలాచార్యులు. 'తెంగల' శాఖకు చెందిన శ్రీవైష్ణవుడు. ప్రాణాల మీద తీపివల్ల ఏ వనితా అతగాణ్ణి వివాహం చేసుకోకపోవడంవల్ల బ్రహ్మచారిగానే ఉన్నాడు. సత్ప్రవర్తన కలవాడు. యథార్థవాది.

రెండవవాడు జంఘాలశాస్త్రి. స్మార్తుడు. సాక్షి సంఘ ప్రధాన ఉపన్యాసకర్త. 'శరీరంలో మిగతా అవయవాలు లేవు. ఉన్నదొక్కటే, నోరు' అనుకొనేంత వాచాలుడు. కాలినడకనే దేశమంతా తిరిగాడు. జాక్ ఆఫ్ ఆల్ ట్రేడ్స్. ఈ లక్షణాలన్నీ పానుగంటివే.

మూడవవాడు వాణీదాసుడు. శూద్రుడు. కవి. శ్లేషకవిత్వం అంటే ప్రాణం. నువ్వుగింజ మీద నూరుపద్యాలు అల్లగలిగాడు. ఆదికవి నన్నయ నుండి ఆధునికకవి నన్నాసాహేబు వరకు ఏ కవినైనా దూషించగల అసూయాపరుడు.

నాలుగోవాడు బొర్జయ్యసెట్టి. వైశ్యుడు. ఒకప్పుడు ధనికుడే. ప్రస్తుతం కాదు. గుమ్మంలో పట్టనంత లావు. అందుకని ఎప్పుడూ సాక్షి కార్యాలయానికి రాలేదు.

అయిదవ సభ్యుడు సాక్షి. తానెవరో తనకు తెలుసుకాని స్పష్టంగా ఇతరులకు చెప్పగలిగినంత ఆత్మజ్ఞానం లేకపోవడంవల్ల తన పరిచయాన్ని ఇవ్వలేకపోయాడు. ఇతర సభ్యులు మాత్రం సాక్షిని మిత్రునిగా, తమకు అధికారిగా అంగీకరించారు.

ఈ అయిదుగురిలో చురుకైన కార్యకర్త జంఘాలశాస్త్రి. ఈ శాస్త్రిని అడ్డం పెట్టుకుని సంఘాన్ని ఒక దులుపు దులిపారు, పానుగంటి. ఆశుకవుల వాగాడంబరం, వర్తకులమోసం, మతంలో అసలు విషయాన్ని మరచిపోయి బాహ్యాడంబరాల కోసం వెంపరలాడే స్వభావం, అసమర్థులైన వైద్యుల డంబం, బమ్మిని తిమ్మి చేయగల న్యాయవాదుల వైఖరి, మారుతున్న వేషం, జాతి, నీతిలో కనబడుతున్న వెలితి, విజాతీయ వ్యామోహం, పనికిమాలిన అనుకరణాభిలాష – వీటన్నింటినీ నవ్వు వచ్చేలాగా గాయాన్ని మాన్పే మందుని కత్తికే రాసి కొట్టినట్టుండే శైలిలో అధిక్షేపించారు పానుగంటి.

“సంఘదురాచార నిర్మూలనకరంబులును, పండితపామర జనరంజకంబులును, సరసహాస్యాద్భుతరసమయంబులును, గంగాఝరీ ప్రతీకాశధాటీ విరాజితంబులును, అమృతమాధురీధురీణంబులును, అపూర్వభావభాసురంబులును, జ్ఞానదాయకంబులును, హర్షదాయకంబులును” అగు సాక్షి వ్యాసాల గురించి పానుగంటి ఏమన్నారో తెలుసా? “నా కీర్తిని ఎప్పటికైననూ నిలుపునది నా నాటకములే. ఎడమ చేతితో వ్రాసి పాఱవైచిన సాక్షి వ్యాసములు కావు” అన్నారు. సినిమాల్లో తండ్రి వెళ్లగొట్టిన కొడుకే చివర రెండు రీళ్లలో తండ్రిని ఆదుకొన్నట్లు పంతులుగారిని ఇంకా సంఘం మరచిపోలేదంటే కారణం వారు నిరాదరణ చూపిన సాక్షి వ్యాసాలే.

ఇవి ఆంధ్రపత్రిక సారస్వతానుబంధంలో ప్రతి శనివారం పడుతుండేవి. వీటి ప్రచురణ వెనుక చిన్నకథ ఉంది. శతకకవుల చరిత్రకారుడు వంగూరి సుబ్బారావు పానుగంటికి స్నేహితుడు. పిఠాపురానికి, ‘చిత్రాడ’ గ్రామానికి మధ్య ‘ఆనందవనం’ అనే తోటలో ‘కావ్యనిధి’ చెలికాని లచ్చారావు జరిపే సాహిత్యగోష్ఠులకి ఇద్దరూ ప్రత్యేక అతిథులు. వంగూరివారు కాశీనాథుని నాగేశ్వరరావు పంతులుగారికి సన్నిహితుడు. “మన పత్రికకు ఏదైనా రాయకూడదా” అని నాగేశ్వరరావు సుబ్బారావుని అడిగారు. “ఇదివరలో సువర్ణలేఖ పత్రికలో (ఇది తణుకు నుండి వెలువడేది. పానుగంటి మేనల్లుడు ద్రోణంరాజు వెంకటరమణారావు సంపాదకుడు) సాక్షి వ్యాసాలు పడుతుండేవి కదా! నా స్నేహితుడు రాశాడవి. వాటిని మన పత్రికలో పునఃప్రారంభించుదామని అడుగుదాము” అన్నారు.

కాశీనాథునికి పానుగంటిపై దురభిప్రాయం లేదు కానీ, సదభిప్రాయం మాత్రం లేదు. నోరు, కలమూ రెండూ దురుసనీ, మొండిమనిషనీ. పైగా సంస్థానం సర్వీసులో

ఉన్నవాడు సమయానికి 'మేటరు' పంపుతాడా అని నాగేశ్వరరావుగారి సందేహం. సుబ్బారావు ఇద్దరినీ ఒప్పించారు. అలా సువర్ణలేఖలోనూ, ఆంధ్రపత్రికలోనూ కలిపి 'సాక్షి' శీర్షికతో 143 వ్యాసాలు రాశారు పానుగంటి.

పానుగంటి ఎంత మోమాటం లేని మనిషంటే మొదటి వ్యాసంలోనే "మీకు మావలని ప్రతిఫలమేమియును లేదు. సరికదా, మీ పత్రికా వ్యాపారము తిన్నగ నుండకుండు నెడల మిమ్ములను గూడ మీ పత్రికలో నధిక్షేపించుచుందుము" అని హెచ్చరించారు. ఆ పత్రికాధిపతి ఎంతటి సరసుడంటే ఆ మాటలను ఒక్కక్షరం మార్చకుండా వేశారు.

ఆయన నిర్మొహమాటానికి యింకొక ముచ్చట.

పానుగంటి జీవితంలో యోగకాలమంతా వెలమలతో ముడిపడి ఉంది. ఆయన వైభవానికి, సుఖజీవనానికి, పుస్తకప్రచురణకు ప్రధానకారకులు వెలమలే. పిఠాపురం జమీందారు సూర్యారావు, కోలంక జమీందారిణి రావు చెల్లయ్యమ్మారావు, చిత్రాడ భూస్వామి చెలికాని లచ్చారావు, ధనికభూస్వామి కొత్తపల్లి జగ్గారావు – పానుగంటిని ఆదరించిన వీరందరూ వెలమలే. పానుగంటికి వెలమ సావాసం ఎంత ఎక్కువంటే వ్యక్తిగతంగా కాకుండా, సాహిత్యపరంగానే పానుగంటిని తెలిసినవారు, ఆయన్నీ వెలమ అనుకొనేవారు. అందుకు 'పానుగంటి' అనే యింటిపేరు (ఇది వెలమలలోనూ కనబడే యింటిపేరు), జమీందారీ ఫాయాలో పెంచిన మీసాలు కూడా కారణం కావొచ్చు. సాక్షి వ్యాసాలు ఆంధ్రపత్రికలో పడేటప్పుడు పానుగంటి కులం వెలమ కదా అని ఉత్తరాలు వచ్చాయేమో!

వాటికి సమాధానంగా ఒక సాక్షిలో "మాలోనొక వైష్ణవుడు, నొక వైదికుడు, నొక కోమటి, యొక శూద్రుడు, నొక యారామద్రావిడుఁడే కాని వెలమవా రెవ్వరు లేరు" అని స్పష్టం చేయాల్సి వచ్చింది (ఆధ్యాత్మిక విద్యావశ్యకత, పుట. 165). అయినా సరే, సాక్షి వ్యాసాలలో అవకాశం వచ్చినప్పుడల్లా వెలమల పటాటోపాన్ని ఎగతాళి చేయడం మానుకోలేదు (ఉదా: భూతవైద్యము, పుట. 61). దీనిని కృతఘ్నత అనాలా? నిర్మొహమాటం అనాలా? లోకస్వభావాన్ని ఎండగట్టే రచయితగా నిజాయితీగా ఉన్నాడని అనాలా? ఏమనాలి? మీరే చెప్పండి.

సాక్షి వ్యాసాల పద్ధతిని, ఉద్ధృతిని పేరాలలో వర్ణించడం కంటే శ్రీశ్రీ పదాలను స్మరించడం మేలు.

"లక్ష్మీనరసింహారావు పానుగంటి
సాక్షి వ్యాసాలు చదవడం మాననంటి
ఎంచేతంటే వాటిలో పేనులాంటి
భావానికాయన ఏనుగంటి
రూపాన్నియ్యడం నేనుగంటి"

నాటకాలలో, సాక్షి వ్యాసాలలో ఆయనకు తెలిసిన వివిధ ప్రాచీన, ఆధునిక శాస్త్రాల సంగతులను గాలికబుర్లలా కాకుండా సంప్రదాయవేత్తలా ప్రశంస తెస్తారు. అదే సమయంలో వాటిలో ఉండే వైరుధ్యఅంశాలను ప్రస్తావించి ఎగతాళి చెయ్యకా మానరు.

సంఘాన్ని పానుగంటి ఎంత పడపడ తిట్టాడో, 'సాక్షి'ని చదివినవారందరికీ తెలుసు. పిఠాపురంలోని డాంబికులను, దాంభికులను, పటాటోపంగాళ్లని, బడాయి కోర్లని, చాడీకోర్లని, కవులము అనుకొనేవారిని, ధన అధికారమత్తులను, వ్యర్థాచార పరాయణులను ఆయన సాక్షిలోనూ, నాటకాలలోనూ మారుపేర్లతో, మారువేషాలతో ప్రవేశపెట్టారట.

పేరు చెప్పకుండా అన్యాపదేశంగా అన్నప్పటికీ ఆ చురుకు వాళ్లకీ తగిలి ఉంటుంది కదా! అవకాశం వచ్చినప్పుడల్లా సంఘం కూడా పానుగంటిని 'భద్రం' అని హెచ్చరిస్తూనే ఉంది. సాక్షి వ్యాసాలలోని స్వవిషయసల్లాపములు, సభాస్వకీయ వ్యాపారము, నిష్కారణనింద, స్వకీయవిషయము లాంటి శీర్షికలున్న వ్యాసాలలో ఆ విమర్శలను ఆయన చెప్పారు. 'సాక్షిసంఘ ప్రథమవార్షికోత్సవము' (పుట. 516)లో తనతో తిట్లుతిన్న జనం తననెలా తిట్టారో ఆయన తేటతెల్లంగా చెప్పారు.

రచనావ్యాసంగం ద్వారా వచ్చే రాబడితోనే బతకనవసరంలేని భరోసాని సూర్యారావు ప్రసాదించటంతో ఆయన సంఘానికి జడియనక్కరలేకపోయింది. దానితో ఆయన నోటికి, కలానికి అడ్డులేకపోయింది. సంఘంపై పానుగంటి చేసే విమర్శకు హాస్యపు ఘుమఘుమ జతయ్యింది, కాశీమిఠాయిలాగా. (కాశీమిఠాయికట, రంగు కుదిరితే రుచి కుదరదట. రుచి కుదిరితే రంగు కుదరదట. రెండూ కుదిరితే తినేవాడిదే అదృష్టమట.)

❖ ❖ ❖

పంతులుగారికి అఖండమైన జ్ఞాపకశక్తి ఒక వరం. కొత్తపల్లి జగ్గారావు గారింట్లో వారి పిల్లలకు ట్యూటరుగా ఉండే రోజులలో, ఒక కవి, తాను రాసిన శతకాన్ని జగ్గారావుకి వినిపిస్తున్నాడు. పిల్లలకు పాఠం చెబుతున్న పానుగంటి ఒక చెవి ఇటువేసి ఉంచారు. కొద్దిరోజులకు కవి వచ్చి 'అగ్నిప్రమాదం జరిగి ఇల్లు, దానితోపాటు శతకమూ తగలబడిపోయా'యని గోడుమన్నాడు. పానుగంటి ఓదార్చి ఆనాడు తాను విన్న శతకాన్ని తిరిగి చెబుతూ కవిచేత రాయించారట.

కూచి నరసింహం పిఠాపురం హైస్కూల్ ప్రధానోపాధ్యాయుడు. పానుగంటికి ప్రాణస్నేహితుడు. ఒకసారి ఇద్దరూ మద్రాసులో అనిబిసెంట్ ఉపన్యాసం విన్నారు. బసకు వచ్చిన తరువాత కూచివారు అనిబిసెంట్ ఉపన్యాసాన్ని ఒకటే పొగుడుతూ మరలా ఆ ఉపన్యాసం వింటే ఎంత బాగుండునని అనుకొంటుంటే ఆయన్ని కూర్చోబెట్టి పానుగంటి పొల్లుపోకుండా ఆ ఉపన్యాసం అంతా అప్పచెప్పి ప్రాణమిత్రుణ్ణి సంతోష పెట్టారట.

1911 నుండి 1930 వరకు ఆయనకు యోగకాలం. రెండవ శ్రీనాథుడా అన్నట్లు బతికారు. ఖర్చుకు పిఠాపురంలో కోట తరువాత పంతులుగారి మేడే అని వాడుక వచ్చింది. నెలకు 120 రూపాయల జీతం, దసరా ఉత్సవాలలో 116 రూపాయల యీనాం, రాజకుటుంబంలో శుభకార్యాల సమయంలో 1116 రూపాయల ప్రత్యేక బహుమానం పానుగంటికి అందేవి. ఇవికాక పానుగంటి పుస్తకాలన్నీ రాజావారే అచ్చువేయించి ఒక్కప్రతి తాను తీసుకొని 999 ప్రతులు పానుగంటికి ఇచ్చేవారు. కాలాంతరంలో సూర్యారావుకి, పానుగంటికి విభేదాలు పొడసూపాయి. దీనికి పానుగంటి నాలుకవాడి కారణం.

దానితో హఠాత్తుగా ఈ మర్యాదలన్నీ తగ్గిపోయాయి. వేతనం 60 రూపాయలయ్యింది. అది కూడా లోగడ ఎప్పుడో తీసుకొన్న మొత్తానికి సగం విరగ్గొట్టబడి 30 రూపాయలు చేతికివచ్చేవి. ఆ 30తో కూడా ఆ రోజులలో బాగానే గడుపుకోవచ్చు. ఖర్చుకి అలవాటుపడిన చెయ్యి ఊరుకొంటుందా? పిల్లలు ఎక్కిరాలేదు, తనా వృద్ధుడై పోతున్నాడు. ఈ సంక్షోభం ఉన్మాదానికి దారితీసింది. అందుకే సాక్షి వ్యాసాల చివరి భాగాలలో ఉన్మత్తుని ఉపన్యాసాలు ఎక్కువగా ఉంటాయి.

కన్యాశుల్కంలోని గిరీశం పాత్ర గురజాడ ప్రతిరూపం అంటుంటారు. అలాగే పానుగంటి కంఠాభరణం నాటకంలోని కృష్ణారావుపాత్ర పానుగంటి ప్రతిబింబంలాగా కనిపిస్తుంది. ఆ నాటకంలో కృష్ణారావు తన గురించి ఇలా చెప్పుకొంటాడు.

"నా మనస్సునందన్ని రసములున్నవి. సదాచారమున్నది. వ్యభిచారమున్నది. భక్తియున్నది. రక్తియున్నది. వైరాగ్యమున్నది. పామరత్వమున్నది. నా మనస్సృష్టి వైఖరి యట్టిది." ఈ విధమైన ద్వంద్వవ్యక్తిత్వం పంతులుగారిలో పుష్కలంగా ఉంది.

కృష్ణారావుపాత్రలోనే కాక దశరథునిపాత్రలో కూడా పానుగంటి కనిపిస్తారు. పిల్లలంటే అమిత ప్రేమ. ఆయనకు ఐదుగురు కుమారులు. ఇద్దరు కూతుళ్లు. సంతానాన్ని విడిచి ఉండలేని ప్రేమ వారి ఎదుగుదలకు ఆటంకమయ్యింది.

రాజావారి అనుగ్రహం తప్పిన తరువాత వారి సప్తతిఉత్సవం 1935, ఏప్రిల్ 28న పిఠాపురంలో చిలకమర్తి లక్ష్మీనరసింహం అధ్యక్షతన తూతూ మంత్రం కంటే కాస్త వైభవంగా జరిగింది. అప్పటికి ఆయన మానసికపరిస్థితి అదుపుతప్పి ఉంది. కుటుంబవ్యవహారాలు తల్లకిందులయ్యాయి. అటువంటి స్థితిలోనూ సహజహాస్యధోరణిని ఆయన వదిలిపెట్టలేదు. ఉత్సవాలలో ఏవో బహుమతులు యిస్తుంటే "ఉన్న ఒక మతిపోయి నేనేడ్చుచున్న ఈ సందర్భములో బహు'మతు' లేల?" అని చమత్కరించారు.

❖ ❖ ❖

పానుగంటివారి గురించి చెప్పుకొనేటప్పుడు వారి సారస్వతకృషికి ఏడుగడ అయిన సూర్యారావుగారి గురించి చెప్పకపోవటం ద్రోహం అవుతుంది.

తూర్పుగోదావరి జిల్లాలోని పిఠాపురం పూర్వకాలం నుండీ ప్రసిద్ధిలో ఉన్న వెలమసంస్థానం. ఈ సంస్థానానికి మూలపురుషుడు రావు తెలుగురాయణింగారు. పట్టాభిషేకం జరుపుకొన్న మొదటి ప్రభువు రావు రామచంద్రరావు (క్రీ.శ. 1671-1679) నుండి 14వ వారు రావు గంగాధరరామారావు (1862-1890). ఆయనకు ఎనిమిదిమంది ధర్మపత్నులు. సంతానం లేదు. చిరకాలం వేచి ఉండి వెంకటగిరి రాజవంశం నుండి దత్తు తెచ్చుకొన్నారు. ఆ తరువాత గంగాధరరామారావుకి మంగయ్యమ్మ అనే భార్య ద్వారా 05.10.1885 నాడు రావు వేంకట కుమార మహీపతి సూర్యారావు బహద్దూర్ జన్మించారు. జన్మించిన మూడవనాడే తల్లిని కోల్పోయారు.

'చిత్రాడరాణీగారు'గా పిలువబడే భావయమ్మారావు పెంపుడుతల్లిగా సూర్యారావు బాధ్యత తీసుకొన్నారు. ఈమె గంగాధరరామారావు భార్యలలో ఒకరు. సూర్యారావుగారికి సవతి తల్లి. సూర్యారావుగారు పుట్టిన పిదప, గంగాధరరామారావు పూర్వపు దత్తత స్వీకారాన్ని రద్దుచేస్తూ, నూతనంగా పుట్టిన కుమారుడికి రాజ్యాన్ని దఖలుపరుస్తూ విల్లు రాశారు. దత్తు వచ్చిన వెంకటగిరి రాజకుమారుడు ఈ విల్లును కోర్టులో సవాలు చేశాడు. ఈ పరిస్థితులలోనే 1890లో గంగాధరరామారావు మరణించారు.

సూర్యారావు బాల్యం కొద్దిగా కష్టంగానే గడిచిందని చెప్పాలి. కొన్నాళ్లు చిత్రాడలో పెరిగారు. పిఠాపురంకోటలో ప్రాథమిక విద్యాభ్యాసం తరువాత మద్రాసులో రాజకుమారుల కోసం ఏర్పాటుచేసిన న్యూయింగ్టన్ కళాశాలలో చదువుకొన్నారు. అక్కడ ఆయనకి మహానుభావుడు మొక్కపాటి సుబ్బారాయుడుగారి ఉపాధ్యాయిత్వం లభించింది. సూర్యారావుగారు నిర్వహించిన కవిపండితపోషణకి, ప్రదర్శించిన కళాప్రియత్వానికి కారణం మొక్కపాటివారే.

పిఠాపురం మహారాజా సూర్యారావు బహద్దర్
(1885 - 1964)

విజయనగరం మహారాజా ఆనంద గజపతి చేసిన ధనసహాయంతో సూర్యారావుగారు 1905లో కోర్టు కేసులో విజయం సాధించారు. 1907లో పట్టాభిషేకం చేసుకొన్నారు.

ఎన్నో విద్యా సంస్థలకి, సంఘ ప్రయోజన కార్యాలకి,సారస్వత కార్యక్రమాలకి, గ్రంథ ప్రచురణలకి ఎంత డబ్బు విరాళంగా యిచ్చారో లెక్కలేదు. ఒక పానుగంటినే ఉదాహరణగా తీసుకుంటే - సాక్షి వ్యాసాలు ఆరు సంపుటాలు, 23 నాటకాలు, మూడు యితర గ్రంథాలు సూర్యారావు ధనసహాయంతోనే ప్రథమ ముద్రణ పొందాయి. ఆ పుస్తకాలు పెద్దగా అమ్ముడు కాకపోయినా శరపరంపరగా పుస్తకాలను పానుగంటి ఎలా ముద్రిస్తున్నారు అనేదానికి సమకాలీన పత్రికలలో యిలా విమర్శ వచ్చింది.

"రాజు కొలువుంది, రాధాకృష్ణ వుంది, యే బూతులు వ్రాస్తేనేం అంటాడు పానుగంటివారి కృతక సాక్షి." ***(ఆంధ్రభారతి; అక్టోబర్, 1928)***

"శ్రీయుత పానుగంటి లక్ష్మీనృసింహారావుగారి నాటకములు మిక్కిలి సమర్థములయినను, తగినంత అమ్మకము గలిగియుండలేదు. అయినను వారికి గల రాజాశ్రయముచే కడుపులో నీరు గదలకుండ గూర్చుని సాక్ష్యుపన్యాసములచే ఆంధ్రావని నలరింపుచున్నారు. ***(ఆంధ్రభూమి; మార్చి, 1934)***

సంగీత సాహిత్యాలు నాట్యమాడిన పిఠాపురం దివాణం (75 యేళ్లక్రితం నాటి ఛాయాచిత్రం ఆధారంగా కె. శివరామప్రసాద్ గీసిన చిత్రం)

ఆంధ్రభూమిలో వార్త పడేనాటికి కవికి, రాజుకి సామరస్యం లేదు. ఈ పత్రిక పాత సమాచారాన్ని ఇచ్చింది.

ఒక్కముక్కలో చెప్పాలంటే ఆధునిక ఆంధ్ర సంస్థానాలలో పిఠాపురం సంస్థానం సూర్యారావు హయాములో చేసినంత ఆంధ్రభాషాసేవ మరే సంస్థానం చేయలేదు అనటంలో అతిశయోక్తి లేదు. భారతీయ సంప్రదాయ విద్యలు, వివిధ శాస్త్రాలు, సంగీతం, నృత్యం, సాహిత్యం సూర్యారావు పోషణలో వర్ధిల్లాయి.

ఆయన ద్వారా బహూకృతులొందిన పండితుల, ప్రచురింపబడిన గ్రంథాల, సహాయం పొందిన సంస్థల పట్టిక చాటభారతం అంత ఉంటుంది.

సూర్యారావుగారి కాలంలో కవి పండిత సత్కారానికి, ప్రతి యేడాది పంపే వార్షికాలకి, గ్రంథ ముద్రణకై అర్థించినవారికి యిచ్చే పైకాన్ని 'ఖాన్‌గీ పద్దు'లో రాయించేవారు. 'ఖాన్‌గీ' అనే ఫారశీ పదానికి 'ఇంటికి సంబంధించిన' అని అర్థం. కవి పండిత పోషణను ఆయన మొక్కుబడికో, కీర్తిప్రతిష్ఠలకోకాక స్వంతయింటి పనిలాగా భావించిన వ్యక్తిత్వం ఆయనది. ఎన్నో సందర్భాలలో తనపేరు బయట పడకుండా విద్వాంసులకు సహాయం చేసిన దాఖలాలున్నాయి. సారస్వతసేవను ఆయన ఎంత ఆరాధనాభావంతో చేశారో చెప్పటానికి ఈ ఉదంతం చాలును.

భాషల పట్ల కూడా ఆయనకు నెనరు మెండు. సంస్కృతం, ఆంగ్లం, తెలుగు భాషలలో ప్రసిద్ధికి రాని పండితులాయన. శుద్ధగ్రాంథికవాది. బెంగాలీ కూడా బాగా వచ్చు. గురుదేవ్ రవీంద్రనాథ్ టాగోర్ ఆయనకు పూజనీయుడు.

చిన్నతనంలోనే తల్లిదండ్రులను కోల్పోయిన బాధ ఎలాంటిదో స్వయంగా అనుభవించినందున ఒక అనాథ శరణాలయాన్ని నడిపారు. "నేను అనాథగా పెరిగాను. కనుక అనాథల కష్టాలనూ, బాధలను అర్థం చేసుకోగలను" అని 'బ్రహ్మర్షి' రఘుపతి వెంకటరత్నంనాయుడుగారితో పలికిన మృదుహృదయులు సూర్యారావు.

"అనాథశరణాలయ స్థాపన నాన్నగారు చేసిన వాటన్నిటిలోకి గొప్పపనని నేను భావిస్తాను........ ఆ పిల్లలందర్నీ మాతో సరిసమానంగా ఆదరించిన నాన్నగారి గుండెధైర్యాన్ని చూచి ఎప్పటికీ ఆశ్చర్యపడుతుంటాను. అనాథపిల్లలకి ఆశ్రయం యిచ్చి వాళ్లని స్వంత సంతానంలా భావించడానికెంత దమ్ముండాలి?" అని రాశారు, సూర్యారావు పెద్దబ్బాయి, పిఠాపురం యువరాజా అయిన గంగాధరరామారావు. (ఇంగ్లీష్‌లోని ఆయన ఆత్మకథని "నేను, ప్రజలు, ప్రపంచం" పేరుతో అనువాదం చేశారు గౌరవ్. పుట. 19).

ఈ అభిప్రాయానికి గొప్ప విలువ ఉంది. ఎందుకంటే, దాపరికం లేకుండా చెప్పాలంటే సూర్యారావుకి, వారి పెద్దకుమారుడికి సామరస్యం లేదు. తండ్రితో విభేదించిన కొడుకు (జమీందారీ ద్వేషాలు సామాన్యాలు కావు) యిచ్చిన ప్రశంస ఆ పనియొక్క గొప్పతనాన్ని చాటుతుంది.

అన్నింటికీ మించి గ్రాంథికభాషా సమర్థనకోసం ఆంధ్రసాహిత్యపరిషత్‌ని లక్షల వ్యయంతో నిర్వహించారు. ఆ సంస్థ పక్షాన ఆయన పేరుతోనే వెలువరించిన సూర్యరాయాంధ్ర నిఘంటువు మొదటి నాలుగు సంపుటాలు ఆయన పూర్తి ధన సహాయంతో వెలువడ్డాయి. ఒకరకంగా ఆ పరిషత్, ఆ నిఘంటువు – సంస్థానం ఖజానాకొట్టులో గాలీవెలుతురుని బాగా ప్రసరింప చేశాయి.

ఓలేటి వేంకటరామశాస్త్రిగారు యీ సీసపద్యంలో సూర్యారావుగారి భాషా కళాసేవని యిలా మూర్తి కట్టించారు.

కమనీయగతులఁ జక్కగ నాట్యమాడె
నీయాస్థానరంగ మం దాంధ్రకవిత
వర్షించె నీ సభావసథమధ్యమునందుఁ
గర్ణపేయంబైన గానమాధ్వి
బహుశాస్త్రచయ పూర్వపక్ష సిద్ధాంతచర్చల
మాఱుమ్రోసె నీ రచ్చపట్టు

పరమపావన మతోపన్యాస వాహినుల్
ప్రవహించె నీ సభాభవనభూమి

దయయు ధర్మంబు వంచిన తలల నెత్తె
వినయము నయంబు వర్థిల్లి విఱ్ఱవీఁగె
శాంతిదాంతులు బలిసి పార్శ్వమున నిలిచె
బీఠపురపాల! నీ సింహపీఠిమ్రోల

చంద్రుడిలో మచ్చలా సూర్యారావుగారికి కించిత్ ప్రథమకోపం ఉంది.

1922లో సూర్యారావుకి బ్రిటిష్ ప్రభుత్వం మహారాజా బిరుదుని ప్రసాదించింది. 10.06.1922 నాడు ప్రచురితమైన సాక్షి వ్యాసం 'మహారాజా బిరుదము' ఈ సందర్భాన్ని పురస్కరించుకొని రాసిందే (సాక్షి, పుట:732). పిఠాపురంలో జరిగిన అభినందనసభలో మాట్లాడుతూ, దివాన్ మొక్కపాటి సుబ్బారాయుడు 1918లో మరణించాక, కవిపండిత పోషణలో మొదలైన అవకతవకని దృష్టిలో ఉంచుకొని చెలికాని లచ్చారావు "కోటను దుష్టమంత్రాంగం ఆవరించియున్నది. ప్రభువులు జాగరూకులై ఉండవలయును" అని హితోపదేశం చేశారు. సూర్యారావు వెంటనే లేచి, 'దుష్టమంత్రాంగం' అనేమాట ఏ వ్యక్తిని ఉద్దేశించి అనబడిందో – అప్పటివరకు టెంపరరీ దివాన్‌గా ఉన్న ఆ వ్యక్తిని పర్మినెంట్ దివాన్‌గా నియమిస్తూ, జీతభత్యాలు పెంచుతూ ప్రకటన చేశారు. లచ్చారావుగారికి కోటలోకి ప్రవేశం లేదని ఆదేశించారు.

సూర్యారావుగారు

ఇక్కడ మనం గుర్తుతెచ్చుకోవలసిన అంశం: సూర్యారావు పెంపుడుతల్లి భావయమ్మారావుకి చెలికాని లచ్చారావు తమ్ముడు. చిన్నతనంలో సూర్యారావు కొన్నాళ్లు చిత్రాడలో పెరిగారు. విషప్రయోగభయంతో చిత్రాడ బంధువులు ఆయన్ని చాలా జాగ్రత్తగా పెంచారు.

'దుష్టమంత్రాంగం' అనేమాటకు గురైన ఆ దివాను పేరు కోకా సుబ్బారావు. ఉదారుడు, సాహిత్యరసికుడు కాదు. ఆయన కారణంగా సాహిత్యపోషణ, కొన్ని

ప్రజాహితకార్యాలు వెనుకపడ్డాయి, రద్దూ అయ్యాయి. పిఠాపురం కవిపండిత పోషణను, జనహితపాలనను మొక్కపాటి సుబ్బారాయుడికి ముందు, తరువాత అని విభజించి చూస్తే ముందుభాగం శుక్లపక్షం, తరువాత భాగం కృష్ణపక్షం.

ఒకసారి పానుగంటి మీద కూడా కినుక ఏర్పడి ఆస్థాననాటకకవి ఉద్యోగం నుండి డిస్మిస్ చేశారు. మళ్లీ కోపం తగ్గాక యథావిధిగా ఉద్యోగం యిచ్చారు. ఈ సంగతికి ఎందుకు ప్రాధాన్యత ఏర్పడిందో కాని, "శ్రీ రాజావారు మహారాజశ్రీ పానుగంటి లక్ష్మీనరసింహారావు పంతులుగారికి మరల నుద్యోగ మిచ్చినారు" అని 10.08.1914 ఆంధ్రపత్రికలో వార్తగా వేశారు. డిస్మిస్ అవటానికి కొన్ని నెలల ముందే, ఆయన పిఠాపురం సంస్థానంలో ఉద్యోగిగా ప్రవేశించారు.

1922లో పిఠాపురంలో జరిగిన ఆంధ్రసాహిత్యపరిషత్ సభలలో ఆహ్వాన సంఘాధ్యక్షుని హెూదాలో ప్రసంగిస్తూ, "నేడు మన సభకధ్యక్షులుగ నుండు బ్రహ్మశ్రీ పానుగంటి లక్ష్మీనరసింహము గూడ మా యాస్థానకవియే. విశేష శేముషీ విభవాభి శోభితుండు. బహుగ్రంథ రచనాపటిష్ఠుండు. వీరు సాక్షియను పేరిడి ప్రపంచమున జరుగు సంగతులను విచిత్రతతుల ననేక వ్యాసములు వ్రాసి క్రొత్త ఫక్కిం దొక్కిరి. ఈ కవి నాటకరచనయం దతిసమర్థుండు" అని పానుగంటి గురించి తన అభిప్రాయాన్ని వెల్లడించారు (ఆంధ్రసాహిత్యపరిషత్ పత్రిక; ఫిబ్రవరి 1964).

అప్పుడు జరిగిన సభలలో ప్రధానసభకు అధ్యక్షునిగా సూర్యారావు బదులు పానుగంటి వుండవలసి వచ్చింది. ఈ మార్పును సూచించింది సూర్యారావే. ఆ సభలో అధ్యక్షోపన్యాసంలో, పిఠాపురం రాజసభాసాహితీవైభవం గురించి, ప్రాచీన, వర్తమాన సాహిత్యం గురించి, సాహితీవేత్తల గురించి పానుగంటి సంక్షిప్తంగానే అయినా, అద్భుతంగా మాట్లాడారు. (ఆంధ్రసాహిత్యపరిషదేకాదశవార్షికోత్సవాధ్యక్షోపన్యాసము, సాక్షి, పుట.1018)

ఇంత సాన్నిహిత్యమూ పానుగంటి వైభవదినాలకు అంతిమఘడియలు దాపురించి చెడింది. దానికి పానుగంటి మాటతూలు వైఖరే కారణం; అన్యులు కారు.

ఇన్ని సంగతులు చెప్పి, ఆ సంఘటనను మూతముప్పిడిగా ఉంచటం దేనికి? అదీ చెబుతాను.

సూర్యారావుగారిని పానుగంటి ధనసహాయం అడిగారు. అడిగిన వెంటనే కాక కాస్త ఆలస్యంగా పైకాన్ని ఒక భటుడి ద్వారా పంపారు. పైకం పుచ్చుకొని, "ఇప్పటికి తీరిందా ఆ......కి" అని ఏదో నిందాపదం పలికారు. భటుడు ఎలాగూ

రాజుగారికి ఆ సంగతి చేరవేస్తాడు, ఆ అవకాశం ఎందుకివ్వాలి అనుకొని, ఆ సాయంత్రం గులాబీతోటలో వ్యాహ్యాళికి కలిసినప్పుడు జరిగింది జరిగినట్లు చెప్పారు. అప్పటికి సూర్యారావు ఏమీ అనలేదు కానీ, పానుగంటికి క్రమంగా అదృష్టదినాలు వెనుకపట్టాయి. ప్రారబ్ధం.

చివరి రోజులలో పానుగంటి దుర్భర దారిద్ర్యాన్ని, వేదనను అనుభవించారు. 03.05.1935 నాటి ఆంధ్రపత్రికలో యర్రమిల్లి లక్ష్మీనారాయణశాస్త్రి రాసిన ఉత్తరాన్ని డాక్టర్ ముదిగొండ వీరభద్రశాస్త్రి "పానుగంటివారి సాహిత్యసృష్టి"లో (పుట.19) ఉద్ధరించారు. జూన్ 29 నాటికి ఒక వెయ్యిరూపాయలైనా అప్పుకి జమవేయాలని, తగ్గింపు ధరలకు 50 సెట్ల పుస్తకాలను రూ. 1050కి 50 మంది కొంటే, సివిలుఖైదు తప్పుతుందని పానుగంటి రుద్ధకంఠంతో వచించారని, ఆ లేఖలో లేఖారచయిత పేర్కొన్నారు. పూర్వం చేసిన ఋణాన్ని తీర్చాలని ఆ దావా వేసింది సూర్యారావే.

ఈ కోర్టు వ్యవహారానికి సంబంధించి బోను ఎక్కవలసి వచ్చింది, పానుగంటి. ఎదురు న్యాయవాది ఆయన్ని యిరుకున పెట్టాలని, "మిమ్మల్ని సంస్థానం సర్వీస్ నుండి డిస్మిస్ చేశారట కదా, ఆ రికార్డ్ ఏమన్నా తెచ్చుకున్నారా?" అని అడిగాడట. దాంతో పానుగంటి టపాకాయలాగా పేలిపోయారట, ఆ లాయర్ మీద. "అదేమన్నా సనదా, సత్కారమా, సన్మానపత్రమా వెంటబెట్టుకొని ఊరేగటానికి? డిస్మిస్‌పత్రాన్ని వెంట తెచ్చుకున్నావా అని అడిగేవాడికైనా బుద్ధుండాలి, చెప్పేవాడికైనా బుద్ధుండాలి" అని కోర్టుహాల్లోనే కోపంతో ఊగిపోయారట.

పానుగంటి చివరిరోజులలో సత్యవోలు కృష్ణ అనే ఆయన బాగా సన్నిహితంగా ఉండేవారు. ఒకరోజు పానుగంటి ఆయన్ని పిలిచి, తన యింట్లో ఉన్న పుస్తకాలను తూకానికి అమ్మి, డబ్బు తెమ్మన్నారు, ఆకలి తీర్చుకోవటానికి ('కథావల్లరి', 'కథాలహరి', 'హాస్యవల్లరి' దొరకకుండా ఉండటానికి యిది కారణమా?). ఈ సంఘటనని సత్యవోలు కృష్ణ, తమ తండ్రి పాపారావుగారికి చెబుతుండగా డాక్టర్ గజరావు సీతారామస్వామి స్వయంగా విన్నారు.

పానుగంటి మరణానంతరం, ఆయన పట్ల ఉన్న వైరం ఉపశమించిందేమో! 1945 అక్టోబర్‌లో వైభవంగా జరిగిన సూర్యారావు షష్టిపూర్తి మహోత్సవంలో పండితసత్కారంగా శాలువా, బంగారుకాసు ఉంచిన ఒక వెండిగిన్నె అందజేశారు. పానుగంటి తరఫున ఆయన కుమార్తె బారు రమణమ్మ ఆ సత్కారాన్ని అందుకొన్నారని స్వయంగా చూసిన కొమ్ము దమయంతీదేవి (ఈమె సూర్యారావు నెలకొల్పిన అనాథ శరణాలయంలో పెరిగారు) "మా రాజానాయన" లో (1985) రాశారు.

షష్టిపూర్తి సమయంలోనే జరిగిన ముచ్చట యింకొకటి చెప్పుకొంటే, సూర్యారావు గారి అంతరంగం ఎలాంటిదో తెలుస్తుంది.

1945లో సూర్యారావుగారి షష్టిపూర్తి జరిగింది. అప్పటికి సంస్థానం దివాను కోకా శివనాథశాస్త్రి. పేరులో శాస్త్రి ఉంది కానీ, ఆయన అబ్రాహ్మణుడు. పరిపాలనలో చిత్రవిచిత్ర చర్యలు చూపినవాడు. ఈయన షష్టిపూర్తి ఖర్చుకుగాను ఎకరానికి యింత అని ప్రతిరైతు దివాణానికి కట్టాలి అని హుకుం జారీచేశాడు. నగరికట్నం, నగరికానుక, దండుగ, నజరు, నజరానా – యిలాంటి పేర్లతో జమీందారుయింట శుభాశుభకార్యాలకు డబ్బు వసూలు చేయటం జమీందారీలలో ఉంది. నగరికట్నం యిచ్చుకోలేక జమీందారీ లలోని రైతులు చచ్చిసున్నమయ్యేవారు. సూర్యారావుగారి హయాంలో పిఠాపురంలో మాత్రం ఇదే మొదలు. అప్పుడప్పుడే కమ్యూనిస్టు భావజాలం ప్రవేశిస్తూ వున్న యువత ఆధ్వర్యంలో రైతాంగం నజరానా వసూలుకు ఎదురు తిరిగింది. ఊరేగింపు జరిపింది. ఊరేగింపు మొదటి వరుసలోనే ఆవంత్స సోమసుందర్ వున్నారు.

ఈ సందడి కోటలోని రాజావారి వరకు చేరింది.

"ఏమిటీ సంగతి?" అని వాకబు చేశారు.

"ఇదీ సంగతి" అన్నారు సన్నిధానవర్తులు.

కోపోద్రిక్తులై దివానుని పిలిచి 'ఎందుకు ఈ వసూలు' అని విచారించారు. దివాను నీళ్లు నమిలాడు.

అక్రమంగా యిలా వసూలు చేయటాన్ని ఆపివేయమంటూ, ఇప్పటి వరకూ వసూలు చేసిన సొమ్మును ఎవరిది వారికి యిచ్చెయ్యమని ఆజ్ఞాపించారు.

ఈ సంగతులన్నీ ఎలా ఉన్నా –

పానుగంటి కనీసం పాతికేళ్లపాటు అత్యంత వైభవంగా జీవించారు అంటే కారణం సూర్యారావు. ఆయన రాసిన ప్రతి ముక్కా అచ్చు పడిందంటే దానికి కారణం సూర్యారావు. ఆయన రాసిన ప్రతి నాటకం ప్రదర్శనకు నోచుకుందంటే కారణం సూర్యారావు. సంస్థాన నాటకసమాజం పానుగంటి రాసిన అన్ని నాటకాలను ఆయన దర్శకత్వంలోనే కోటలో ప్రదర్శించింది.

❖ ❖ ❖

ఇన్ని సంగతులు చెప్పుకొని ప్రస్తుత సంపుటం గురించి పరిచయం చేయకపోతే ఎలా?

పానుగంటి కొన్ని కథలు రాశారు. వాటిని 'కథావల్లరి', 'కథాలహరి' పేరుతో ముద్రించారు. ప్రస్తుతం ఆ సంపుటాలు అలభ్యం. కథానిలయం కోసం కారా మాస్టారు చిరకాలంగా అన్వేషిస్తున్న పుస్తకాలలో యివీ ఉన్నాయి. భారతి, ఆంధ్రపత్రికలలో కూడా వారి కథలు పడ్డాయి. కథావల్లరి, కథాలహరిలోని కథలు కాకుండా పత్రికలలో అచ్చయిన కథలు ఈ సంపుటంలో ఉన్నాయి. 'పానుగంటివారి కథాసంపుటాలు దొరకడం లేదు అన్నావే, మరి ఆ సంపుటాలలోని కథలు, పత్రికలలోని కథలు వేరు వేరు అని నీకెట్లా తెలుసు?' అనబోతారేమో!

పానుగంటివారి మీద విశేష పరిశోధన చేసిన ముదిగొండ వీరభద్రశాస్త్రి గారు కథావల్లరి, కథాలహరిలోని కథలను పేర్కొన్నారు. ఆ సంపుటాలలోని కథలు, ప్రస్తుత సంపుటంలోని కథలు ఒక్కటికాదు, వేరు వేరు.

పానుగంటి మీద ఉన్న 'యిది' చేత యీ కథలన్నీ గొప్పవని అంగీకరించ నక్కరలేదు. తెలుగుకథ పరిణామక్రమంలో యివి తొలిదశకు చెందినవి. 'కథ' అని పేరుపెట్టి రాసిన కథలకన్నా, సాక్షి వ్యాసాలలో అక్కడక్కడా వచ్చే కథలనే పకడ్బందీగా చెప్పారు పానుగంటి. వ్యావహారిక, గ్రాంథికభాషావివాదాలు బాగా పాకానపడి ఉన్న రోజులలో సరళగ్రాంథికంలో రాసిన కథలివి.

ఈ సంపుటంలో ఉన్న 11 కథలలో చిన్నకథ, మేరీనారాయణీయము అనేవి ఆంధ్రపత్రికలో సాక్షి ఉపన్యాసాలతో పాటు ప్రచురితం. ఈ రెండే కాదు, ఆయన చిన్నకథ పేరుతో చాలా రాశారు. నా వద్ద ఐదు ఉన్నాయి. అన్నింటినీ యిందులో చేర్చలేదు. చిన్నకథ అని పేరే కాని, వాటిని నాటకధోరణిలో సంభాషణలలాగా రాశారు (ఆ లక్షణం ఈ సంపుటంలోని కథలలో కూడా ఉంది). ఈ చిన్నకథలకే శీర్షికలు పెట్టి 'కథావల్లరి', 'కథాలహరి'గా ప్రచురించి ఉంటారని నా అనుమానం.

'హాస్యకథ' కూచి నరసింహం, పానుగంటి కలిసి రచించిన ఆనందవాచకము అనే పాఠ్యపుస్తకాలలో 8వ తరగతి ఆనందవాచకంలోనిది. ఆనందవాచకాలలో ఉండే చిన్నకథలు అన్నింటినీ కలిపి బాలకథాసాహిత్యంగా భావించవచ్చు. ఆనందవాచక కథలలో యిదొక్కటే ప్రౌఢంగా అనిపించడం చేత యీ ఒక్క కథనే యీ సంపుటంలో చేర్చాను.

'ప్లీడరుపట్టు' తప్ప మిగిలిన కథలలో ఎక్కువ విషాదాంతాలే. ఆంగ్లసాహిత్య అధ్యయన ఫలితం కాబోలు, పానుగంటికి కథనైనా, నాటకాన్నైనా విషాదాంతం చేయటమే యిష్టం. సారంగధర నాటక ప్రదర్శనము, నాటక ప్రదర్శనము (ఇదే శీర్షికతో

రెండు వ్యాసాలు ఉన్నాయి) అనే సాక్షి వ్యాసాలలో విషాదాంతం చేయవలసిన వాటిని ఎందుకు మోదాంతం చేస్తున్నారని కవులను ఆయన చెండుకొన్నారు. సాక్షి వ్యాసాలనూ ఒక విషాదాంతకథతో ముగించారు.

పానుగంటి కథలలోని స్త్రీ పాత్రలు ఉదాత్తమైనవి. స్త్రీల గురించిన పానుగంటి అభిప్రాయాలు :

"సభలో గూరుచుండి చిత్తారు వాయించి రాజుగారిని సంతోషింపఁజేయుట కంటెఁ దొట్టియొద్ద నిలువబఁడి జోలపాటఁ బాడి యర్భకుని యేడుపు మానిపించుట మహాకార్యము." (సాక్షి, పుట. 322)

"గోటినొక్కులు భర్తల చెక్కిళ్ల నుంచఁదగువారు గొడ్డళ్లు చేబూని పర్వతములు విడఁగొట్టుచున్నారు." (సాక్షి, పుట. 30)

"ఆ మొగములమీఁద శారదాభ్రశకలములవలె దుప్పికివలె శ్వేతపు డాగులేమి?" (ఫేస్‌పౌడర్ రాసుకొన్నందుకు హేళన, సాక్షి, పుట. 316)

"మగవారివలె మాటలాడి ప్రవర్తించి, తుపాకి పట్టి వేటకుఁబోయి కత్తిపట్టి యుద్ధమునకుఁ బోయిన కాంతకు మూఁతిమీఁద మీసములు పదునాల్గు సంవత్సరము లలో సిద్ధించునని పెద్ద లభిప్రాయపడియున్నారు." (సాక్షి, పుట. 318)

"మీ రైకలొకరు కుట్టుట యేల? తప్పుకాదా?" (సాక్షి, పుట. 322)

"మీయమ్మలు మీయమ్మమ్మలు వారి నాయనమ్మలు వారివారి భర్తల నెట్లు గౌరవించి సేవించిరో మీరుకూడ మీ భర్తలనట్లే గౌరవించి సేవించిన యెడల మీ వంశములోని మూలపురుషులు మెత్తురు. మీ కులదేవతలు మెత్తురు....... భర్తయే పరాత్పరుడని మీరెంచి యాతని సేవింపుఁడు. మీకు దేవతలవంటి పిల్లలు పుట్టుదురు." (సాక్షి, పుట. 731)

పానుగంటి దృష్టిలో ఉత్తమస్త్రీ యిలా ఉండాలి.

"అతిథిపూజల నొనర్పుఁడు. అభ్యాగత సమారాధన మాచరింపుఁడు. పశు రక్షణము సలుపుఁడు. బీదసాదలను శక్తికొలఁది బోషింపుఁడు. వంశపరిశుద్ధిఁ గాపాడుకొనుఁడు. దేవపూజల నొనర్పుఁడు. మీ కులదేవతల యాశీర్వాదములు మిమ్ముఁ జేరునుగాక." (సాక్షి, పుట. 323)

ఇందుకు సరియైన నమూనాగా 'తోడికోడళ్లు', 'అర్ధాంగి' చలనచిత్రాలలోని సావిత్రి మీకు గుర్తుకు వచ్చి ఉండాలి.

పానుగంటిదృష్టిలో స్త్రీకి విద్య ఉండాలి. అయితే ఆ విద్య పతివ్రతామతల్లుల కథలు, పురాణకథలు, భర్తకు, బిడ్డలకు ఆరోగ్యాన్నిచ్చే ఆహారపదార్థాల తయారీ – అంతమటుకి తెలిస్తే చాలు.

ఇంత సంప్రదాయ చట్రంలో యిమిడ్చి తయారుచేసినా సరే, ఆయన కథల లోని కథలలోని, నాటకాలలోని స్త్రీ పాత్రలు ధైర్యంలో, మానసిక దృఢత్వంలో, వాక్పటిమలో, ధీరతలో, కష్టసహిష్ణుతలో, తాలిమిలో మగపాత్రల కంటె ఉత్తమమైనవి. సాక్షి ఉపన్యాసాలలో స్త్రీలకు సంబంధించిన రాతలను చదివితే స్త్రీసమాజం పట్ల పానుగంటికి ఎంతో గౌరవమని తెలుస్తుంది. స్త్రీలే కుటుంబగౌరవాన్ని పరిరక్షించగల వారని, స్త్రీ బాగుంటేనే యిల్లు బాగుంటుందని ఆయన దృఢవిశ్వాసం. అయితే ఆ స్త్రీ సంప్రదాయ పరిధి దాటకూడదు. భర్త కొట్టినా, కోసినా “పతియే ప్రత్యక్ష దైవము” అనాలి. భర్త దుర్నడత వలన భార్య పడిన యిడుములు, చివరకు ఎవరిదో ఒకరిది మరణం – పానుగంటి విషాదాంత కథల లక్షణం.

కథలో తెలంగాణ మాండలిక పదాలను కొద్దిగానైనా ఉపయోగించిన మొట్టమొదటి కథకుడు పానుగంటి (రామరాజు కథలో). తెలంగాణ పదపట్టికను మొదటిగా తయారుచేసిందీ పానుగంటివారే. ఇది ‘విమర్శాదర్శవిమర్శాదర్శము’లో అనుబంధంగా ఉంది.

పానుగంటి వ్యాసరచనా నైపుణ్యం గురించి లోగడ మంచి విశ్లేషణలు వచ్చి ఉన్నాయి. ఆయన నాటకాల మీద కూడా సవిమర్శ పరిశీలన జరిగింది. పానుగంటి కథల ప్రథమప్రచురణ యిదే కాబట్టి, యీ కథాసాహిత్యాన్ని గురించి విమర్శకులు యికముందు విశ్లేషించవలసి ఉంది.

భావకవిత్వాన్ని, నవ్యకవిత్వాన్ని, వ్యావహారిక భాషోద్యమాన్ని ఎగతాళి చేయడానికి రాసిన ఏకాధ్యాయకావ్యం స్వప్నకావ్యం. ఇది పిఠాపురం నుండి వెలువడే ‘ఆంధ్రసేవ’ మాసపత్రికలో 1918 సంవత్సరంలో అచ్చుపడింది. పేరులో కావ్యం అని ఉన్నప్పటికీ ఇది నాటకం వంటిది. విశ్వనాథ సత్యనారాయణగారు “విష్ణుశర్మ ఇంగ్లీషు చదువు” నవల రాయటానికి యీ స్వప్నకావ్యం ప్రేరణ కావచ్చు.

వావిళ్లవారు సాక్షి వ్యాసాలను ఆరు సంపుటాలుగా ముద్రించారు. పానుగంటి ప్రచురించుకొన్న తొలిముద్రణకు, మలిముద్రణకు వ్యాసాల సంఖ్య పెరిగింది. కారణం, ‘సాక్షి’ శీర్షికలో రాసిన వ్యాసాలు కాక యితరత్రా రాసిన వ్యాసాలు కూడా వావిళ్లవారి ప్రచురణలో చేరాయి. ఆ సంపుటాలలో లేని వ్యాసాలు యిందులో ఉన్నాయి.

వ్యాసాలలో మొదటి పదకొండు "ప్రకీర్ణోపన్యాసములు" అనే సంపుటం లోనివి. అనేక వ్యాసాలను, మూడు చిన్నపుస్తకాలను కలిపి ఆ పేరుతో ముద్రించుకొన్నారు. దాని పీఠికలో, యిదివరకు రాసిన చాలా వ్యాసాలు "యిప్పుడు కానఁబడకుండ నున్నవి" అని వాపోయారు. 11, 12, 13 సంఖ్య గల వ్యాసాలు వేరువేరు పత్రికలకి రాసినవి.

"విమర్శనగ్రంథముల యావశ్యకత" అనే వ్యాసంలో గ్రంథాలు ఎక్కువగా రాస్తున్నారని, వాటివలన పాఠకులకు "దుష్టరుచులు" ఏర్పడుతున్నాయని, ఇప్పుడు కావలసింది సద్విమర్శకులని, వారు గ్రంథాలలోని ఉత్తమమధ్యమాధమ గ్రంథాలను ఏర్చి సాహిత్యంలోని వికారాలను మాన్పాలి అని సూటిగా చెప్పారు పానుగంటి. 1918 నాటి పరిస్థితి యిప్పటికీ అలాగే వుంది. గ్రంథాలను ఎక్కువగా ఏ కారణాలతో రాస్తున్నారని (ఒక సాహిత్యశాఖలో గ్రంథప్రచురణ మరీ విస్తృతం) ఆయన చెప్పారో, ఇప్పటికీ అవే కారణాలు వున్నాయి. ఒకటిరెండు పెరిగి ఉండవచ్చు. సద్విమర్శకవంశ లోపం వలన గ్రంథకర్తల సంఖ్య ఎక్కువగాను, పాఠకుల సంఖ్య తక్కువగాను వుండే స్థితి దాపురించింది.

చివరిది ఒక వైద్యగ్రంథానికి రాసిన పీఠిక. ఆ గ్రంథకర్త పానుగంటివారికి మిత్రుడు. వీటి ద్వారా పానుగంటివారికున్న బహుముఖీన విషయపరిజ్ఞానం మనకు విశదమవుతుంది.

❖ ❖ ❖

పానుగంటి భాషను దిద్ది, యీ సంపుటాన్ని ప్రచురిద్దామని కొన్ని నెలలు ఆలోచించాను. పూర్వసాహిత్యాన్ని చదువుదామని ఉత్సాహపడే యువపాఠకులకు తెలుగులో సంధి ద్వారా ఏర్పడే స్పెల్లింగ్స్ కంటిలో కలికంలాగా, పంటికింద రాయి లాగా ఉంటాయని అనిపించింది.

సంధి జరగటంద్వారా కోడలు–గోడలు; కులకాంత–గులకాంత; చాన–జాన; పంతులు– బంతులు;పద్మం–బద్మం;కోతి –గోతి;పాట–బాట; కూన–గూన; తగ్గు–దగ్గు; పొంగు–బొంగు; అవుతాయి. ఇవి ఔత్సాహికపఠితలకు అపార్థాలు కల్పిస్తాయేమోనని దిద్దటానికి సాహసించాను. దిద్దటానికి, రచయితరాతకు భిన్నంగా మార్చటానికి ఎవరికీ హక్కు లేదు. గద్యభాషలోని శాస్త్రసాంకేతికసంబంధరచనలను సరళం చేయవచ్చుకాని, భాషతో సంబంధించినవాటిని దిద్దరాదనే ఊహతో ఆ ప్రయత్నాన్ని విరమించుకున్నాను.

ఇలా విసంధి చేసి రాయటం అనే అంశం ఆనాటి పండితవర్గంలో కొన్నాళ్లు చర్చలో ఉంది. గ్రాంథిక,వ్యావహారిక వివాదాల సందడిలో యీ ఉపచర్చ అణగిపోయింది.

బడిపిల్లల పాఠ్యపుస్తకాలలో తెలుగును విసంధి రూపంలోనే ప్రచురించటం తగునని, అప్పుడే భాషాభ్యాసం సత్ఫలితం యివ్వగలదని చెల్లపిళ్లవారి అభిప్రాయం.

పానుగంటి ప్రాణమిత్రుడు, పిఠాపురం హైస్కూలు ప్రధానోపాధ్యాయుడు అయిన కూచి నరసింహంతో కలసి పానుగంటి 2వ తరగతి నుండి 8వ తరగతి వరకు తెలుగువాచక పుస్తకాలను "ఆనందవాచకము" అనే పేరుతో (ముద్రించి, ప్రచారం చేసేది 'ఆనందముద్రాలయము' వారు కాబట్టి ఆ పేరు) రాశారు. ఇందులో ప్రతి వాచకం మొదలు నుండి తుది దాక భాషలో, భావప్రకటనలో పానుగంటే కనబడతారు. ఆనాటి ఉపాధ్యాయలోకంలో అంబారుఖానా జయరామారావు, వి.యన్. కృష్ణారావు, జయంతి గంగన్న, కూచి నరసింహం సుప్రసిద్ధాతిసుప్రసిద్ధులు. పాఠ్యపుస్తకాలకు ప్రాముఖ్యత రావటానికి కూచివారి పేరు కలుపుకొని ఉంటారు అని నా అనుమానం.

ఈ పాఠ్యపుస్తకాలను తయారుచేసి విద్యాశాఖ అనుమతి కోసం పంపి, వారిచ్చిన అభిప్రాయాలను, వాటిమీద తమ అభిప్రాయాలను 1920 నాటి మూడవ తరగతి ఆనందవాచకములో తెలిపారు. ఇవి 1919 నుండి 1935 వరకు చలామణిలో ఉన్నాయి. విసంధి గురించి పానుగంటి అభిప్రాయం యిది.

"క్రింది తరగతుల యానందవాచక పుస్తకములు కఠినములుగా నున్నవని కొందఱు విద్యాశాఖాధికారు లభిప్రాయపడుచున్నారు. కావున వలయుచోట్ల దిద్ది వాని సులభముగా వ్రాయుఁడని యానందముద్రాలయమువారు మమ్ముఁ గోరినారు ....విసంధులఁగూర్చి మేము వారితో నేకీభవింపఁజాలకున్నాము. శబ్దము యొక్క నిజరూపము పిల్లల యెదుటఁ బెట్టవలయునని వారి యభిప్రాయము. అది మంచిదే కాని, నియమరహితముగా విసంధులు చేసిన యెడల, బాలుర కస్వాభావికోచ్చారణ మలవడుటయే కాక భాషామాధుర్యమునకు భంగము కలుగును......

.... కనుక మేమిప్పుడు రెండవ వాచక పుస్తకములోఁ జేసిన పెక్కు విసంధులు విద్యాశాఖాధికారుల యెడల మా గౌరవమును జూపుటకుఁ జేయబడినవి కాని మనఃపూర్వకముగాఁ జేయఁబడినవి కావు. పై తరగతుల పుస్తకములలోఁ గ్రమముగా నట్టి యనిష్ట విసంధులు తగ్గించినాము."

రచయిత అభిప్రాయాన్ని గ్రహించిన తరువాత భాషను దిద్దటం అనే ఆలోచనను పూర్తిగా విడిచిపెట్టేశాను.

❖ ❖ ❖

VVIT సాహిత్య ప్రచురణ విభాగం 2019 ఏప్రిల్‌లో పని మొదలుపెట్టి, ఒక సంవత్సరం వ్యవధిలోనే శ్రీరామాయణం–శ్రీరమణ; అమరావతి పట్టణనిర్మాత రాజా

వాసిరెడ్డి వెంకటాద్రినాయుడు కథలు; కాశీ శతకం–ఆదిభట్ల నారాయణదాసు; ఫిడేలు నాయుడుగారు (ద్వారం వెంకటస్వామినాయుడిగారి స్మృతిసంచిక); 'విహారి' వచనకవితా సంపుటి - మోదుగు శ్రీసుధ; కొండవీటి కైఫియత్; వీటిని VVIT ప్రచురించింది. ఇవన్నీ పాఠకాదరణ పొందాయి. ఇది మా సప్తమ ప్రచురణ.

ఒక ఇంజనీరింగ్ కళాశాల తరపున సాహిత్య ప్రచురణ విభాగం ఉండటం అరుదైన విషయం. అందుకు అవకాశం కల్పించిన VIVA - VVIT ఛైర్మన్ వాసిరెడ్డి విద్యాసాగర్‌గారు అభినందనీయులు.

లోగడే ముద్రితమైనది కాకుండా, యీ సంపుటం కాకుండా యింకా ముద్రించ వలసిన పానుగంటి సాహిత్యం ఉన్నది. త్వరలో ఆ ప్రయత్నం కూడా సఫలీకృత మవుతుందనే ఆశిస్తున్నాను.

పానుగంటి మీద అభిమానం నాతో కొన్ని పనులు చేయించింది.

1. సాక్షి దినపత్రిక ఆదివారం అనుబంధంలో పానుగంటి పుట్టి 150 ఏళ్లు అయిన సందర్భంగా రాసిన '150 యేళ్ల సాక్షి' వ్యాసాన్ని 08.02.2015 సంచిక ముఖచిత్ర కథనంగా ప్రచురించారు.
2. నా అభ్యర్థనపై కేంద్ర సాహిత్య అకాడెమి, 2015లో గుంటూరు అన్నమయ్య కళావేదికపై పానుగంటివారి సాహిత్యంపై ఒకరోజు సదస్సు జరిపింది.
3. 2016లో మిత్రుడు ఆసూరి వెంకట రాఘవాచార్యులు ప్రోత్సాహంతో సాక్షి వ్యాసాలలోని వైష్ణవసంబంధ వ్యాసాలను 'వైష్ణవ సాక్షి' పేరుతో, వాసుగారు వేసిన బొమ్మలతో ప్రచురించాను.
4. 2017లో వల్లూరు శివప్రసాద్‌గారు కంఠాభరణం నాటకాన్ని ప్రచురిస్తూ ఒక పీఠికను రాయించారు. కొన్ని పదాలకు వివరణ యిచ్చాను.
5. ఇప్పుడు యీ అసంకలిత కథల, వ్యాసాల సంపుటం.

ఇవి కాక త్వరలోనే పానుగంటి సర్వలభ్యనాటకాల సంపుటం, మనసు ఫౌండేషన్ రాయుడిగారి సహకారంతో రాబోతున్నది.

ఈ మనవిమాటలకు ఆధారాలు:

1. పానుగంటివారి సాహిత్యసృష్టి సవిమర్శపరిశీలనము; డాక్టర్ ముదిగొండ వీరభద్రశాస్త్రి, 1968.
2. సాక్షి - కవిశేఖర పానుగంటి లక్ష్మీనరసింహారావు, ఎమెస్కో, 2011. (ఈ సంపుటంలో సాక్షి వ్యాసాల నుండి యిచ్చిన ఉద్ధరణలన్నీ ఈ ప్రచురణలోనివే.)

పిఠాపురంలో పానుగంటివారి యిల్లు (ఫోటో: గౌరవ్)

3. ఆంధ్రసాహిత్య పరిషత్పత్రిక, సంపుటము 53, సంచిక 4–6.
4. సాహితిమాసపత్రిక (పానుగంటి శతవార్షికోత్సవ సంచిక) 1966 మే, జూన్.
5. Dwi-Shastipoorthi celebrations (Pithapur Raja's 120th Birthday Souvenir); Ed: Dr. M.V. Bharatha Lakshmi.
6. సెప్టెంబర్ 2000లో చెలికాని భావనరావుగారితో జరిపిన సంభాషణ.
7. ఆగస్టు 2016లో, 2020లో డాక్టర్ గజరావు సీతారామస్వామిగారితో జరిపిన సంభాషణలు.

'వేళాకోళాల పంతులు', 'వెక్కిరింపుల పంతులు' అని సమకాలీనులు చాటుమాటుగా సణుక్కొన్న పానుగంటి లక్ష్మీనరసింహారావు పంతులుగారి గురించిన రేఖామాత్రపరిచయం ఇది. సంఘసంస్కరణప్రియత్వం, స్త్రీజనాభ్యుదయకాంక్ష, విద్యాసాంస్కృతిక రంగాలు అభివృద్ధి చెందాలనే కోరిక, పాశ్చాత్య నాగరికతా వ్యామోహానికి గురి కావద్దని హెచ్చరిక, మాతృభాషాభిమానం, స్వస్థానవేషభాషప్రియత, సత్ప్రవర్తన పెంచుకోవాలని ఆశించడం, బాహ్యాడంబరరహిత అంతశ్శుద్ధితో కూడిన దైవభక్తితో ఉండాలని–ఇలాంటి ఉత్తమభావజాలంతో పానుగంటి సాహిత్యం ఉందని గుణగ్రహణశీలురైన పాఠకులు గ్రహిస్తారు.

శ్రీ శార్వరి, జ్యేష్ఠమాసం శుక్ల తదియ

25.05.2020, గుంటూరు. – రవికృష్ణ

కృతజ్ఞతలు

శ్రీ రావు రామరత్నరావు

బొమ్మిడాల శ్రీకృష్ణమూర్తి ఫౌండేషన్, గుంటూరు వారి 'విశాలాంధ్రము' ఆవిష్కరణ కార్యక్రమం ద్వారా పరిచయం అయ్యారు, పిఠాపురం రాజా సూర్యారావు గారి ఆఖరి కుమారులు శ్రీ రాజా రావు వేంకట మహీపతి రామరత్నరావు గారు.

డా॥ సీతారామస్వామి

పానుగంటి గురించి పిఠాపురంలో ప్రచారంలో ఉన్న ఎన్నో అలిఖిత విశేషాలు చెప్పారు, డాక్టర్ గజరావు సీతారామస్వామి.

శ్రీ మేకా మన్మథరావు

రెండవసారి పిఠాపురం వెళ్లినప్పుడు శ్రీపాద సుబ్రహ్మణ్యశాస్త్రి స్వీయచరిత్రలో చెప్పిన పిఠాపురం విశేషాలను ఆయా చోట్లకి తీసుకెళ్లి చూపించి, అడిగిన ఫోటోలను సేకరించి పంపారు, శ్రీ మేకా మన్మథరావు.

కోకా విజయలక్ష్మి గారు

ఈ పుస్తకప్రచురణకు మార్గం సుగమం చేసిన ప్రముఖ కూచిపూడి నృత్యకళాకారిణి కోకా విజయలక్ష్మి.

ముఖచిత్రం యిచ్చిన అంతర్జాతీయ చిత్రకారులు రాయన గిరిధర్‌గౌడ్ గారికి, శ్రేయోభిలాషి శ్రీ ఎన్.కె. బాబు.

కరోనా కాలంలోనూ నా కోసమే పని చేసిన అన్నమయ్య గ్రంథాలయం.

– వీరందరికీ నా కృతజ్ఞతలు.

చిన్నకథ

మీనాక్షమ్మ తన గదిలోఁ గూరుచుండి బంగారు వస్తువులను వరాహపుఁగట్టచేఁ[1] బరిశుద్ధిపఱచుచున్నది. అట్లు చేసి వజ్రముల దుద్దులను మొరాకో తోలుతోఁ దుడిచి చెవులకుఁ బెట్టుకొని యద్దములో దన నీడను జూచుకొనుచున్నది. వహవ్వా! ఏమి సుందరముగా నున్నది. తన సౌందర్యమును జూచుకొనుచు తెప్పపాటు మాత్రము మందహాసము చేసి యంతలో నేదియో విచారము మనమున నావరింప మొగము ముడుచుకొనెను. మొగము ముడుచుకొని నప్పటి కామె సౌందర్యము వింతగనే యున్నది. కమలము వికసించినప్పుడు సుందరమే. ముకుళముగా నున్నను సుందరమే కాదా! తలుపుచాటున నిలువఁబడి యీమె విలాసము చూచుచు భర్త సుందరరావు మురిసిమురిసి పోవుచుండెను. సుందరియగుభార్య దొరకినవానికంటె నదృష్టశాలి యెవ్వఁడని లోలోన ననుకొనుచు నుప్పొంగిపోయెను. ఇంతలో నింటిదాసియైన చంద్రి వచ్చి మీనాక్షమ్మయొద్ద నిలువఁబడి 'అయ్యగా రేరి?' యని యడుగఁ 'బ్రక్కగదిలో నిద్రించుచున్నా'రని యామె చెప్పెను. వా రిట్లు మాటలాడుకొనుచుండిరి.

మీనా: చంద్రీ! చెప్పితివటే?

చంద్రి: చెప్పితిని.

మీనా: ఏమన్నాఁడు?

చంద్రి: ఏమనుట కేమున్నది? మీరు వార్త నంపిన తరువాత రాకుండునా?

---

1. బంగారు నగలలో చేరిన దుమ్ము, మురికిని తొలగించడానికి ఉపయోగించే సన్నని, మెత్తని వెంట్రుకల కుచ్చువుండే బ్రష్ వరాహపుకట్ట. ఒంటె వెంట్రుకలతో ఆ కుచ్చు చేస్తారని చదివిన జ్ఞాపకం. 'వరాహపుకట్ట' అనే పేరు, ఆ కుచ్చుని పందివెంట్రుకలతో చేస్తారేమో అనే సంశయాన్ని కలిగిస్తున్నది.

మీనా: నిజముగా వచ్చునా? తెల్లవాఱువఱకు దృష్టి యాతని మీఁదనే యున్నది సుమా. కాని నా భర్త కిది యెన్నఁటికైనను దెలియదు గద! నీవట్లు ప్రవర్తింపవలయును.

చంద్రి: అమ్మా! నే నెఱుఁగనా? ఆ సందేహము మీ కక్కఱ లేదు. కాని మీకు భర్తయం దంత భయ మున్నప్పుడు మానివేయఁగూడదా?

మీనా: అయ్యో! పిల్లలు లేరని యెంత పరితపించుచుంటినో నీకుఁ దెలియునా?

చంద్రి: (నవ్వుతూ) అతనివలన మాత్రము పిల్లలు గలుగుదురా అమ్మా! దైవకటాక్ష ముండవలయును గాని –

మీనా: ఏమో! నా వెఱ్ఱి తీర్చుకోవలయును. చూడు చూడు, పంచపాళిలోఁ గుక్క దూరినట్లున్నది.

చంద్రి పంచపాళిలోనికిఁ బోయెను. సుందరరావునకు మతి పోయెను. "ఆహాహా! ఎంత మునుఁగనై యున్నది? అయ్యయ్యో! ఇది యిట్టి స్వభావము కలదని యెఱుఁగక పోయితిని. హా భగవంతుడా! నన్నెంత దుర్మార్గురాలితో నంటఁగట్టితి వయ్యా! ఛీ, ఛీ! భార్యగుణమే సౌందర్యముకాని సౌందర్యము గుణము కాదు" అని యనుకొనుచుఁ దొందర నడఁచుకొనియుండగఁ నింతలోఁ జంద్రి తిరుగ వచ్చి 'అమ్మా' యని పిలిచెను. తిరుగ నేమి చెప్పునో విందునని భర్త యా తలుపుచాటుననే యొడలంతయుఁ జెవి చేసికొని వినుచుండెను. వారిద్దఱిట్లు మాటలాడుకొనిరి.

చంద్రి: తెల్లవారుఝామున దొమ్మిదిగంటలకు.

మీనా: అదేమే? ఉదయమున నేలాగే? మడి కట్టుకొని వంట చేసికొను చుందును. భోజనమైన తరువాత రమ్మని చెప్పుము. సావకాశముగా మాటలాడవలయునా?

చంద్రి: అలాగే చెప్పెదనమ్మా! మీ యాయన కోర్టుకు వెళ్లిన తరువాత వచ్చును. సరేనా?

మీనా: అప్పుడైనను నాతనిని దొడ్డిగుమ్మము నుండియే యెవ్వరు చూడకుండఁ దీసికొని రావలయును సుమా!

చంద్రి: ఎంత భయమమ్మా! సరే నేను జాగ్రత్తగాఁ దీసికొని వత్తును.

మీనా: సరే! నేను మడి కట్టుకొందును. నీవు సందెపని చేసికొనుము.

మీనాక్షమ్మ(ప్రొయ్యి యెట్లు మండెనో సుందరరావు కడుపట్లు మండెను. వంటయైన తరువాత భర్తను భోజనమునకుఁ బిలిచెను. సుందరరా వొక్కమెతుకయి నను నోటఁబెట్టలేదు. ఏలయని భార్య యడుగ నేదోవంక చెప్పెను. భార్య యా వంకను నమ్మి తాను భుజించెను. తరువాత భర్తయొద్దఁ బండుకొనెను. తాంబూలము లేదు, మాట లేదు, ఏమియు లేదు. తెల్లవాఱెను. తిరుగ నెట్లో భుజించి భర్త కోర్టుకు వెళ్లెను. వెళ్లిన యుత్తరక్షణముననే కోర్టు వదలి 'షాపు'లోనికిఁ బోయి యొకపిస్తోలును, దూటాను గొని జేబులో నుంచుకొని యొక అరగంటలో నింటికి వచ్చెను[2]. వీథితలుపు వైచియున్నది. లోనఁ బురుషుఁ డెవ్వఁడో మాటలాడుచున్నట్లు వినెను. ఉగ్రుఁడై పిస్తోలులో దూటా వేసి దొడ్డిగుమ్మమునుండి నిమ్మళముగా లోనఁ బ్రవేశించెను. పేల్చుటకు సిద్ధముగాఁ బిస్తోలు చేతిలో నుంచుకొనెను. పంచపాళిగది గుమ్మమునొద్దకు బోయెను. సంతానమునుగూర్చి శకున మడుగుచు భార్య నూనెగుడ్డలవానియొద్ద[3] చంద్రితో నిలువఁబడెను.

(25.09.1920 ఆంధ్రపత్రిక సారస్వతానుబంధము)

---

2. స్వతంత్రానికి పూర్వం భారతదేశంలో ఆయుధాల కొనుగోళ్లపై పెద్దగా విధినిషేధాలు లేవు. నేటి అమెరికా, యూరప్ ఖండాలలో మాదిరిగా స్వేచ్ఛగా ఆయుధవ్యాపారం జరిగేది. ఆంధ్రపత్రిక ఉగాది సంచికలలో తుపాకుల, తూటాల అమ్మకాల గురించి వ్యాపారప్రకటనలు కనబడతాయి. స్వతంత్రం తరువాత వచ్చిన ఉగాది సంచికలలో అటువంటి ప్రకటనలు కనబడవు. అడవిజంతువుల బెడద వున్న మన్యప్రాంతాలవారు, వేటవ్యసనం వున్నవారు, దొంగలభయంవున్న ప్రాంతాలవారు స్వేచ్ఛగా తుపాకులు కొనుగోలు చేసేవారు. ఊళ్లు తిరిగి పుస్తకాలు అమ్మే ఏజంట్ ఒకడు వెంట రక్షణకోసం పిస్తోలు వుంచుకొనేవాడని, రాత్రిపూట నిద్రపోబోయేముందు గాల్లోకి రెండు రౌండ్లు తుపాకీ పేల్చి పడుకొనేవాడని శ్రీపాద సుబ్రహ్మణ్యశాస్త్రి స్వీయచరిత్రలో రాశారు. కనుకనే సుందరరావు పప్పు, ఉప్పు కొన్నట్లు చాలా తేలికగా పిస్తోలును కొనగలిగాడు.

3. గతము, భవిష్యత్తు తెలుసుకోవడానికి ఎఱుకల కులస్తులు చెప్పే 'సోది' లాగానే నూనెగుడ్డలవాళ్లుకూడా జరిగింది, జరుగబోయేది చెబుతారు. సోది స్త్రీలే చెబుతారు. నూనెగుడ్డల శకునం పురుషులే చెబుతారు. వారి కులంపేరు కూడా నూనెగుడ్డలవాళ్లే. ఇప్పుడు ఈ జాతి అంతరించింది.

హిందూ గృహిణి

వారు తెలినాటి నియోగులు. వారినే గోలకొండ వేపారులందురు[1]. వారు నూతనముగా వైష్ణవమత స్వీకరణమొనర్చినవారు. మిగుల వృద్ధులు. భర్తకు డెబ్బది యైదు వత్సరములు. భార్య కఱువదితొమ్మిది. వారు పరమదరిద్రులు. వారి కొక్క పుత్త్రుడు. అతని కేఁబదివత్సరము లుండెను. అతనికిఁ బుత్త్రపుత్త్రికా సంతాన మేమియు లేదు. భార్యయందు బద్ధానురాగుఁడై వర్తించుచుండెను. నలువదిరెండు సంవత్సరములు దాటిన పిదప నామె గర్భము ధరించెను. కాక కాక గర్భవతియైనకాంతయం దాకాంతున కెంత యనురాగముండెనో యాతనికే తెలియఁదగినది. నేటికిఁ బౌత్రదర్శనమగును గదా యని, వృద్ధదంపతు లుప్పొంగిపోయిరి. కోడలికిఁ బ్రసవవేదన యారంభమయ్యెను. కొడుకు గలుగునని వారు సంతసించుచుండగాఁ గూఁతురు జన్మించెను. దైవకటాక్షమున నికఁముందుఁ బుత్త్రుఁడు కలుగఁగూడదా యని వారుత్తలపడుచున్న చిత్తములను సమాధానపఱచుకొనిరి. పుట్టిన మూఁడవనాఁ డా బిడ్డ చనిపోయెను. ఆఱవనాఁడు సూతికాజ్వరమున బాలెంతరాలు తన తనువు విడిచెను. సంసారవృద్ధి కాలేదని వారిదివఱ కేడ్చుచుండఁగా నిప్పుడిట్లయ్యెను. ఆహా! భగవదనుగ్రహము!

అన్నము తినక, నీరైన ద్రావక, సంతత భార్యాదుఃఖసంతప్తుఁడై, యామె పోయిన మూఁడవమాసమున భర్త కూడఁబోయెను. అయ్యో! ఇఁక నేమున్నది, మనుమరాలు

---

1. ఆంధ్రదేశాన్ని నైసర్గిక పరిస్థితులనుబట్టి పాకనాడు, వెలనాడు, కమ్మనాడు, రేనాడు, జంతురునాడు, పొత్తపినాడు, తూర్పునాడు, ప్రోలునాడు, పూంగినాడు - మొదలైన నాడులుగా పిలుచుకొన్నారు. వీటిలో తెలినాడు లేదు. పానుగంటివారు తెలంగాణాను తెలినాడు అన్నారా అని అనుమానంగా ఉంది. పూర్వసాహిత్యంలో, శాసనాలలో తెలంగాణాకు తెలుగాణము, తెలుంగాణా, తెలగాణ్యము, తిలింగా, తెలింగా, తెలింగాణా అనే పేర్లు కనబడతాయి, తెలినాడు కనపడదు. గోలకొండవ్యాపారుల గురించి ఈ సంపుటం మనవిమాటలలో వున్నది.

లేదు, కోడలు లేదు, ఉన్న యొక్కకొడుకుకూడ నెగిరిపోయెను. అయ్యో! ఇఁక నేమున్నది? కొడుకా కొడుకా యని యేడ్చుచున్న వృద్ధదంపతులు మాత్రము మిగిలిరి. ఏదియో వైదికవృత్తి చేసికొని దినమున కొక్కరూపాయ తెచ్చి కుటుంబమునకు క్షామబాధ లేకుండఁ గాపాడుచున్న యొక్కకొడుకుగూడ మన్నయినాఁడు. ఓ భగవానుడా! ఆ కుటుంబము గతి యింకనేమి?

ఏమగుట కేమున్నది! డెబ్బదియైదు వత్సరముల యా యపుత్రకుఁడు నడుమున కంగవస్త్రమును జుట్టఁబెట్టుకొని కఱ్ఱ చేతఁబట్టుకొని యింటిలోనున్న నిలువుబోడి రాగిచెంబును జేతబుచ్చుకొని గ్రామమున భిక్షాటన మారంభించెను. నాలుగిండ్లు తిరిగి తవ్వెడు నూకలు తేఁగఁ బుత్రశోకముచేఁ బొగులుచున్న గృహిణి యింత గంజి కాచుచుండెను. అది యొక్కపూట త్రావి కృష్ణనామస్మరణ మొనర్చు కొనుచు దాటాకుల పంచపాళిలోఁ బడి వారు కాలము గడుపుచుండిరి.

ఇట్లొక్కమాసము గడవకుండానే, యాయనకు వ్యాధి యారంభమయ్యెను. ఆతఁ డీఁతాకుల చాఁపపైఁ బండుకొని జ్వరపీడితుఁడై బాధపడుచుండ, భార్య కాళు లొత్తుచుఁ బైటచెఱఁగున నీఁగలను దోలుచుఁ దలనొత్తుచు నడుమ నడుమ గన్నులొత్తుకొనుచు దైవసముఁడగు భర్త కుపచారము చేయుచుండెను. డెబ్బదియైదేండ్లవాఁడు, ఆఱుముగ్గినపండు. జ్వరపీడితుఁడై యున్ననేమి? లంఘనము కట్టవచ్చునా! ఏదైనా గంజి త్రాగుట కీయవలయును గాదా! లేకున్నఁ బ్రాణములు శోషిల్లవా! వృద్ధులకు బాలురకు శోష వచ్చుట యెంతోసేపా! లేచి ప్రొయ్యి మంటవేసి, బియ్యము కొరకు రాగిచెంబు చూడగ దానిలో నొక్కబియ్యపుగింజయైన లేదు. హా! కృష్ణా! యని నాలుగిండ్లకుఁ బోయి పిడికెడు చొప్పున నాలుగు పిడికిళ్ల బియ్యము పైటలోఁ బోసి తెచ్చి, గంజికాచి యిచ్చి, భర్తపైఁ జేయి వైచుకొని యెట్లున్నది, యెట్లున్నదని నడుమ నడుమ నడుగుచు, నప్పుడప్పు డాతనికిఁ బోసిన చెమ్మటను బైఁటచెఱఁగున నిమ్మళముగా నొత్తుచు, నిలువేల్పులకు మ్రొక్కుకొనుచు భర్తప్రక్కను గూరుచుండి యాతని సేవించుచుండెను. ఇంకను రెండు పిడికిళ్ల బియ్యమింటిలో నున్నవి. అవి వండుకొని తాను భుజించిన యెడల రాత్రి భర్త కిచ్చుటకు వేడిగంజిమెదుకు లుండవని యామె భుజింపక యూరకుండెను. భర్తకుఁ జెమ్మట బాగుగాఁ బట్టుచున్నది. జ్వరము వదలుచున్నదని భార్య సంతసించెను. కాని యాతనిమాటలో యేటఁబడుచున్నది. అప్పుడు భార్యను జూచి యాతఁడిట్లనియెను.

భర్త: నాకు నీరస మెక్కువగా నున్నది. తనువు నిల్చునని తోఁపదు. నేను నీతో నొక్కమాటఁ జెప్పవలయునని యున్నది. చెప్పనా?

భార్య: నాథా! ఇట్లు నన్నడగవలయునా? ఏమి యాజ్ఞాపింతురో చేతులు కట్టుకొని చేయుదును.

భర్త: నేనింక బ్రదుకను.

భార్య: మీ రట్లనఁ దగదు. నాకుఁ బుణ్యస్త్రీ మరణమున్నదని నే నెఱుగుదును.

భర్త: కావచ్చును. నీవు న న్నేఁబదియైదు సంవత్సరముల నుండి సేవించు చుంటివి. నా కీ కోరికయున్నదని నిన్నెప్పుడైనా నడిగితినా? నీవు నాకుఁ జేసిన యుపచారమునకు దేవతలు మెచ్చఁదగినది. నా కిప్పుడొక్క కోర్కె కలిగినది. నేను శక్తిహీనుఁడనై యున్నాను. అది నీవు తీర్పవలయును.

భార్య: ఎన్నఁడులేని దిట్లడుగుదురేల? మీ యాజ్ఞ యేదో సెలవిండు.

భర్త: అటులైనఁ జెప్పెదను వినుము. మన యింటిలో నిల్వురాగిచెంబున్నదే – ఆ చెంబెడుబియ్యము చెంబుతోఁగూడ రెండురూపాయలు దక్షిణతోఁ గూడ నొక శ్రీవైష్ణవునికి దానమీయవలయునని యున్నది. అది నా కెట్లు సమకూడునా యని యోజించుచున్నాను.

భార్య: ఇంతేకద! ఒక్క గడియలో మీరట్లు సేయవచ్చును.

అంత వేగమ లేచి క్రొత్తదారపుబొందునకుఁ బసపు రాచి, గూటిలో నున్న పసపుకొమ్ము దాని నడుమనుఁ గట్టి మెడకుఁ గట్టికొని పుస్తెలున్న బొందును విప్పి వాని నూడఁదీసి రాగిచెంబు చేత పుచ్చుకొని, కోమటియింటికిఁ బోయి పుస్తెల నమ్మఁ బూనెను. కోమటి అయిదురూపాయల నిచ్చెదనని చెప్పెను. "చాలు నాయనా" యని యా సొమ్ము తీసికొని రాగిచెంబునిండ బియ్యము పోయించి దాని విలువను గోమటికిచ్చి సంభ్రమముతో ఇంటికి వచ్చుచు దారిలోఁ గానఁబడిన యొక శ్రీవైష్ణవుని వెంటఁబెట్టికొని తన యింటికిఁ బోయెను. భర్త యా దానమొనర్చెను. "నీ పుణ్యమున నా కోర్కె తీరిన"దని యాతడు సంతుష్టమనస్కుఁ డయ్యెను. కాని యాతనికి నీరస మెక్కువగా నున్నది. 'నారాయణ, నారాయణ' యని స్మరించుకొనుచుఁ బండుకొనెను. భార్య యాతని పాదముల యొద్దఁ గూరుచుండి వానినిఁ గన్నుల కద్దుకొనుచుండెను. ఆమెను బిలిచి

"నేను లోపల నారాయణా యని స్మరించుకొనుచునే యున్నాను. ఎప్పుడు విస్మృతి వచ్చునో - నీవు కూడా నా చెవిలో నారాయణస్మరణము చేయు చుండు"మనెను. అంత భార్య భర్తతలవైపున గూర్చుండి యట్లొనర్చుచుండెను. ఒక్క నిముసమ ట్లాచరించునంతలో నాతని కొక్క యెక్కులాగున వచ్చెను. కాళ్లు చేతులు బిగిసెను. ఒడలు మొద్దులాగున నయ్యెను. ఊపిరి స్తంభించెను. ఆమె 'కృష్ణా! కృష్ణా!' యని వెఱ్ఱికేక వైచి కొయ్యయై కూరుచున్న పాళముగనే ముందునకుఁ బడిపోయెను. ఆమె మొగ మాతనిమొగముపై బడుట వలననో యామె వెఱ్ఱికేక మూలముననో యాతఁ డులికిపడెను. ఎక్కుగూడ వదలిపోయెను. కొంత స్మృతి తెచ్చుకొని భార్యను బిలిచెను. ఇంక నెక్కడి భార్య? ఆమె మహాలక్ష్మీసన్నిధానమును నిముసము క్రిందనే చేరెను. భర్త నారాయణ యనుచు బ్రాణములు విడిచెను.

(ఆంధ్రవారపత్రిక, 08.10.1920)

మారేమండ రామారావు ప్రముఖ చరిత్ర అధ్యాపకులు. గుంటూరులోని హిందూ కళాశాలలో పనిచేసేవారు. పిఠాపురంలో పానుగంటివారి యింటిపక్కనే ఆయన అత్తవారిల్లు. పిఠాపురం వెళ్లినప్పుడు తరచూ పానుగంటిని చూస్తుండేవారు, రామారావు. పానుగంటి గురించి ఆయనిలా రాశారు.

> "నడుముకు రెండుప్రక్కలా రెండుచేతులూ పెట్టుకొని, నోటిలో చుట్ట కాలుస్తూ మేడమీద వసారాలో యీవైపునుండి ఆవైపుకూ, ఆవైపునుండి యీవైపుకూ పచార్లు చేస్తూ వారు తమ సాక్షి వ్యాసాలను డిక్టేట్ చేస్తూ వ్రాయించడం యిప్పటికీ నాకు కళ్ళకు కట్టినట్లు కనిపిస్తుంది. వారిది చాలా దుర్బలమైన శరీరం. వారి ఆరోగ్యంకూడా ఏమంత మంచిది కాదు. అయినప్పటికీ వారు చేసిన సాహిత్య వ్యాసంగం చాలా గణనీయమైంది."

మేరీనారాయణీయము

ఇంగ్లాండుదేశమునకు I.C.S. చదువు నిమిత్తము వెళ్లి ఆరుసంవత్సరము లైనవి కాఁబోలు - పరీక్ష పూర్తి చేసికొని బొంబాయి కాతఁడు చేరినాఁడు. ఒక్కఁడే చేరినాఁడా? లేదు. ఆంగ్లేయవిద్యాపాండితి నెట్లు సంపాదించుకొనికూఁడ దెచ్చినాఁడో యాంగ్లేయవనిత నొకదానినిగూడఁ నట్లే దెచ్చినాఁడు. మహాయుద్ధమైన పిమ్మట మగల కరువు గలిగిన హేతువుననో – నారాయణరావునందు మగువల gravitation యెక్కువగ నున్నదో – యింగ్లాండులోని Miss Mary మూడుమాసముల 'కచ్చాపచ్చా' courting తోడనే యథావిధిగా Lady Narayana Rao అయ్యెను. ఆమెకు నారాయణరా వాంధ్రభాషను నేర్పుటచేత నామె తెలుగున ధారాళముగా మాటలాడఁ గలదు. బొంబాయి చేరినది మొదలు నారాయణరా వే కారణముననో మొగము చిన్నబుచ్చుకొని తోఁచనివానివలె నిరుత్సాహముతో నుండెను. ఆ సంగతి యాతని భార్య కనిపెట్టి యందులకు కారణమేమని యడిగెను. అతఁడు చెప్పక యేమియు లేదని బదులు చెప్పెను.

బసచేసిన హోటలులోనే యామెను దిగవిడిచి తా నూరెల్ల దిరుగఁవచ్చెను. నారాయణరావుభార్య, తానొక్కతె హోటలులో నుండలేక పోవుటచేతనో నూతన పట్టణములోని వింతలు చూడవచ్చుననియో అద్దెమోటారు నెక్కి యూరంతయు నామె తిరుగుచుండెను. సాయంకాలమైనది. నారాయణరావు హోటలును జేరెను. అతని భార్య యింకను రాలేదు. ఎందుచేతనో యనుకొని యెదురుతెన్నులు చూచుచు గుమ్మములోనఁ గనిపెట్టుకొని యుండునంతలో నామెవచ్చి మోటారు దిగి యాతనితో మాటలాడక లోనికిఁబోయి తన సామాను సర్దుకొనుచుండెను. ప్రొద్దున అయ్యగారికిఁ గోపమేమి? సాయంకాలము అమ్మగారికి గోపఁమేమి? నలుపు తెలుపు తగులాట ముల తమాషా యిదియేనా యేమి? నారాయణరావు గదిలోనికి వచ్చి భార్యను జూచెను. ఆమె రౌద్రరూపిణియై యున్నది. ఆంగ్లేయశృంగారమర్యాద ననుసరించి భార్య నెట్లు పిలవవలయునో అట్లు పిలచెను. ఆమె మహాతీవ్రతతో "తుచ్ఛుఁడా! మోసగాడా – పో–నాయెదుటికి రాకు. నీ మొగముమీద నుమిసెదను" అని యాంధ్రభాషతోడనే యాంగ్లేయదాంపత్యపద్ధతిగాఁ గాఁబోలు గర్జించెను. నారాయణరావు భయపడి

కొంతవడికి ధైర్యము తెచ్చుకొని భార్యను సమీపించి యనునయింపబోయెను. ఆమె యొక్కలెంపకాయ నీతనికిఁ బ్రసాదించెను. తనువు, మనస్సు, నాత్మయు నాంగ్లేయ దేవాలయములో తన కర్పించిన యిల్లా లిప్పుడొక్క చెంపకాయను గటాక్షించుటలో విశేషమేమున్నది! వారిట్లు మాటాడుకొనుచుండిరి.

మేరీ: నాయొద్ద పిస్తోలు లేకపోయినది కాని, నిన్నొక్క వ్రేటుతో జంపి యుందును.

నారా: మీ దేశమందేమో నాకంత బాగుగాఁ దెలియదు. కాని, మా దేశమందు భార్యలు భర్తలను కాకులను జంపినట్లు చంపరు సుమా!

మేరీ: భార్యలుండగా మీ దేశమునందు భర్తలు వ్యభిచారిణుల నుంచుకొని వీధులందు సిగ్గుబిడియములు లేక తిరుగుదురా?

నారా: వ్యభిచారపుబాధ యన్నిదేశములందున్నది. అన్నిజాతులలో నున్నది. అన్ని కాలములలో నున్నది. కాని యిప్పు డా ప్రశంస యెందులకు?

మేరీ: ఆ ప్రశంస యెందులకా? గాడిదా! కుక్కా! ఇదిగో కొరడా తెచ్చు చున్నాను.

నారాయణరా వా తిట్లు తిని నవ్వెను. ఐక్యానురాగమున్నప్పు డన్ని తిట్లు భార్య తిట్టును గాఁబోలు! భర్త యంతశాంతితో సహించును గాఁబోలు! కాని యా గుఱ్ఱపుగొరడాబాధ మాటయేమి? నాగరకతాధికతచేఁ గలిగిన స్వేచ్ఛచేతఁ గొట్టును గాఁబోలు. ఆమె యట్లు తీవరించెనుగాని కొరడా కనఁబడలేదు.

నారా: కాని, నావలన నేరమేమి కలిగెను?

మేరీ: నేరమంతయు నావలననే. నేను నీ వివాహమును వదలుకొంటిని. నీవు నాకక్కఱలేదు. మన కంట్రాక్టు ప్రకారము నాకు రావలసిన సొమ్మేదియో యక్కడ బెట్టుము.

నారా: (నవ్వుతూ) నావలన దోషమేదియో తేలినయెడల నాలాగే చేయవచ్చును.

మేరీ: పశువా–పందా–బానిసా–అధమా–దొంగా–నీ వలన దోషమిప్పుడు తేలవలయునా? నా కన్నులతో నేను జూడగా – నింకఁ తేలవలసిన దేమున్నది? నా పరిహారపుసొమ్ము నాకిమ్ము. వ్యాజ్యెమునకుఁ బోనక్కర లేకుండఁ జేసికొనుము. జాగ్రత్త!

నారా: (నవ్వాపుకొనలేక గట్టిగా నవ్వెను)

మేరీ: నవ్వెదవా? కన్నులు పీఁకెదను–నాలుకను లాగివైచెదను–గుండెలూడఁ దీసెదను. పురుగా–కప్పా–నన్నిట్లవమానింతువా? నన్ను హోటలులోఁ బెట్టి నీవు షికారుకు పోయి యొక గుడిసెవ్రేటుముండతోఁ గిచకిచ లాడుచుఁ జెట్టపట్టముల వైచికొని చెట్లక్రిందఁ దిరుగలేదా?

నారా: నేనుండఁగా నీవు మాత్రము మీయూర మఱియొకనితో విలాసార్థముగాఁ దిరుగలేదా?

మేరీ: అది మా దేశపుటాచారము. ఆ చర్యల మా దేహమునఁగాని, మనస్సునఁగాని నేవిధమైన దోషలేశమును లేదు. ఈదేశములో నట్లా?

నారా: ఆమె గుడిసెవ్రేటుదని నీవెట్లు చెప్పగలవు?

మేరీ: సంసారిణియైన యెడల నిన్నేల యపేక్షించును?

నారా: నీవపేక్షించలేదా?

అంత మేరీ నారాయణరావుమీద 'థూ' యని యుమిసెను. ఆర్యావర్త దేశమంతయు గొడ్డుపోయినట్లు తెలుపుతోలున కాసపడి యాంగ్లేయదేశము నుండి భార్యను దెచ్చుకున్న వానికి మొగముమీఁద భార్య యుమిసెననగాఁ బెద్దవింత యేమున్నది? నారాయణరావు బూట్సుజోడు తుడుచుకొన్నట్లే మొగము దుడిచికొని భార్యతో సంభాషించుచుండెను.

నారా: సరే! నావలన నేరమే వచ్చినది. దీనికేమి చేసెదవు?

మేరీ: నేను మా దేశము పోయెదను–నా సొమ్ము...

నారా: సొమ్ముకేమిలే – నీవు పోయినను మన పెండ్లిబంధమట్లు పోవునా?

మేరీ: పోవుట కేమున్నది? మీ పెండ్లిండ్లలో నట్టిప్రారబ్ధము. అట్టి దుర్గతి–

నారా: సరి – నేనడుగునది ఆ సంగతి కాదు. నీవు నావలన గర్భవతివైతివి కదా! మూఁడవమాసమని డాక్టరు చెప్పెను గదా – దానిమాట యడుగుచున్నాను.

మేరీ: దానిమాట కేమున్నది. పువ్వు త్రుంపినట్లు త్రుంపించెదను.

అంత నారాయణరావు గడగడ వడకెను. ఆంగ్లేయస్త్రీ ప్రతిజ్ఞఁ జూచి యార్యావర్త మంతయు, నాసింహళహిమాచలపర్యంతముగూడ వడకినదేమో!

అంత నారాయణరావు కొయ్యయై కొంతసేపుండెను. తరువాత కొంతసేపటికి బ్రజ్ఞ నొందెను. నారాయణరావు మనస్సులో నేమియున్నదో నారాయణమూర్తికిఁ దెలియవలసినదే. ఇంతలోఁ గిఱకిఱ బండిధ్వనియు గణగణ గంటయు వినఁబడెను. 'ఇదిగో, వచ్చుచున్నా'నని గేకవైచి నారాయణరావు వీధిలోనికిఁబోయి వెంటనే యొక కాంతను గదిలోనికిఁ దెచ్చెను. ఆమెను జూచి "ఇదిగో–ఆఁ–నాయెదుటనే" యని మేరీ గర్జింపఁబోవ నొక్కమగవాఁడా గదిలోనికే వచ్చెను. ఆతనిఁ జూచి మేరీ నిల్వుగ్రుడ్లు వైచుకొని నోరుతెఱచుకొని తూలిపోవుటకు సిద్ధమై నిలువఁబడెను. అంత నారాయణరా విట్లనియెను.

"ప్రియురాలా! ఈతఁడు నా తమ్ముఁడు. నావలెనే యుండును. భేదమేమియు లేదు. ఈతని భార్యయే యీామె; మా మఱఁదలు. వారిద్దఱు మనలను స్టీమరు దిగుట తోడనే కలిసికొనుట కీ పట్టణమునకు మదరాసునుండి వచ్చిరి. కాని బండి మిగుల నాలస్యముగా వచ్చుట చేత వారట్లు చేయుట కవకాశము లేకపోయినది. స్టీమరు దిగినది మొదలు వీరేల రాలేదో యని నేను వీరికొఱకు బెంగపెట్టుకొని యీ పట్టణమునఁ దోఁచక తిరిగితిని. నీవు వీరినే చూసియున్నావు. వీరు నాకుఁగూడ నీవు చూడకముందో చూచిన పిమ్మటనో కనఁబడినారు – ఇచ్చటకు రమ్మని వారితోఁ జెప్పివచ్చితిని. అమ్మా! ఈమె నీ తోడికోడలు."

(05.02.1921 ఆంధ్రపత్రిక సారస్వతానుబంధము)

పిఠాపురం దివాన్ మొక్కపాటి సుబ్బారాయుడుగారి తమ్ముడు నరసింహశాస్త్రి 'బారిస్టర్ పార్వతీశం' నవల సృష్టికర్త. పానుగంటి గురించి ఆయన మాటలలో –

"నేను వారిని మొదట తెలుసుకొన్నది సుమారు 1907లో. అప్పటికి వారు లక్ష్మీనరసాపురం సంస్థానంలో దివానుగా ఉండేవారు. మకాం మాత్రం పిఠాపురం. మనిషి సన్నంగావున్నా పొడగరి. ఆయన రూపంలోనూ, వేషంలోనూ, భాషలోనూ ఒక ప్రత్యేకత ద్యోతక మవుతుండేది."

కానుఁగుచెట్టు

నక్కదోసకాయ యూరుఁగాయ[1], గోఁగుకూరపచ్చడి, బఱ్ఱెపెరుఁగు అంతే. అంతకంటె నక్కడ నేమి దొఱకును? అవే పంచభక్ష్య పరమాన్నములు. ఇట్లనుదినము వేళపాళ యనిలేక కొర్నిపాటి సుబ్బరాజుగా రన్నప్రదాన మాచరించుచుండిరి. అన్నము జొన్నయన్నము. విస్తరి బొడ్డుమేడియాకువిస్తరి. ఉప్పు ఱాతియుప్పు. నీరు దిగుడుబావి నీరు. ఇప్పటి మాటయా? దాదాపుగా నూఱేండ్ల క్రిందటిమాట. ముప్పది సంవత్సరము లిట్లా బ్రాహ్మణుఁ డన్నప్రదాన మొనర్చినాఁడు. మహానుభావుఁడు. నిర్గర్వుఁడు. నల్వురు మోయఁదగిన చొప్పమోపును తానే పొలమునుండి తలపైఁ బెట్టుకొని తెచ్చి బఱ్ఱెలకు వేయును. వాని పాలు పాలికాఁపులచేఁ బిదికింపక తానే పిదుకును. ఇంట నందఱ కాతనిభార్యయే వంట చేయును. వంటలక్కలుకాని, నీళ్లబ్రాహ్మణులుకాని వారి కెవ్వరును లేరు. ఉంచుకొనవలసిన యావశ్యకతయు వారికి లేదు. తమ ఇంటిపని నొకరిచేఁ జేయించుట వారు తప్పుగ భావించుచుండెడివారు. పచనాదికృత్యములను బైవారిచేఁ గూలిపెట్టి చేయించిన ఎడల నతిథిపూజాఫలము పరిపూర్ణముగఁ దమకు సిద్ధింపదేమో యని వారికి భయము. పాలుమాలిక లేక, యొడలు దాఁచుకొనక భూతసంతుష్టి చేయుటయే పుణ్యకార్యమని నమ్మి వారట్లు చేసిరి.

---

1. నక్కదోసకాయ కొంచెం పొడవుగా, పైన చారలతో ఉంటుంది. బాగా ముదిరాక, కాయను కొరికితే పులుపు తగిలేది. ముక్క గట్టిగా ఉంటుంది. అందువలన మామిడి, ఉసిరి లాగా ఆవపెట్టి భద్రపరిచేవారు. అయితే వాటిలాగా సంవత్సరంపాటు నిలవ ఉండదు. మూడు, నాలుగు నెలలు మాత్రమే చెడిపోకుండా ఉండేది. ఒకప్పుడు నక్కదోసకాయలను కృష్ణాజిల్లా మెట్టప్రాంతాల నుండి ఎద్దులబండ్లపై తీసుకొచ్చి గుంటూరు మాగాణిప్రాంతాలలో ధాన్యానికి, బియ్యానికి కట్లు లెక్కన (ఒక కట్టుకి మూడు కిలోలు) అమ్మేవారు. 10, 15 కట్లు కొనుక్కొని, బూడిద పూసి ఇంట్లో ఏదో మూల దొర్లించి పెట్టేవారు. 2 నెలలకి పైగా పాడవకుండా ఉండేవి.

మగనికిఁ దనకుఁ దవ్వెడు బియ్యము కుతకుత లాడించుటకే ఈ కాలపుఁ గులకాంతల కోపిక లేదు. దొడ్డిలో దాసి. వీధిగుమ్మములో సేవకుఁడు. ఇంటిలో వంటలక్క. ఇంత పైబలగ మున్నఁగాని యాలుమగనికంటె నెక్కువలేని యిద్దఱ కాపుర మీ దినములలోఁ గడతేరకుండనున్నది. పంచపాళిలో నారవైచిన బట్ట భటునిపాలు. పెరటిలోఁ బారవైచిన తప్పెల దాసిపాలు. పడమటింటిలోని పప్పు నేయి సామాను బాపనక్కపాలు. అమ్మగారు పడుకటింటిలో నౌరంగజేబు నవలను[2] జదువుచు నావులింతలపాలు. అయ్యగా రణాబిళ్లపై సంతకములతో నప్పులపాలు. ఇంతే కదా యిప్పటి సంసారముల సౌభాగ్యము! అతిథిపూజ లేదు సరే కదా – పతి విస్తరిలోఁ బచ్చడి మెదుకులయినఁ జేసిపెట్టిన దేది? వంటప్రొయ్యియొద్దఁ గూరుచుండు నెడల మొగము మెఱుఁగు కఱఁగి పోవునప్పుడు మగని మొగాన నింక ముద్దులు కాని మఱియేమున్నది? ప్రాసయతి మంజరీద్విపదలో నుండవచ్చునో లేదో తెలియును గాని, పప్పునుడికిన తఱువాత నుప్పు వేయవలయునో – యుడుకక ముందు వేయవలయునో తెలియదు. ఉండలు జిల్లెడుగాయలు కాకుండ నత్తెసరు వేయగల యమ్మగా రన్నపూర్ణాదేవిగారు. వంటయింటిలోని ప్రాణాహుతులతోను బజారులోని కారపుఁబూస తోను గాపురము లెట్లో జరుగుచున్నవి. జరుగక మానునా? కాలచక్రము నెవ రడ్డగలరు? ఆయు వుండగా నెవరేమి చేయఁగలరు? మగల బ్రదుకులే ఇట్లు దిగనాఱునప్పుడు మఱఁదుల, బావల, యత్తల బ్రదుకు లడుగవలయునా?

కాని యాహా! ఏమి దుర్గమ్మ! దూపాటి సీమనుండి వచ్చినవాఁ డొకడు, నల్లమలనుండి వచ్చినవాఁ డొకడు, కోనసీమనుండి వచ్చినవాఁ డొకడు, పలనాటిసీమ నుండి వచ్చినవాఁ డొకడు, ఇట్లెందఱో యతిథులై రాగా, వారి కందఱకు బహు పరిశుభ్రముగా వండి, భర్త కుట్టి సిద్ధపఱచియుంచిన యాకులలో వడ్డించి, వారు సంతుష్టిగఁ భుజించిన తరువాతఁ దాను భుజించును. ఇట్లొక్క దినమా? ఒక్క మాసమా? ఒక్క సంవత్సరమా? ఆఁడుదాని పరిపూర్ణసాహాయ్యము లేకుండ బ్రహ్మ దేవుఁడైన నన్నప్రదాన మాచరింపలేఁడు. అన్నప్రదాన పుణ్యమంతయు నంగనదే.

ఇఁక నీ యతిథులకు సాయంకాలమున మూఁడుగంట లగుటతోడనే– అనుపఁగాయ దినములలో తంపటివైచిన యనుపగుగ్గిళ్లు – లేజొన్నకంకుల దినములలో

---

2. ఈ కథాకాలానికి తెలుగువారు 'ఔరంగజేబు' పేరుతో రాసిన నవల ఏదీ లేదని, బెంగాలీ నుండి అనువదించిన నవల అయి ఉండాలని 'తెలుగులో నవలావికాసం' రాసిన మొదలి నాగభూషణశర్మగారు అన్నారు.

నూచబియ్యము[3] - మొక్కజొన్న పొత్తుల కాలములో మొక్కజొన్న పొత్తులు - ఇట్లు ఏ యే కాలములో నేది వచ్చునో-యది యల్పాహారముగ వారి ఎదుటఁబెట్టి, తాను చేగునపమంత గంటము చేతఁబుచ్చుకొని, తాటియాకులపై భాగవతమో, హరివంశమో మరేదియో యా సుబ్బరాజుగారు వ్రాసికొనుచుండును. ఇ ట్లాతఁ డెన్ని గ్రంథములో వ్రాసినాఁడు. కవీశ్వరు లాతనికిఁ గన్నులు గట్టినట్లుందురు. తిక్కన సోమయాజి యాఱడుగుల పొడవగువాఁడని - గ్రద్దముక్కు కలవాఁడని - నడుముకట్టులోఁ జురకత్తి కలవాఁడని-కాలిన మొక్కజీడిపప్పు రంగువాఁడని- యాతఁడా యతిథులతోఁ జెప్పుచుండును. చేతిలోనున్న యనుపపప్పు ముందుఁ గథలోనున్న కాలిన మొక్కజీడిప ప్పెక్కువ రుచింపకుండుటచేఁ గాబోలు వా రా మాటలను గణింపకుండెడివారు. తిక్కన సోమయాజిగా రిట్లుండెనని మీకెట్లు తెలిసినదియని యాయన నెవ్వరు నడుగలేదు. అడిగినయెడలఁ గారణ మాయనకు మాత్ర మేమి తెలియును? అట్లాయనకుఁ దోఁచుటయే కారణము. పింగళి సూరన్నగారికి ముందుదంతములలో నొకటి పొడుగని యొకటి పొట్టియని చెప్పును. ఆయనకు ఆలాగున గనఁబడుచుండగ నెవరు కాదనఁగలరు? ఒకనాడు తాను తన భార్యయుఁ బండుకొని యుండగాఁ దాను "దుర్గా! పోతరాజుగా రెట్లుందురని నీయభిప్రాయ?"మని యామె నడిగెను. ఈ ప్రశ్న యామె కెందులకో బోధపడదు. "పొడుగుగాను, సన్నముగాను నుందురని నే ననుకొందు"నని యామె బదులు చెప్పెను. భర్త యడిగిన నడుగునుగాక! భార్య కీ ప్రత్యుత్తర మెందులకో యంతకంటె బోధపడదు. "ఆలాగునఁ గాదు సుమీ, పొట్టిగా నుండును. తగు మాత్రమైన బొజ్జగలిగి యుండును" అని భర్త బదులు చెప్పెను. ఔనని, కాదని, భార్య భర్త లిట్లొక్క నిముసము సంభాషించుకొన్న మీఁదట భర్త - "నే నన్నమాటయే నిజమగునెడల-నదిగో-గోడబల్ల మీఁదఁ బెట్టిన మద్దెల యున్నదే. అది గణగణ మ్రోఁగును" అనుసరి కేదైన ఎలుక దానిని కదల్చెనో మరేమైన జరిగెనో తెలియదు, కాని, మద్దెల గణగణ మ్రోఁగెను. అంతనాతఁడు మహానందముగ లేచి మద్దెలను క్రిందికి దింపి దానికి బూజ లొనర్చి పోతరాజుగారి మద్దెలయని దానికిఁ బేరిడి పోతరాజుగారి గజేంద్రమోక్షాదిగాథలలోని పద్యము లన్నియు గీర్తనములుగాఁ బాడుకొనుచు మద్దెల వాయించుకొనుచుండెను. ఇది జరిగి ఇరువదేండ్లు దాఁటినది.

---

3. ముదరని లేత జొన్నకంకులను బాగా నలవగా వచ్చిన జొన్నలను ఊచబియ్యం అంటారు. వీటిని అలాగే తినవచ్చు లేదా కాసిన్ని ఉల్లిపాయలు, పచ్చిమిర్చి ముక్కలు, రవ్వంత ఉప్పు జోడించి తినవచ్చు.

అల్పాహార కాలమునం దీ కథ యతిథులకు బ్రతిదినము జెప్పుచు, అట్లు కొంతసేపు చెప్పి -

కం. పలికెడిది భాగవతమట
పలికించెడివాఁడు రామభద్రుండఁట నేఁ
బలికిన భవహరమగునఁట
పలికెద వేఱొండుగాథ పలుకగ నేలా?

యను పద్యమును చదివి “ఆహా! మహానుభావుఁడు! ఎంత మృదులముగా - నెంత లలితముగా - నెంత మనోహరముగాఁ-జెప్పినాఁడో” యని కన్నుల నీరు జలజల రాల్చుచుండును. ఊచబియ్యపుఁబదనుచేఁ జొంగలు గార్చుచున్న భుక్తిప్రియులకుఁ బోతరాజుగారి కవిత్వ మప్పుడు కావలయునా?

ఇట్లు కొంతకాల మత్యుచ్ఛ్రయముగా నా సంసారమునకు దినములు జరిగినవి. కాల మొక్క రీతిగాఁ గడుచునా? వర్షములు వెనుకఁ బట్టినవి. పంటలు తగ్గిపోయినవి. క్షామము తలసూపినది. అందువలన నతిథులు మఱింతవచ్చుచున్నారు. అందఱకు సంతుష్టిగఁ బెట్టుచునేయున్నాఁడు. అప్పులు చేసినాఁడు - పాటిపెరళ్లమ్మినాఁడు. ఇల్లమ్మినాఁడు. ఇంటిలో బాత్రసామగ్రి నమ్మినాఁడు. కోటప్పకొండమ్రొక్కుతో సంబంధించిన తన ఎడమకాలి వెండికడియ మమ్మినాఁడు. అమ్మగా మిగిలిన రెండు గేఁదెలుకూడఁ జచ్చిపోయినవి. ఇంటిలో నేమియులేదు. మట్టమధ్యాహ్న మగుసరి కిద్ద రతిథులు వచ్చినారు. ఇంటిలో నరసోలెడు గింజలు లేవు. అప్పుడు భార్యయొద్ద కాతఁడు పోయి ఇప్పుడు వచ్చిన యతిథుల బూజించు టెట్లు? - అని యడిగెను. పసుపురాచిన దారమును మెడను గట్టుకొని మంగళసూత్ర మిచ్చి “ఇది యమ్మి వారికిఁ గావలయు సామగ్రిని తెండు. అమ్మాయి చల్దియన్నము తినినది. మన మీ దినము భుజింపవలదు. వారికి సాయంకాలము కాకుండ భోజనముపెట్టి పిల్లను దీసికొని రాత్రి యెటకైన బోవుద”మని భార్య పలికెను. మంగళసూత్రమునకు రెండు వరాలు కాఁబోలు వచ్చినది. కొంత వ్యయపరచి యా యతిథులకు సంతుష్టిగా భోజనము పెట్టి శిష్టాన్నము కొంత సాయంకాలమునఁ గూఁతునకుఁబెట్టి, తాము తినక, వా రా రాత్రి యెవ్వరితోడను జెప్పకుండ వెడలిపోవఁ బ్రయత్నించిరి.

కాని, ఈ యూరనున్న యొక సంపన్ను డీ యంశమును గర్ణాకర్ణిగా విని యాయనయొద్ద కా రాత్రి వచ్చి “సుబ్బరాజుగారూ! మీకు దుర్దినములు వచ్చినవి. దరిద్రతకంటె దుస్థితి లేదు. మిమ్ము నేను గనిపట్టుదును. మీరెక్కడికిని బోవలద”ని

చెప్పెను. “ఓయబ్బ! దుష్టదినములు మాత్రము మమ్మేమి చేయఁగలవయ్యా! దరిద్రము పోతరాజుగారు పడలేదా? ఆయనకంటె మే మెక్కువవారమా? ధర్మబుద్ధిచే నౌకరు నా కింత పెట్టగ నేను దినువాఁడను గాను. పోతరాజుగారిని రక్షించిన యొంటిమెట్ట కోదండరామమూర్తి[4] మమ్మేల రక్షింపకుండును? అడవులుబట్టి పోవుదుము. నాయనా! పోతరాజుగారు “అడవి రక్షలేని యబలుండు వర్ధిల్లు, రక్షితుండు మందిరమునఁ జచ్చు”నని చెప్పినారు. మమ్మడ్డు పెట్టకుము. కాని నా దొక్క కోరిక యున్నది. ఎవ్వరైన నతిథులు వచ్చునెడల నీవు వారిని చేతనగునంతవఱ కాదరించుచుండుము. అట్లు చేయునెడలఁ బోతరాజుగారు సంతసింతురు” అని చెప్పి యాతని పంపివైచి, ఇదివఱకుఁ దాను వ్రాసిన తాటాకు గ్రంథము లన్నియు నటుక మీఁదఁ బదిలముగా దాఁచి, తాను వ్రాసిన పోతరాజుగారి భాగవతమును దేవతార్చనపు బెట్టెతోఁగూడ నంగవస్త్రమునఁ జుట్టి తలపైఁ బెట్టుకొని, పోతరాజుగారిమద్దెల వీఁపునఁగట్టుకొని, గంటము మొలలో బెట్టుకొని, కూఁతునెత్తుకొని, భార్యచేయి పట్టుకొని –

కం. శ్రీకంఠచాపఖండన
పాకారి ప్రముఖవినుత భండన విలస
త్కాకుత్థ్సవంశ మండన
రాకేందు యశోవిశాల రామనృపాలా!

యని పఠించుకొనుచు వెడలిపోయెను.

❖ ❖ ❖

అది మహ్మదీయుల రాజ్యము. ఆ యూరిపే రేదో తెలియదు. జోడుగుఱ్ఱాల

---

4. వాసుదాసుగారు (వావిలికొలను సుబ్బరావు) పోతన వరంగల్ జిల్లాలోని బమ్మెర గ్రామస్థుడు కాదని, కడప జిల్లా ఒంటిమెట్ట గ్రామవాసియని, ఆయన ఆరాధ్యదైవం ఒంటిమిట్టలో వెలసిన కోదండరాముడు అని వాదం లేవదీశారు. ఆంధ్రభాగవతంలో తెలంగాణా మాండలికపదాలు లేవని, దత్తమండలపు వ్యావహారిక పదజాలమే ఉందని కష్టపడి శోధించి పుంఖానుపుంఖాలుగా వ్యాసాలు రాశారు. పోతన నివాసం గురించి పెద్దవివాదం నడిచింది. రచయితలు, విమర్శకులు ఒంటిమిట్ట పక్షం, బమ్మెర పక్షంగా చీలిపోయి హెూరాహెూరీగా వ్యాసపరంపర గుప్పించారు. పానుగంటివారు ఒంటిమెట్ట పక్షం.

బండిమీఁద నవాబుగారు బయలుదేరి – 'కాసు' తోఁటc[5] జూచి తిరుగ నింటికిఁ బోవుచున్నారు. ఆ దారిలో బ్రాహ్మణుఁడు నిలువఁబడి యున్నాడు. గుఱ్ఱపుబండి వచ్చుచున్నది. "ఓయబ్బా! ఆపవయ్యా బండి! ఒక్కటే పరుగా?" యని బండివాని కాతఁడు కేక వైచెను. బండియాఁపక యాతఁడు తోలుకొనిపోవుచుండగా నా బ్రాహ్మణుఁడు గుఱ్ఱపుఁగళ్లెములను బట్టుకొని బండి నాఁపెను. గుఱ్ఱములు బెదరుచున్నవి కాని వానిని గదలనీకుండ నాతఁడు పట్టుకొనియున్నాఁడు. ముందుఁ గొంతదూరము పోయిన తురుపు సవారులు[6] వెనుకకు దిరిగిరి. మరికొందఱు జనులు మూఁగిరి. నబాబుగారు బండి దిగినారు. ఆయనయొద్ద కాతఁడు వెళ్లి "మాయబ్బ! నీవేనఁటయ్యా! ఈ చుట్టుపట్ల పొలాలకంతకును రాజవు? సరేకాని, నాకేమైన భత్య మేర్పాటు చేసి, తాటాకు గ్రంథాలు వ్రాయింపరాదఁటయ్యా! నాకు జరుగుబాటుగను నుండును; నీకు ఖ్యాతిగాను నుండును. సుఖముగా గూరుచుండి వ్రాయుదును. నీ కచ్చేరీలోనికి నన్ను రానీయరని నిన్నుఁ జూచుట కీడకు వచ్చినాను. ఎవరేమి చెప్పుకొందురో వినవచ్చును. బండి నిమ్మళముగాఁ దోలించుకొనరాదయ్యా" యని నబాబుగారితో బలికెను. బ్రదుకుదెరువుకొఱకుఁ బ్రభుని ప్రథమమున సందర్శించి నప్పటి సంభాషణ మిట్లున్నది. పాపము! భటత్వ మెఱుఁగునా? ప్రభుత్వ మెఱుఁగునా? మన్నన యెఱుఁగునా? మార్దవ మెఱుఁగునా? మర్యాద యెఱుఁగునా? మాటతీరెఱెఁగునా? అయ్యో! వట్టి జానపదుఁడు. రూపమున మోట. వస్త్రమున మోట. పలుకున మోట. వట్టి నిష్కల్మషుడు. అమాయకుడు. మనసున నొకటి నోట నొకటి యున్నదా? శుద్ధసత్యకాలపువాఁడు. ఋషివిగ్రహుఁడు. హరిహరీ! ఇప్పటి ఇంద్రజాల మహేంద్రజాల మహామహోపాధ్యాయులలోనివాఁడా? ఇప్పటివారిలోఁ గొందఱు సత్యసంధులకుఁ దక్క దఱచుగా నెవ్వరినిఁజూచినను నొసలు వెక్కిఁరింపు. నోరిగిలింపు. మొగమొదుట

---

5. రాజు స్వంతఖర్చు కోసం రాజ్యకోశాగారంపై ఆధారపడకుండా రాజకుటుంబం వరకు స్వంతఆస్తి ఏర్పాటుచేయటం రాజ్య ఆర్థిక విధానంలో ఒక పద్ధతి. దీనిని శుక్రనీతిసారము, చాణక్యుని అర్థశాస్త్రం సూచించాయి. ప్రపంచంలో రాజరిక వ్యవస్థ ఉన్న దేశాలన్నింటిలోనూ ఈ విధానం వుంది. ప్రభుత్వ ఆస్తి వేరు, రాజకుటుంబం ఆస్తి వేరు. రాజుగారి స్వంతఆస్తిని ఫారశీలో 'సర్ఫ్–ఎ–ఖాస్' అంటారు. దీనిని పానుగంటివారు క్లుప్తంగా 'కాసు' అన్నారు. నవాబు స్వంతతోటకు వ్యాహ్యాళికి వెళ్లి ఇంటికి తిరిగివస్తున్నాడు.

6. రాజు కోటనుండి బయటకు వెడలినప్పుడు రక్షణగా వెనుక, ముందు ఉండే గుఱ్ఱపుదళం 'తురుపు సవారీ' (కాన్వాయ్).

నమస్కారములు. వెనుకఁ దిరస్కారములు. పలుకు తేనెపట్టు – పిడికిలి కోతిపట్టు. పెదవిపై మందహాసము. హృదయమునఁ జండ్రహాసము. ఆతఁడిట్టివారిలో వాఁడా? తన కుపకారపుమాట యేదో యెఱుఁగఁడు. ఎదుటివాని కపకారపుమాట యేదో యెఱుఁగడు. మనసులో నేది సత్యమని తోఁచునో యది పైకి రావలసినదే. ఆ వచ్చుటలో నొక సొంపులేదు. సంతనలేదు. నీటులేదు. మాటలేదు. వట్టికఱ్ఱపడి కంకరఱాతి పాకముతో రావలసినదే! ఆతఁ డనిన మాటలు విని నబాబుగారు కొంత నిశ్చేష్టితులై యూరకుండిరి. నబాబుగారివంటివానిని సుబ్బరాజుగారెట్లు చూడలేదో, సుబ్బరాజుగారి వంటివానిని నబాబుగా రట్లు చూడలేదు. "మాయబ్బ అదేమి చూపయ్యా!

'కారే రాజులు రాజ్యముల్ గలుగవే గర్వోన్నతిం జెందరే?
వారేరీ సిరి మూటఁకట్టుకొని పోవంజాలిరే భూమిపైఁ
బేరైనం గలదే శిబిప్రముఖులున్ బ్రీతిన్ యశస్కాములై
యీరే కోర్కుల వారలన్ మఱచిరే! యిక్కాలమున్ భార్గవా!

యని పోతరాజుగారు సెలవిచ్చిరయ్యా! అడుగక యఱువదియేండ్ల కడిగినానయ్యా! నీ పొలాలన్నియు నాకూఱకే యిచ్చినను నా కక్కఱలేదు. ఏదో కొలువు చేయించు కోవయ్యా! ఎందుకింత యోజన? నీవిచ్చు భత్యము నాకేమియు నక్కఱలేదు. వింటివా? పూటకొక్క యతిథి కన్నముపెట్టి మిగిలిన గంజితో నా కూఁతురును రక్షించుకొందును. నేను నా భార్యయు పస్తులుండెదము. కాదేని కాయయో కసరో తినుచుందుము. మా మాటకేమి?" అని బ్రాహ్మణుడు పలికెను. ఇంకను నబాబుగారు నిల్వుగ్రుడ్లు వైచుకొని చూచుచుండగా "నీతో నాకేమి పోవయ్యా – రాజన్నప్పుడు పోతరాజుగారే రాజుగాని నీవెక్కడి రాజువయ్యా" యని యాతఁడు పోబోవుసరికి నబాబుగారు భటులకుఁ గనుసన్న జేసిరో యేమో కాని నల్వురు భటులు సుబ్బరాజుగారిని సున్నములోని కెముకలేకుండఁ గొట్టిరి. సుబ్బరాజుగారు 'రామ రామ' యనుచు నా దెబ్బలన్నియు నే మాత్రము తిరుగుబాటయిన లేకుండ కన్నయినఁ జిట్లించుకొనకుండ సహించెను. మరియొక భటుఁడింతలో వచ్చి యాయన జన్నిదమును ద్రెంపఁబోవగ నాతని నెత్తిపై తన గంటము మొదటితోఁ గొట్టెను. వాఁడు గిలగిలలాడుచుఁ గ్రిందఁబడిపోయెను. అంత సుబ్బరాజు గారు కారాగృహమందుంపఁ బడిరి. నబాబుగారు తమ మహలునకుఁ బోయిరి.

❖ ❖ ❖

స్ఫోటకపు వ్యాధులచే, విషూచి వ్యాధులచే నా మహమ్మదీయ గ్రామమంతయు నిండియున్నది. జనులు కుప్పతిప్పలుగాఁ జచ్చుచున్నారు. బండ్లమీదఁ వైచి శవము

లను దీసికొని పోవుచున్నారు. సుబ్బరాజుగారి కారాగృహమున కొక్క నలుబది బారల దూరములో నొక కానుఁగుచెట్టున్నది. అది వీధి ప్రక్క నున్నది. దానిక్రిందనే, దుర్గమ్మ యామెకూఁతుతో నివసించుచున్నది. తనకుఁ, దనభర్త కన్నము లేకపోయినను ఏ జిరుగడమో (చిలకడదుంప) కల్తిపెండలమో తిని కాలక్షేపము చేయఁగలరు. కాని, అయిదేండ్లపిల్ల యట్లు బ్రదుకఁగలదా? ఆ పిల్లను సంరక్షించుట కామె యెచ్చటనైనను దాస్యమున కొప్పుకొని చేయవలయును గదా? ఎక్కడెక్కడఁ దిరిగినను సదుపాయమగు నౌకరి దొఱకలేదు. తుద కొక్కయింట నెల కొక్కవరా జీతమున కొప్పుకొని యా యింటను స్ఫోటకపువ్యాధిచే బాధపడుచున్న యొకకాంత కుదయమునుండి సాయంకాలమువఱ కుపచారము చేయుట కంగీకరించెను. మాసవేతనములోఁ దీర్చుకొను పద్ధతి మీద నొక్కమాడ ముందుగాఁ దీసికొని పిల్లదానికిఁ గావలయు సామాగ్రి కొని కుండతోఁ దెల్లవాఱకముందే రవంత వండి, కూఁతునకు బెట్టి, దానిని దండ్రి గారాగృహము గుమ్మము వెలుపల విడిచి తాను సేవకుఁ బోవుచుండును. ఇట్లు పదునైదు దినములు గడవకుండ నామెపిల్లకు జ్వరము వచ్చెను. పుచ్చుకొన్న మాడ కింకను రెండు దినముల సేవ బాకియున్నది. ఋణము తీర్చుకొనకుండ రాదనియు, నుచితముగ నెవ్వరి సొమ్మును దీసికొనఁగూడదనియు నా జ్వరము తోడనే పిల్లను గారాగృహాంగణమున విడిచి సేవకుఁబోయి యా బాకీ తీర్చుకొని, యంతటినుండి సేవకు రాఁజాలనని చెప్పెను. పిల్లకు స్ఫోటకము వచ్చినది. రెండీఁతాకులు అడ్డు కట్టుకొని యా చెట్టు క్రిందనే వాని చాటునఁ బిల్లను బెట్టుకొని కంటికిమంటి కొక్కధారగా నేడ్చుచుండును. తండ్రి కారాగృహమందు భీష్మస్తవరాజమును (విష్ణుసహస్రనామము) జదువుకొనుచుండెను. ఇట్లుండగా బైట చాటున గుడ్డలలోఁ బిడ్డను బెట్టుకొని యొక్కనాఁ డుదయమున దుర్గమ్మ కారాగృహము నొద్దకువచ్చి పిల్లను తండ్రికి జూపి యేడ్చెను. ఉదయ మయిదుగంటలకు యా పిల్ల మరణించెను. మృతినొందిన తన కూఁతును రోదనమును చేయుచున్న భార్యను గాంచి కన్నులనుండి జారిన ఇందుపగింజలంతటి రెండు బాష్పముల నట్టె త్రోసివైచి– "ఓయబ్బ! ప్రపంచ మిట్టిదని యెవరెఱుఁగరు? తొందరపడకు. ఒంటిమెట్ట కోదండరాముఁ డిచ్చినాఁడు. ఆయనయే తీసికొన్నాడు. ఓయబ్బ! తన సొమ్ము తాను దీసికొనఁడేమి? పోతరాజుగారి మాటయందు నాకున్నట్లే నీకుఁ బ్రమాణబుద్ధి యున్నది కావునఁ జెప్పెదను.

'మచ్చిక వీరి కెల్ల బహుమాత్రము చోద్యము! దేహి పుట్టుచుం
జచ్చుచు నుండు జూచెదరు చావకమానెడువారి భంగి నీ
చచ్చినవారి కేడ్చెదరు చావున కొల్లక దాఁగవచ్చునే?
యెచ్చటఁ బుట్టె నచ్చటికి నేగుట నైజము ప్రాణికోటికిన్'

అందువలన నిప్పుడు మనయమ్మ వైకుంఠమున నున్నది. నే నెఱుఁగుదును. నాకు రాత్రియే తెలిసినది" అనెను. ఇంతలో "స్ఫోటకపుశవము నిచటికిఁ దీసికొని రాఁగూడదు. పోపో" యని భటు లామెను బెదరించిరి. ఆమె యేడ్చుచు, "నాయనలారా! పోవుదును, క్షమింపుఁ"డని భర్త వంక తిరిగి "ఎవ్వరికైన నొకటంక మిచ్చినఁగాని ఈ పిల్లకు దరువాతి కర్మము జరుగదు. నాయొద్ద నేమియు లేదు. నేనే తీసికొనిపోయి నా చేతులతోనే ఈ పని చేయవలయునా?" యని గోలున నేడ్చుచుఁ దటాలునఁ బోయెను. ఆమె యేడ్పుచూచి భర్తగుండెలే కావు – బ్రహ్మాండగోళ మంతయు గడగడ వడకినట్లయ్యెను. నిజమైన యాపద వచ్చినప్పుడు – అందులో మహాపతివ్రత కాపద వచ్చినప్పుడు – ఆ యాపద కన్నకడుపుతోఁ జేరినప్పుడు – పునాదులతోఁ బెల్లగిల్లునట్లు ప్రకృతిఁ కంపించు ననఁగా నాశ్చర్యమేమి? అంత సుబ్బరాజుగారు–

'లావొక్కింతయు లేదు ధైర్యము విలోలంబయ్యెఁ బ్రాణంబులున్
ఠావుల్దప్పెను మూర్ఛ వచ్చె తనువున్ డస్సెన్ శ్రమం బయ్యెడిన్
నీవే తప్ప నితః పరం బెఱుఁగ మన్నింపందగుం దీనునిన్
రావే ఈశ్వర! కావవే వరద! సంరక్షింపు భద్రాత్మకా!'

యను పద్యమును జదువుకొని కొంత శాంతపడి రామనామస్మరణ మొనర్చుకొను చుండెను.

❖ ❖ ❖

సుబ్బరాజుగారి గంటపుదెబ్బ తినిన భటుఁ దిరువది దినములు బాధపడి మరణించెను. ఖూనీ నేరము చేసినందులకు సుబ్బరాజుగారిని నబాబుగారింక శిక్షింప వలసియున్నది. విచారణ కొక్కదినమున నాయనను నబాబుగారి కచ్చేరీకి దీసికొని పోవుట కేర్పాటయినది. వకీళ్లు కావలయునా? దస్తావేజులు కావలయునా? సాక్ష్యము కావలయునా? నబాబుగారి యెదుటనే కదా నేరము జరిగినది! భీష్మైకాదశీ దినమున విచారణ జరుగనైయున్నది. ఆ యుదయముననే దేఁకుకొనుచు నాతనిభార్య కారాగృహము నొద్దకు వచ్చి భర్తను గాంచి "నా కీ యుదయముననుండి వాంతులు బేదు లగుచున్నవి. నా తను వీ సాయంకాలమువఱకు నిల్చునని తోఁపదు. నడువలేక ఇట్లు దేఁకుకొనుచు వచ్చితిని. సర్వథా యనుగ్రహ ముంపవలయు"నని లోయేటఁ బడిన గొంతుతోఁ బలికెను. భార్యను గాంచి భర్త కొయ్యవారెను. ఒక్క నిముసమునకుఁ బ్రజ్ఞఁగాంచి చూచుసరికిఁ దనపాదముల నాయసశలాకలనుండి యావలకు లాఁగి వానిని గన్నులందుఁ జేర్చుకొని "శ్రీరామచంద్రపరబ్రహ్మణే నమః" యని భార్య

యనుచున్నది. భర్తకుఁ గంటివెంట నీటిచుక్క లేదు. భార్య కంతకంటె లేదు. అతి శుష్కమైన వస్తువునకైన రసమున్నది. అతినీచమైన కార్యమునకైన రసమున్నది. అగ్నిజ్వాలలకైన రసమున్నది. కాని యతిదుఃఖమున రసము లేదు. "మీ పాదసన్నిధిని నాకు మరణింపవలయునని యున్నది. కాని ఈ వ్యాధిగల నన్నిక్కడఁ గొంతసేపైన నుండనీయరు. భటులు పొమ్మనకుండనే స్వామీ, వెడలిపోదును. నమస్కారము" అని యామె దేఁకుకొనుచుఁ బోయెను. ఆమె యేమనుకొనుచుఁ బోయెనో, యాయన యేమనుకొనుచుఁ గొట్టులోనుండెనో వారికే తెలియఁదగినది. అంత –

కం. కలఁడందురు దీనులయెడఁ
గలఁడందురు పరమయోగిగణములపాలన్
గలఁడందు రన్నిదిశలను
గలఁడు కలండనెవాఁడు కలఁడో! లేఁడో!

యని చదువుకొనుచు, నిట్లు గలిగిన సందేహమును వెంటనే పరిహరించుకొని,

కం. నీ పాదకమలసేవయు
నీ పాదార్చకులతోడి నెమ్మి నితాంత
శ్రీపాదకమలసేవయుఁ
దాపసమందార! నాకు దయసేయఁగదే!

యని ధ్యానించుకొనుచుండెను. ఇంతలో విచారణకొఱ కాయనను గచ్చేరీకిఁ దీసికొని పోవు భటులు వచ్చిరి. వా రాయనను దీసికొని పోవుచుండగా "ఆ కానుఁగుచెట్టు క్రింద నన్నొక్కసారి నిలుపవయ్యా! నా భార్యను చూచివత్తు"నని వారిలో నొక్కని నాతఁడు కోరెను. వా రంగీకరింపక చెట్టుప్రక్కనుండియే యాతనిఁ దీసికొని పోవుచుండ "దుర్గా! దుర్గా!" యని సింహగర్జనమునఁ బిలిచెను. పలుకలేదు. ఆమె మరణించెనని నిశ్చయపఱచుకొని 'కోదండరామప్రభూ' యని యొక్క కేకవైచి "ఓ కానుఁగుచెట్టా! నా దుర్గను, నా బిడ్డను నేను బోషించుకోలేని దినములలో నీవు నీడనిచ్చి వారిని బోషించితివి. దిక్కుమాలినదైన నా భార్య కళేబరము ప్రక్కనుండియే దానిని జూడకుండ నేను బోవుచున్నాను. నీవట్టిదానవు కావు. నీవింక నామెయొద్దనే కనిపెట్టుకొని యున్నావు. నీవే నాకంటె ధన్యత కలదానవు. నీకు ఉత్తరజన్మమున మహోత్కృష్టమగు జన్మము సిద్ధించుగాక" యని నడచుచునే చెట్టును దీవించి కచ్చేరికిఁ బోయెను. కచ్చేరిలో విచారణ యేమున్నది? "నీవు మా భటుని గంటముతోఁ గొట్టి చంపితివి. నీకు మరణశిక్ష యేల విధింపగూడదో చెప్పుకొందువా?" యని నబాబుగా రాయనను నడిగిరి. "ఓయబ్బ!

గంటపుదెబ్బకే చచ్చిపోయినాఁడయ్యా! గట్టిగాఁ గొట్టనేలేదయ్యా! మాయబ్బ! ఎన్ని గ్రంథములు వ్రాసిన గంటమయ్యా! ముందుజన్మమున వాఁడు మంచికవియై పుట్టును. ఈడను మంచిమేలు పొందుటకే యాడకుఁ బోయినాఁడని నమ్మవయ్యా! మఱి నన్నేదో చెప్పుమంటివెందుకు? నన్నడుగు టెందుకు? నీ యిష్టము వచ్చినట్లు చేసికోవయ్యా! అడిగియడిగి నీవే మాత్రము చేయఁగలవయ్యా? పోపో!" యని కచ్చేరీ నుండి పోవుటకుఁ బ్రయత్నింప భటులాయనను బట్టుకొనిరి. ఇంత గర్వి, ఇంత పొగరుబోతు, నింత దుర్మార్గుఁడు లేఁడని యచ్చటివారంద ఱనుకొనిరి. ప్రజల యభిప్రాయముల సౌష్ఠవము, సౌభాగ్యము నిది. ఈ యంశమునందే కాదు. అన్ని యంశములందుఁ గూడ నిట్టిదే – అతని తల నఱకవలయునని నబాబుగారు భటుల కాజ్ఞాపించెను. "ఓయమ్మ! ఇంతేకద! ఈ మాత్రానికి నన్నీడకుఁ బిలిపించు టెందుకయ్యా!" యని యా బ్రాహ్మణుఁడు పలికెను.

భటు లాతనిని వధ్యస్థానమునకుఁ గొనిపోయిరి. తలారి కత్తిచేతఁ బట్టుకొని యాతని మొగముగాంచి గడగడ వడఁకి నేనీ పనిని జేయఁజాలనని కత్తి నావలఁ బాఱవైచెను. ఏల నఱుకలేవని నబాబుగా రాతని నడుగ "అతని రూపము నాకేమో భయంకరముగా నున్నది. నా చేతులాడకున్న"వని యాతఁడు నబాబుగారి పాదములపై బడెను. "నీ వాతనిని నఱుకకుండునెడల నిన్ను ముందు నఱికింతు"నని నబాబుగా రాతనిని బెదరించిరి. అంత నాతఁడేమి చేయఁగలఁడు? గడగడ వడకుచు సుబ్బరాజుగారి కంఠమున 'బిస్మిల్లా' యని కత్తి విసరెను. కంఠము తెగలేదు. మరియొకసారి చొఱవ తెచ్చుకొని వైచెను. తెగలేదు. "ఓయబ్బ! నీవలనఁ గాదయ్యా. భాగవతము తలమీఁదనుండగాఁ దల తెగుననియే యనుకొంటివటయ్యా! నీ బొందపడ! ఎక్కడనో యడవిమృగమువలె నున్నావు. విను. నీవేమియు గష్టపడకు. వెనుకకు విఱిచి కట్టిన నా చేతులు విప్పవయ్యా. భాగవతము తలమీఁది నుండి దింపుదును. తరువాత సుళువుగా సుఖముగా నఱుకుదువు కాని – ఎందుకింత యోజన" అని సుబ్బరాజుగారు పలికిరి. చేతులు విప్పుమని నబాబుగారు భటులకు సంజ్ఞ చేసిరి. అంత సుబ్బరాజుగారు కొన్నిపాటి ప్రయాణము నుండి యీ నిముసము వరకుఁ దలఁమీదనే కట్టుకొనియుంచిన భాగవతమును దీసి, కన్నుల కద్దుకొని దూరముగనుంచి దానికిఁ బ్రదక్షిణ మొనర్చి సాష్టాంగ మాచరించి లేచి "కోదండరామ ప్రభూ!" యని బ్రహ్మాండకటాహ మదరున ట్టొక్కకేకవైచి చాపచుట్టగఁ గ్రిందఁబడి ప్రాణములు విడిచెను. కత్తితో భటుఁడింక నరుకుట ఎందుకు? ఆతఁడెట్లు మరణించెనో? యని యందఱ కాశ్చర్యముగా నున్నది. పరీక్షించి చూడగ నాతనినోటి నుండి రక్తమొలికినది. పిడుగుపడినట్లు కోదండరామప్రభూ

యని యాతఁడు వైచిన కేకతో గొంతులోని రక్తనాళము తెగి యా రక్తపుఁజుక్కలు వాయుద్వారమున బోవుటచే నూఁపిరియాడక నిముసములో మరణ మీతనికి సిద్ధించిన దని యటనున్న వైద్యుడు Scientific Explanation (శాస్త్రీయ సమాధానము) చెప్పి తన పాండిత్య మందఱకుఁ దెలిసినదో లేదో యని యటునిటు చూచెను. పరమాత్ముని యాజ్ఞ యయినది కావునఁ బ్రాణములు దేహమును వదలిపోయినవని చెప్పగ నందఱకును దెలిసినమాట.

సుబ్బరాజుగారు మరణించి రనుమాట చెవినిబడగనే కన్నుల కేదైనఁ గనబడెనో కడుపులో నేమైన గుబులు పుట్టెనో కాని గడగడ వడఁకి బొరున నబాబుగా రేడ్చిరి. వారికంటె ముందుగాఁ గాఁబోలు వారి భటులేడ్చిరి. అచ్చటి ప్రజ లందఱకంటె ముందుగాఁ గాఁబోలు నేడ్చిరి. అంద ఱేడ్చుచున్నారు. ఎందుల కేడ్చుచున్నారో ఎవ్వరు నెఱుఁగరు? ఏది? ఆ సమయమున నెవ్వరికైన మతు లున్నవా? చైతన్యము లున్నవా? గోలుమన్న రోదనము తప్ప నంతకంటె నేమియు లేదు. అంతయుఁ దీఱిన తరువాత నేడ్చిన లాభ మేమి? సుబ్బరాజుగారికథ విన్నవారికే కన్నులు చెమ్మగిల్లవలసి యుండగ నాయనకతను జూచినవారికిఁ గడుపు చెఱువయ్యెననఁగ నాశ్చర్యమేమి? నబాబుగారేమో రామభక్తుఁడైనాఁడట. అగుఁగాక. రామభక్తు లెందఱులేరు. వారిలో నాతఁ డొకడు. సవాకోటి జంగాలలో నొక బోడిలింగము లెక్కయేమి? ఆర్యావర్తదేశమున నా రామచంద్రమూర్తి మాహాత్మ్య మెఱగని నరుఁ డెవ్వఁడు? నరునివఱ కెందులకు? కోతి నడుగు – కొండ్రముచ్చు నడుగు – కాకి నడుగు – గ్రద్ద నడుగు. అంతవఱకుఁ గూడ నెందులకు? చెట్టు నడుగు – పుట్ట నడుగు – ఱాతి నడుగు – అప్ప నడుగు – దేశమంతటను రామనామము శతకోటిజిహ్వలతో మాఱుమ్రోఁగుచున్నది. రాముఁడు లేని చోటేది? రామునిగూర్చి యొకానొకఁ డిట్లు పలికినాఁడు.

సీ. వీధి పురాణంపు వేదికపై నీవు,
పారాయణపుఁ బీటపైని నీవు,
దృశ్య ప్రబంధంపుఁ దెరల సందున నీవు,
మృతివార్త శ్రుతిఁబడ్డ యెడను నీవు,
గొల్లసుద్దుల ఱేకు డొల్లలందున నీవు,
యక్షగానపుఁ జిందులందు నీవు,
చండాలు బుజముపై మొండితంబుర నీవు,
తోలుబొమ్మల సంతగోల నీవు,

పడుకగదుల గోడల నీవు, భక్త హృదయ
రసనలను నీవు, యాయావరతను నీవు–
సృష్టి నీమయమో? నీవు సృష్టిమయమొ?
యెట్లయిననేమి? రామ! రక్షింపుమయ్య!

(1921, ఆంధ్రపత్రిక ఉగాది సంచిక)

షష్టిపూర్తి జరుపుకున్న పానుగంటి

___

ఇదే కథ 'ఒక కథ' శీర్షికతో సాక్షి వ్యాసాలలోనూ ఉంది (పుట. 1042). పానుగంటి ప్రచురించుకొన్న సాక్షి వ్యాసాల ప్రథమముద్రణలో ఈ కథ లేదు. వావిళ్లవారు ప్రచురించిన ద్వితీయముద్రణలో చేరింది. ఈ కథ పానుగంటికి బాగా ఇష్టమేమో, 'సుబ్బరాజు' పేరుతో చిన్ననాటకంగా కూడా రాశారు.

శ్రీరామా!

“ఓలమ్మోయి! ఓలప్పోయి” యని కీళ్లనెప్పులచే మూల్గుచు నులక మంచముపై బరచిన ప్రాంతకంబళిపైఁ జిన్నపీఁటఁ దలక్రిందఁ బెట్టుకొని ప్రక్కబారుగఁ బండుకొని యున్న మొసలిమొగపుఁ జంద్రవదన కుడిచీలమండ కమృతాంజ నమును రాయుచు రామరావు కాళ్లకడనున్న చేఁదత్రాళ్ల వరుసపై బొటనవ్రేళ్ల మోపి కూరుచుండెను. “అబ్బ! నిమ్మళమయ్యా యని చెప్పఁగ నంతగట్టిగ రాచెదవేల? మనుష్యుఁడవు కావా? దున్నపోతవా?” యని యా వృద్ధవేశ్యామాత రామరావును దిట్టి యెడమపాదముతో నట్టె తన్నెను. సుఖాసీనుడుఁ కాకపోవుటచే కాఁబోలు హఠాత్తుగ లభించిన పాదతాడనమున నాతఁడు మంచమునుండి క్రిందికిఁ బడిపోయెను. పడుచువాడు కావున వెంటనే కందుకమువలెఁ బైకుబికి “నన్నుఁ దన్నెదవా” యని యాతఁడు ముసలిదానిపై దీంర్ఘించెను.

“ఏమోగోల! దిక్కుమాలిన కొంప-ఎండవేళ రవంతసేపు నడుము వ్రాల్చెద నన్న నొక్కటేయల్లరి కదా! మీ మొగములు మండ” యనుచుఁ జివాలున గదితలుపు తెఱచి, యెడమయరచేతి నెండకాపునకై చికిలికన్నుల కడ్డము పెట్టుకొని, పైఁట మోచేతి లోవంపువఱకు జాఱి వ్రేలాడ, నిదురమబ్బున వదలిపోయిన కచ్చను బ్రక్కబారున వంగి కుడిచేత సర్దుకొనుచు గదిముందరి చిన్నయరుగు మీదికి వచ్చి సరసిజాక్షి నిలవబడెను. “సరమ్మా! చూచినావంటె! నీ మగఁడు నన్నుఁ గొట్టబోవు చున్నాఁ”దని కూఁతుతోఁ దల్లి మొఱపెట్టుకొనెను. “నన్నుఁ దన్నినప్పుడు నేను దానిపైఁ గోపపడుట తప్పా?”యని రామరావు తనకు జరిగిన పరాభవమును సరసిజాక్షితో విన్నవించు కొనెను. “నేను నిన్నుఁ దన్నితినా? ఒట్టుపెట్టుకొని చెప్పఁగలవా? ఒక్క కొడుకును బెట్టుకొని బ్రదుకుచున్నావు. అడ్డుగోడమీఁది చీట్లపేక నెత్తిపై బెట్టుకొని ప్రమాణము చేయు”మని చంద్రవదన రామరావును గద్దించెను. “అత్తయల్లుర పరిహాసములా? ఏడ్చినట్లేయున్నది. నీకు సిగ్గు లేదు. అతనికి సిగ్గు లేదు. తిండికిఁ బూటకూటింటికిఁ బోయినవాఁడవు వెంటనే రాక యింతయాలస్య మేల చేసితివి? ఇంటికిఁ బోయితివి కాబోలు? నీ యిల్లు మాసిపోను! నిన్నెంత నెత్తిమీద బెట్టుకొన్నను, నీ కింటిదృష్టి మాత్రము చచ్చినసైన వదలదు. నాకే బుద్ధి లేక వలపులాడినై దేవులాడుచున్నాను”

అని సరసిజాక్షి రామరావునకు సంసార పరిత్యాగమును గూర్చి సంక్షేపముగ బోధించి స్ఫోటకపుమచ్చలచే మొక్కజొన్నపొత్తివలెనున్న మొగముపైఁ బీఁచువలె ముంగురులు వ్రేల గిరుక్కున గదిలోనికి బోయెను. "మాట తప్పినచో వీఁడు బ్రాహ్మణుఁడు కాఁడు, ఏమనుకొన్నావో? గాయత్రి తోడు, ఇంటికిఁ బోయితినను చున్నావా? నాకేమి బుద్ధి లేదనుకొన్నావా? అయినయింటివాఁడను గాననుకొన్నావా? అడుగు, మంతురసాని నడుగు. ఆసుపత్రికి మీయమ్మకు మాత్రల కొఱకుఁ బోయితినో లేదో, సర్జనుగారి బిడ్డ సమర్తాడుటచేత నాతఁ డాలస్యముగ వచ్చినాడు. రెండు మాత్రలు తెచ్చి మీయమ్మ కిచ్చితినో లేదో మీయమ్మ నడుగు" మని పలుకుచునే రామరావు గదిలోనికిఁ బోయెను.

సర: నెలకొక రూపాయ నల్లమందుకొఱ కా ముండ మొగమునఁ గొట్టరాదా? అది కారాలుమిరియాలు నూఱుట యెందులకు? నీవు దేవులాడుట యెందులకు? నే నిప్పించినాను గానని యాముసలిది నన్నుఁ గోసికొని తినుట యెందులకు?

రామ: ఒక రూపాయ నాకెట్లు వచ్చుననుకొన్నావు? పదునాలుగెకరాల పొలము నీ పేర వ్రాసియిచ్చితిని గదా! ఆ సిస్తేదో నీవే వసూలు చేసికొనుచున్నావు గదా! నా తిండిమట్టునకుఁ బూఁటకూటియింటిదానికి నీవే యిచ్చుచున్నావుకదా! నేను రూపాయ నెక్కడనుండి తీసికొని రాగలను? పేకయాటలో బేస్తుడబ్బులు[1] నాలుగు మిగిలినప్పుడు చుట్టలు కాల్చుచున్నాను. లేనప్పుడు లేనే లేదు.

సర: పదునాలుగెకరాల పొలమని పదేపదే దేవులాడెద వెందులకు? నా పేర వ్రాసియిమ్మని నేను గోరితినా? ఆ పొలము క్రిందటి సంవత్సరము పండినదా యేడ్చినదా? టొక్కుమని క్రొత్తకాసు పొలము నుండి రాలేదు. వంటపూట యమ్మకు నెలకుఁ బండ్రెండురూపాయలు నిత్యనిధిలాగున నిచ్చుకొనుచున్నాను.

రామ: అందులకు నేనేమి చేయవలసినది?

సర: నేనింక బూఁటకూటి సూరమ్మకు నెలముడుపులు కట్టలేను. నీ యిష్టమైన యెడల మాతోపాటు రెండుపూఁటల నాల్గుమెదుకులు తినుము.

రామ: అయ్యయ్యో! బ్రాహ్మణత్వము భగ్నమైపోదా?

---

1. పేకాటలో ఒక రకమైన తురుపు పేకాట పారిభాషిక పదం 'బేస్తు' గురించి పంతుల గోపాలకృష్ణగారు సుదీర్ఘ వివరణ యిచ్చారు. క్లుప్తంగా చెప్పాలంటే 'బేస్తు' అంటే ముందుగా డిపాజిట్ చేసిన సొమ్ము. 'తురుపు' చెప్పిన ఆటగాడు ఓడిపోతే బేస్తు డబ్బు అందరూ పంచుకొంటారు.

సర: నీ కిప్పు డుండి యేడ్చినదా?

రామ: ఏఁటేట నింటికిఁ బోయి తండ్రి తద్దినము పెట్టుచున్నాను గాదా? బ్రాహ్మణత్వమున కంతకంటె నేమి నిదర్శనము కావలయు?

సర: పోనీ తిండికిఁగూడ మీ యింటికి పోవుచుండగూడదా?

రామ: నేను బోను. ఎవరైనఁ జచ్చినప్పుడు డింటికి వెళ్లవలసినదే కాని యీలోపలఁ బోవనని ప్రతిజ్ఞ చేసికొన్నాను.

సర: మీయమ్మయొద్దఁ గొంతముల్లె యున్నదఁటే?

రామ: ఉన్న వినియోగమేమి? ఆమె చావఁబోవునప్పు డది కోడలికిచ్చును గాని నా కీయదు.

సర: చేతగాని దద్దమ్మవు. ఆమె యిచ్చుటయేమి? నీవు పుచ్చుకొనుట యేమి? నెత్తివాయఁగొట్టి యాసొమ్మేదో నీవు తీసికొనరాదా?

రామ: ఆ సొమ్మింటియొద్ద లేదు. ఎవరికో కాని మాయమ్మ బదు లిచ్చినదనుకొందును. నా కా సంగతి యేమియుఁ దెలియదు. ఆ సొమ్మువడ్డి పెట్టుకొని కాఁబోలు వారు ముగ్గురు గంజి త్రాగుచున్నారు. వారి జోలి నా కక్కఱలేదు; నా జోలి వారికక్కఱలేదు. అలాగున నా మనస్సులో నిదివఱకే స్థిరపఱచుకొనియున్నాను.

సర: అటులైన ముందుమాట యేమి?

రామ: ముందుమాట ముష్టి. బ్రాహ్మణున కది తప్పు గాదులే.

సర: చూడు. ముష్టియనగా జ్ఞప్తికి వచ్చినది. చేబియ్యపుశాస్త్రులుగారి నెఱుఁగుదువా?

రామ: నే నెఱుఁగను.

సర: ఆ! ఎఱుఁగకేమి? నల్లగాఁ బొట్టిగా నుండును. మనయూరిలోని కచ్చేరిలోఁ జెట్టుక్రింద వకాల్తిపని చేయుచున్నాఁడే! ఆయన –

రామ: సరే. ఆయనమాట యేమి?

సర: ఆయన, యావలివీధిలోనున్న సిమ్మిసానితో నన్నాఁడఁట – ఏమనియా?

రామ: ఏమన్నాఁడో తరువాతఁ జెప్పవచ్చునుగాని నే నెఱుఁగని సిమ్మిసాని యెవతె?

సర: సిమ్మిసాని నెఱుగవు? సీమంతిని. సిమ్మియని ముద్దుపేరు.

రామ: అలాగా! దానితో వకీలుగా రేమన్నారు?

సర: రామరావు సరసిజాక్షమ్మగారికి వ్రాసి యిచ్చిన పత్రము చెల్లదు. అది పిత్రార్జితమైన పొలము. మైనరు పెద్దవాఁడైన తరువాత దావా రాక తప్పదని యన్నాఁడట.

రామ: నాలుగేండ్ల గొట్టెకాయ బ్రదుకుట పెద్దవాఁడగుట ఏమో? ఎక్కడిమాట. గుండ్రాలు కూలిపోవుచున్నవి.

సర: నీ నోటివాక్యమున నట్లు జరుగు నెడల బాధయే లేదు. ఒకవేళ బ్రదికి పెద్దవాఁడైన యెడల నెట్లు?

రామ: అది పేకతోఁ జేరిన వ్యవహారమగు నెడల నేను జెప్పఁగలను గాని, యది 'లా' తోఁ జేరిన సంగతి కాబోలు నాకెట్లు తెలియును? ఆ వకీలునే యడుగలేక పోయినావా?

సర: నే నడుగలేదు కాని, సిమ్మియే యడిగినది.

రామ: ఏమన్నాఁడు?

సర: ఆ పిల్లవాఁడు రామరావుకుఁ బుట్టలేదని యెదురువాదము వచ్చునెడలఁ బత్రము స్థిరపడునని చెప్పినాఁడఁట.

రామ: ఆ వాద మెన్నడు నెగ్గదనుకో. అది యిల్లాలు. అది కాక నా కొడుకునకు నాకు మూఁడుమార్తులను భేద మేమియు లేదు.

సర: అంత యిల్లాలు - అంత మగనాలు - అంత అరుంధతియే యగునెడల నామె నేల వదలితివి?

రామ: నేను నిజము చెప్పుచున్నాను. నీ యభినయమును జూచి నేను నీకు వశుఁడనైతిని. అంతకుఁ బూర్వ మిల్లు కదలి యెఱుఁగను. కరణముగారి పెండ్లిలో మొదట నీ యభినయమును జూచితిని. అప్పటికి నా భార్య కైదవనెలచూలు. అప్పటి నుండియు నీ యధీనుఁడ నైతిని. సమయము కనిపట్టి తండ్రిగారుకూడఁ జల్లఁగ వెడలిపోయినారు. ఇఁక నేమున్నది? ఆడినది యాట, పాడినది పాట. నీకుఁ దెలియని యంశమా యేమి?

సర: చూడు రామరావు! నా యభినయమంత సొగసుగా నున్నదఁటోయి?

రామ: నీ యభినయములో జీవకళ యున్నది. నేనది యేదో తిన్నగఁ జెప్పలేకుండ నున్నాను. నీవు కోరచూ పభినయించెదవనుకో. ఆ చూపక్కడనే నిలిచిపోదు. ఆ కోర కోర కొంతదూరము వఱకుఁ బ్రాఁకిపోవును. ఏలూరిసాని యభినయమును గూడఁ జూచినాను. అది వట్టి చిట్టకట్టు; నీ యభినయములోఁ

గల్పన యున్నది, అంతేగాక ఈ యుబుకు, ఈ యొయ్యారము, ఈ రామణీయకము, ఈ రాచఠీవి, దాని యభినయమున నెక్కడివి?

సర: రామరావూ! సానిపలుకులలో సత్యమెక్కడనని లోకమందలి వెఱ్ఱిముండ కొడుకులతోపాటు నీవుకూడ నన్నుయెడలఁ జెప్పలేనుగాని నీ విద్యారసికతను గ్రహించియే నీకు దక్కితిని. నగలకేమి, నాణెములకేమి? మాన్యములకేమి, మళ్లకేమి? కావలసినది విద్య. పనికిమాలిన తనువులు! ఈవేళ పోవునెడల రేపటికి రెండు. రామరావు సరసిజాక్షికి మగఁ డన్నకీర్తి లోకములో నున్నంత కాలము నీకు స్వర్గలోకమే కదా.

రామ: స్వర్గలోకమునకుఁ బోవునెడల మాత్ర మేమున్నది? రంభయే కాదా? అది యిచ్చటనే యున్నది కాదా? ఎండపొడ గదిలోనికి వచ్చుచున్నది. తలుపు వైతునా?

సర: సరేకాని, యీ విసనకఱ్ఱ యొక్కసారి పట్టుకో. నీకుఁ గాసికిఁ బోయినంత పుణ్యము.

రామ: నాకుఁగూడ నిద్ర వచ్చుచున్నది. నేనుగూఁడ బండుకొందును.

సర: నీ యిష్టము కాని యదే నిద్రపోయెదవేమో? ఈ దినము శనివారమని తెలియునా? పశువులసంతకుఁ బోయి ముఱ్ఱుపాలు తీసికొని రావలయును.[2]

రామరావు సరసిజాక్షియు నిదురించిరి.

❖ ❖ ❖

"అమ్మా! మీ యింటిదొడ్డిలో సీమచిత్రమూల మున్నదా?" అని సాన తన ముందు పెట్టుకొని మందులసంచి విప్పుచున్న దేంద్ర వీరభద్రుడు సీతమ్మ నడిగెను.

---

2. అప్రస్తుత ప్రసంగమే అయినా యీ పశువులసంత గురించి కొంత చెప్పక తప్పదు. ఆరోజులలో పిఠాపురంలో ప్రతి శనివారం పెద్ద పశువులసంత జరిగేది. వివిధజాతుల పశువులు వందలు వేలు ఆ సంతలో అమ్మకానికి వచ్చేవట. ఈనటానికి సిద్ధంగా ఉన్న పశువులు, అప్పటికే పాలు యిస్తూ ఉన్న పశువులూ ఆ సంతకొచ్చేవి. పాలు, జున్నుపాలు చవకగా కావలసినన్ని దొరికేవట, ఆ ఒక్క శనివారంనాడు. సాక్షి వ్యాసాల లోని "పశువులసంత – స్వప్నము"కి (పుట. 324) ముడిసరుకు పిఠాపురంలోని పశువులసంతే. శ్రీపాద సుబ్రహ్మణ్యశాస్త్రిగారి స్వీయచరిత్ర "అనుభవాలూ–జ్ఞాపకాలూను" లో పిఠాపురపు పశువులసంత, అందులో పాలు దొరికే వైనం గురించి కళ్లకి కట్టినట్లు రాశారు. (మనసు ఫౌండేషన్ ప్రచురణ, 2వ సంపుటం, 2017, పుట. 813–815). ఇప్పటికీ పిఠాపురంలో శనివారపు పశువుల సంత జరుగుతూనే ఉంది.

"సీమచిత్రమూల మేలాగున నుండునో నేనెఱుఁగ"నని యామె బదులు చెప్పెను. "ఆకుజెముడాకో" యని దేంద్రధన్వంతరి యామె నడుగ నేనెఱుఁగనని యామె ప్రత్యుత్తర మిచ్చెను. "అమ్మా! నాల్గు తములపాకులు తెమ్మ"ని తిరుగ నాతఁ డడుగ తలవంచుకొని కొంతసేపటివఱకు బిక్కమొగము వైచుకొని నిట్టూర్పుపుచ్చి తములపాకులు లేవని యామె చెప్పెను. ఆకులు తెప్పించెదమన్న నడురాత్రి కొట్లు తెఱచియుండునా? ఉండిననుఁ దెచ్చిపెట్టువారెవ్వరు? ఇంటిలో నులకమంచముపై నొకముసలియామె శ్లేష్మబాధచే గోంఁడ్రించుచున్నది. ఆమెకు గుండెలు రాయుచుఁ బ్రక్కలొత్తుచుఁ, గాళ్లు పట్టుచు సీత సకలోపచారములు చేయుచుండెను. త్రైలోక్యచింతామణి రెండు గురివెందపూసలయెత్తు నీటితో నరుగదీసి చిన్నగరిటెలోఁ బోసి "అమ్మా! ఇది మీ యత్తగారి గొంతులోఁ బోయు"మని వైద్యుఁ డామెచేతి కిచ్చెను. ఆమె యట్లొనర్చెను. పిమ్మట వాఁకిటిలో వైద్యుఁడు చుట్టఁ గాల్చుకొనుచుఁ గూరుచుండెను. కొంతసేపటి కామె కాయాసము తగ్గినట్లుండెను.

"అమ్మా! సీతా! సానియింటనుండి నా కొడుకు రాఁడు. నాకుఁ గొడుకువైనను గోడలవైనను నీవే. నాయవసానమును గనిపట్టి యుండుము. పంచపాళిలో రుబ్బురోటి క్రిందఁ గొంతధనమున్నది. నా కర్చులకుఁ దగుమాత్రము వినియోగపఱచి శేషించిన దాని నెటనైన దాఁచికొని వంశాంకురమైన కుఱ్ఱవానిని బెంచుకొనుచుండుము. నీవు మహోత్తమురాలవు. పుణ్యశీలవు. నీకు భగవంతుఁడు కష్టశాంతిని శీఘ్రముగఁ జేయును. నీవు కంటఁ దడిపెట్టకుము" అని నిమ్మళముగ సీతతో నామెయత్త చెప్పెను. "అత్తా! మీ పరిచర్య నాకింక ఋణము లేకపోవునా? మీ కుమారుఁ డింటికి రాకున్నను మీ రింటిలోఁ బెద్దదిక్కుగా నుండుటచేతనే నేనును బిల్లవాఁడును బ్రదుకుచున్నాము కాని మీరు లేకున్నయెడల బ్రదుకుటెట్లు? అత్తా! కర్మాధికారియైన కొడుకు మీయవసాన మున మీయొద్ద నుండవలయునుగాని, నిర్భాగ్యురాలనైన నేనున్న వినియోగమేమి? అదిగాక నా భర్తకు మీ కవసానసేవఁ జేయు పుణ్యము లభింపక పోవునెడల నాయన యుత్తరగతికి భంగకరము కాదా? ఆయన కీ సుకృతము దక్కించుటకైన నేను వేశ్య యింటికిఁ బోయి యాయన నిక్కడకుఁ దీసికొనివత్తును. అనుజ్ఞనీయ వేఁడుచున్నాను" అని సీత తన యత్తతో మనవి చేసికొని యేడ్చెను. కనకమ్మ పలకలేదు. ఒక్క నిమిషము చూచి 'అత్తా! అత్తా!' యని సీత బిగ్గఱగ నఱచెను. పిలుపున కుత్తరము రాకపోవుటచేఁ జప్పున వాకిటిలోనికిఁ బోయి వైద్యుని బిలిచెను. అతఁడు చేయిచూచి "నాడి లేదు. గరళము వేయవలసి యున్నది. నాల్గురూపాయలిచ్చినయెడలఁ దెల్లవాఱుసరికి దానిని దెచ్చి ప్రయోగించెద"నని చెప్పి యాసొమ్ము చేతిలో వేయించుకొని యాతఁడు వెనుకఁజూడకుండఁ బోయెను.

సీతమ్మ 'అత్తా! అత్తా!' యని తిరుగఁ బిలిచెను. ఆమె పలుకలేదు. ఇంతలోఁ బిల్లవాఁ డీ కేకలు విని కాఁబోలు లేచి యేడువసాగెను. అతఁడు లేచియుండినయెడల జడిసికొనునేమో యని చప్పున గదిలోనికిఁ బోయి యాతని జోకొట్టుచు నిట్లు యోజించుకొనెను. "ప్రక్కయింటివారి నెవ్వరినైనఁ బిలుతునా? వారెవ్వరైన వచ్చునెడల నా భర్త యీ సమయమునఁగూడ నింట లేకుండటచే వా రాయనను మఱింత దూషింతురేమో? నామూలమున నా భర్తకేల నింద రావలయును? ఇంటిలో బ్రాఁచి పని చేయుదాసిని సహాయురాలిగఁ బిలిచిన మంచిదేమో? పాపము అది మంచిది. వైద్యునిగూడ నదియే పిల్చుకొనివచ్చినది. దానికిఁ బ్రాఁతకోక యిచ్చెదను." అని యూహించుకొని లేచి సమీపముననే యున్న దాసియింటికిఁ బోయి దానితో రెండు నిమిషములలోనే తిరుగ నింటికివచ్చెను. దానిని బిల్లవానియొద్దఁ గూరుచుండఁ బెట్టి తా నత్తగారి తలవైపునఁ గూరుచుండి నిమ్మళముగ నామెచెవిలో నారాయణ స్మరణ మొనర్చుచుండెను.

ఒడలింక వేఁడిగనే యున్నది. శ్వాసము బాగుగా నాడుచునేయున్నది. గుండెలు తీవ్రముగాఁ గొట్టుకొనుచున్నది. నాభీస్థానమున నెగుపులు బలముగానున్నవి. ఇంటిలో భద్రపఱచిన గంగోదక మామెనోటఁ దనభర్తచేఁ బోయించినఁగాని యామెకుఁ దన భర్తకుఁ గూడ గతు లుండవని నిశ్చయపఱచుకొని లేచి "వెంకీ! ఇటురా! పిల్లవాఁడు నిద్రించుచున్నాఁడు. కావున నీవు మాయత్తగారి మంచమునొద్దఁ గూరుచుండుము. నేనిప్పుడే వచ్చెద"నని చెప్పెను. "అమ్మా! చీఁకటిలో నెక్కడకుఁ బోవుదు"రని యది ప్రశ్నింప "నా భర్తను దీసికొని వచ్చెద"నని చెప్పి తలుపు తీసికొని వీథిలోనికిఁ బోయెను.

ఆహాహా! సీతమ్మా! ఎంతసాహసము గలదానవు? వేశ్యయింటియొద్ద నున్న భర్తను దెచ్చుటకుఁ జీఁకటిలో నొంటరిగాఁ బోవుచుంటివా? ఆహా! పుణ్యశీలా! నీవొంటరిగాఁ బోవుచున్నావని మేము తెలియక యనుకొనుచున్నాము కాని దేవదూతలు బంటులై నీముందు నడుచుచున్నారు. తల్లీ! చీఁకటిలో నీవు పోవుచున్నావని మే మాందోళన మొందుచున్నాముకాని, నీ పాతివ్రత్యతేజము నీ ముందు విద్యుద్దీపికవలె నడుచుచున్నది. సర్వాభయప్రదాతయగు పరమేశ్వరుఁడు నీ హృదయమున నున్నాఁ డనుజ్ఞానము నీకుండగ నీకు భయమేమి? సీతమ్మా! భర్త వేశ్యయింటిలో నుండగ నటకుఁ బోగూడదని యెఱుఁగవా? ఇంటిలోనున్న వెంకినైన నీ భర్తకొఱకుఁ బంపలేక పోయితివా? అది పిలిచినయెడల నీ భర్త రాకపోవునేమో యని నీవు బయలుదేఱితివా? కానీ–కానీ–ఎందులకు బయలుదేఱితివో బయలుదేఱితివి కదా!

❖ ❖ ❖

అదిగో! ఆ దివ్యతేజము భోగమువీథిలోనికి మఱలినది. ఒకయింటిలో నింక దొంతనపుదిబ్బులు[3] వినఁబడుచున్నవి. ఒక యింటియరుగుఁ మీద వేశ్యామాత యడ్డుపొగఁ[4] ద్రాగుచు నుబ్బసపుదగ్గు దగ్గుచున్నది. మఱియొక యింటియరుగుమీఁదఁ బశువులసంతవారు కాఁబోలు గుఱ్ఱుతీయుచున్నారు. ఆ గుఱ్ఱును సుతిగాఁ (శ్రుతిగా) జేసికొని ప్రక్కదొడ్డిలోని పంది పైస్థాయిని ఘుర్ఘురించుచున్నది. ఈప్రక్క నున్నది విశ్వేశ్వరాలయమే కాఁబోలునని సీతమ్మ తనలో ననుకొనునంతలో వెనుక పాడుదొడ్డి లోని చింతచెట్టుపై బండిపులుఁగు “ఊఁ”యని ప్రత్యుత్తరమిచ్చెను. “ఇదివఱకు వినిన ప్రకార మింక రెండిండ్లే కాఁబోలు దాఁటవలయును”నని సీతమ్మ తన మనస్సులో ననుకొనుసరికి ఠాణాగడియారము టంగుటంగున రెండుకొట్టెను. ఆహాహా! పతివ్రత ప్రశ్నములకుఁ బ్రకృతి ప్రత్యుత్తరమిచ్చును గాఁబోలు!

మూఁడవయింటి గుమ్మములో నామె తలుపుపైఁ జేయివైచి నిలువఁబడెను.

అమ్మా! సీతమ్మా! నీకు గుండె లేమైనఁ గొట్టుకొనుచున్నవా? కాళులైన వడఁకుట లేదా? ఆహా! ఎంత శౌర్యసంపన్నురాలవు!

అత్తగారిసద్గతి నభిలషించి, పనికిమాలినభర్తకుఁ బ్రజానింద కలుగునేమో యను భయముచే నెంతపని చేసితివి! అమ్మా! అట్లులికిపడెదవేల? పిల్లవాఁ డేడ్చినట్లు వినఁబడినదా? వాఁడు నీ పిల్లవాఁడు కాఁడమ్మా! ఎదుటియింటిలో నెవ్వరో సంసారు లున్నారు. వారిపిల్లవాఁడమ్మా. భర్త సామీప్యమునఁ బిల్లవానిమాట యట్టె స్ఫురింపఁ గన్నిట్టే చెమ్మగిల్లినదా? అటులైనఁ బిల్లవానిసన్నిధిని వేశ్యయింటిలోనున్న భర్త సంతతము మనస్సునకు రాగ నాల్గుసంవత్సరములనుండి యెంత యేడ్చుచున్నావో? నిన్నింత యేడ్పించిన భర్తపై నీకు రవంతకోపమైన లేదా? కాసంత యుడుకుబోతుఁదనమైన లేదా? ఆహా! యాఁడుది యనగ నీవే.

అమ్మా! వేశ్యాగుమ్మములో నిలువఁబడి యట్లూరకుందువేల? పాపము! ఊరకుండక యేమిచేయఁగలవు? ఎవరిని బిలుతువు-ఏమని పిలుతువు - తలుపు నిమ్మళముగఁ ద్రోచినయెడలఁ గుక్కయని సందేహింతురేమో? అదిగో! లోపలినుండి వీథిని బడుచున్నమాటల నాలకించుచున్నావా? ఏమని? ఇస్తోకు - మూఁడు దెబ్బల రెండుపొళ్లు-బేస్తూ- పైబేస్తూ - అమ్మా! నీవు చదువుకొన్న భాగవతాది గ్రంథములలో నీమాట లెచ్చటనైన వచ్చినవా? వీథితలుపు కొట్టినట్లుండ లోపలి నుండి “ఎవరు

3. తోం, తోం, థీమ్, థీమ్ అని నాట్యసంబంధమైన జతులు.

4. చుట్ట మండేవైపు నోటిలో పెట్టుకొని పొగ త్రాగడం అడ్డపొగ.

వారు?" అను ధ్వని వినఁబడినది. కనకమ్మకోడలి నని చెప్పునా? రామరావుభార్య నని చెప్పునా? సరసిజాక్షిసవతి నని చెప్పునా? "నేను – నేను" అను పలుకు వీధినుండి లోనికిఁబడఁగ "నెవఁడవు నీవు?" అని గద్దించుచు రామరావు కఱ్ఱ తీసికొని తలుపులు తెఱచి యీవలకు వచ్చెను. ఎదుటిదీపకాంతిచే సీతమ్మమోము జిగజిగ మెఱసిపోవు చుండెను. భార్యను గుర్తించి రామరావు తెల్లఁబోయి "నీవిప్పు డిచ్చట కేలవచ్చితి"వని హూంకరించెను. "అత్తగారికిఁ బ్రాణముమీఁదికి వచ్చినది. మీరు వెంటనే రావలయు" నని భార్య పెదవులు తడువుకొనుచుఁ జెప్పెను. "నేను వచ్చి బ్రదికింపఁగలనా? పోపో!"యని రామరావు లోనికిఁ బోఁబోవుచుండఁగ, నాతనికడ్డువచ్చి "అట్లుకాదు. మీరు లేకుండ మీ తల్లిగారు మరణింపఁదగదు. అటులైన నామెయు మీరుకూడ దుర్గతిపా లగుదురు. రాక తప్ప"దని ధైర్యముతో నామె పల్కెను. "నీ విచ్చటికివచ్చి నామాట కెదురాడి న న్నల్లరిపెట్టి సానివీథిలో నా పరువు తీసివైచెదవా" యని కఱ్ఱతో నామెప్రక్కటెముకలలోఁబొడిచి లోని కాతఁడు పోయెను. "హరిహరీ" యని యామె వీథియరుఁగుపైఁ గూలఁబడెను. భార్యపలికిన యీ మాత్రపుమాటకే పరువు పోయినదా? వేశ్య తిట్టినప్పుడు వేశ్యామాత తన్నినప్పుడు పరువు పోలేదా! నీ పరువు మండ.

"వచ్చిన వా రెవ్వరోయి"యని సరసిజాక్షి యడుగ "మా యమ్మకేమో ప్రాణము మీఁదికి వచ్చినదఁట. నన్నుఁ దీసికొనిపోవుటకు మా యింటిదాసి వచ్చినది" అని రామరావు ప్రత్యుత్తరము చెప్పెను. "ఆలాగా! భార్యగారి రాయబారములా? సిగ్గు బిడియములు లేక–ఛీ! మీయమ్మకు నూకాలమ్మకును జబ్బేమి? ని న్నింటికి లాగుకొని పోవుట కిది యొకతంత్రము" అని వేశ్యపలుక "నట్లుకాదు. జబ్బుసంగతి నిశ్చయ మనియే నా నమ్మక"మని రామరావు ప్రత్యుత్తర మిచ్చెను. "అటులైనఁ బోలేక పోయినావా? అభముశుభ మెఱుఁగకుండ నర్ధరాత్రమున నీవు మా నిండుకొంపలో నేడ్చుటెందుల"కని వేశ్య యాతనిని మందలించెను. తెల్లవాఱినపిదపఁ బోవచ్చునని రామరావేదో వంకపెట్టుకొని వీథిలోనికిఁ బోయి భార్య యచ్చట లేకుండుట చూచి రవంత సంతసించి తిరుగ లోనికిఁబోయి పేకమాని పండుకొనెను. హృదయమున నేదియేకాని పీకినట్లుండెను. ఆ బాధను బ్రయత్నమున నావల ద్రోచి వైచికొని తల్లి మరణింపఁ దనకు లభింపబోవు సొమ్మెంతయుండునో యని యోజించుకొనుచుఁ బండుకొనఁగఁ గొంతసేపటికి కాతనికిఁ గలఁతనిద్దుర పట్టెను గాఁబోలు.

కొంతసేపు దేకి, కొంతసేపు కుంటి, కొంతసేపు ప్రక్కయెముకలను గట్టిగ నడఁచి పట్టుకొని నిమ్మళముగ నడచి, హరినామస్మరణ మొనర్చుకొనుచు సీతమ్మ యెటులో యిల్లు చేరి యత్తగారితలవైపు నేడ్చుచుఁ గూరుచుండెను. అత్త కొడలివేఁడిమి

తగ్గినది. ఎగుపులు తగ్గుచున్నవి. నుదుటిపైఁ జిల్లగింజలంత స్వేదబిందువులు నిలిచియున్నవి. ఇఁక నవసానమగుచున్నదని నిశ్చయపఱచుకొని కాళులుచేతులు గడిగికొని మడిబట్ట కట్టుకొని పడమటింటిలోనికిఁ బోయి దేవతార్చనవేదికపై నున్న గంగోదకపాత్రమును దీసికొని యీవలికివచ్చి తుంగచాపఁ బరచి యత్తగారిని బాహువులందు గట్టిగఁ బెట్టుకొని నారాయణస్మరణ మొనర్చుచు నెత్తి చాఁపపైఁ జేర్చి తలవైపునఁ గూరుచుండి యామెతలను దొడపై నిడుకొని గంగోదకము నామెపై గొంతచల్లి, యుద్ధరిణెతోఁ గొంత నోటిలోఁ బోయుచుఁ జెవిలో నారాయణ నారాయణ యని స్మరించుచు నుండెను. ఇంతలో గుఱ్ఱుమనుధ్వని వినఁబడెను. పరిశీలించి చూడఁగ నది ప్రక్కగదిలోఁ బండుకొని నిద్రించుచున్న వెంకిగుఱ్ఱుకాని మఱియొకటి కాదు. మఱి పదినిముసములలో నత్తగారు దేహమును జాలించిరి.

అట్టిస్థితిలో నొక్కమగవాఁ డెవ్వఁడైన నిట్లాచరింపఁగలఁడా? ఆహా! ఆఁడుదాని ప్రకృతి యనిర్వచనీయము కదా! సంపదలలో సహజభీరువైన యాఁడుది యాపదలలో నపరమేరువు కాదా! సంసారములలోని కష్టములన్నియుఁ గొంతలమూలముననే యింతవఱకైన సహ్యముగాఁ గన్పట్టుచున్నవి. మగవాని ప్రకృతివంటిదే మగువ కున్నయెడల నీ ప్రపంచ మొక్కపగటిలోఁ బ్రళయ మొందఁగలదు. నిజముగా సంసారములోని కష్టములన్నియు నాడుఁదానివే. సుఖాభాసము లేమైన నున్నయెడల నవి మగవానివి. ఆ మాత్రమునకే మగవాఁ డడలియడలి యాసులోఁ గండెవలె నల్లలాడి పోవును. అబ్ధిమధ్యమునఁ బగడపుగుట్టవలె నాపదల నడుమ నాఁడుది నిశ్చలముగ నిలువఁబడునుగాని టొంకునా? మనుజజన్మ మేదనఁగ మొదట నాఁడుదానిదని చెప్పినపిమ్మట మగవానిమాట చూచుకొనవలసినదే.

❖ ❖ ❖

ఔర్ధ్వదైహిక క్రియ లాచరించి ఆదివారమున రెండుజాములకు రామరా వింటికి వచ్చి ప్రక్కశూలతో మహాకష్టమున సీతమ్మ వండినయన్నమును దిని పిల్లవానిని గొంతసే పాడించి సాయంకాలమగువఱ కింటిలోనే యుండెను. దీపములు పెట్టిన పిమ్మట భార్యాభర్త లిట్లు మాట లాడుకొనుచుండిరి.

రామ: చూడు సీతా! ఒక్కసారి వీథిలోనికిఁ బోవుదునా?

సీత: తిరుగ దానియింటికే పోయెదరా?

రామ: పోయినను మొగము చూపి చక్కవత్తును.

సీత: అశౌచముతో నక్కడకుఁ బోవుట తప్పుకాదా?

రామ: నేనెవ్వరినైన ముట్టుకొందునా? నాలుగేండ్లనుండి యలవాటుపడిన స్థలము కావున నిక్కడఁ దోఁపకుండనున్నది.

సీత: అటులైన మీయిష్టము. ప్రక్కశూల హెచ్చుగా బాధించుచున్నది. రాత్రి తప్పక వచ్చెదరు కాదా?

రామ: పట్టజాలని కోపముచే నట్లుచేసితిని. నా చేతులు కాలిపోను. నేను దుర్మార్గుఁడను. నన్ను క్షమింపుము. రాత్రి తప్పక వత్తును.

రామరావు వేశ్యయింటికిఁ బోయెను. రాత్రి సీతమ్మకు శూల క్రమముగా హెచ్చిపోయినది. పంద్రెండుగంటలవఱకుఁ జూచి సీతమ్మ వెంకిని వేశ్యయింటికి బంపెను. అది గుమ్మమునొద్ద నెంత యఱచినను వారెవ్వరు పలుకకుంటచే వెంకి తిరుగవచ్చెను. కుంపటిలో నిప్పులు వైచి యాకుంపటి మంచమునొద్దఁ బెట్టి వెంకి యామెప్రక్క కాచుచుండెను. బాధయేమియు శాంతింపలేదు. బిడ్డను బ్రక్కను బెట్టుకొని సీత లోలోపల బాధచే నేడ్చుచుండెను.

వేశ్యయింటనే రామరావు శయనించెను. కడచినరాత్రి నిద్ర లేకపోవుటచేతను బగ లాయాసమొంది యుండుటచేతను రామరావునకుఁ దెల్లవాఱువఱకు మెలఁకువ రాలేదు. తెల్లవాఱినపిమ్మట నాతఁడు సరసిజాక్షిని జూచి యింటికిఁబోయెదనని చెప్పెను.

సర: నీ విప్పు డింటికిఁబోవునెడల మాయమ్మ కాసుపత్రినుండి మం దెవరు తెచ్చిపెట్టెద రనుకొంటివి?

రామ: మఱి యెవ్వరినైనఁ బంపరాదా?

సర: నీవు జీతమిచ్చి పోషించుచున్న బంట్లు మా యింట నెందఱున్నారో యెఱుఁగవా? అయినను నీ విప్పు డింటికిఁబోయి చేయవలసిన దేమున్నది? అయిన దేదో యయినది కాదా? ఇఁకఁ గావలసినది మఱేమున్నది? మందిక్కడకుఁ దెచ్చి తొమ్మిదిగంటల కింటికిఁ బోవచ్చును.

రామరావు సరేయని వేశ్యమాతచీటి తీసికొని యాసుపత్రికిఁ బోయెను. అక్కడ వెంకిని జూడఁగనే యతనిప్రాణము లెగిరి పోయెను. "ఇక్కడకు వచ్చితివేల?"యని తొందరతో దానినడిగెను. మీ బిడ్డ కుంపటిలోఁ బడి కాలిపోయినాఁడని యామె చెప్పెను. నిల్వున విఱుచుకొనిపడి కొంతసేపటికి స్మృతినొంది "ఏఁడీ? నా బిడ్డ యేఁడీ?"యని బిగ్గఱగ నఱచెను. "గదిలో సర్జనుగా రాతనికి మందు రాచుచున్నా"రని వెంకి చెప్పెను. గదిలోనికిఁబోయి యాతఁడు గోలుగోలున నేడ్వసాగెను. నా బిడ్డను బ్రదికింపుఁ డని

వైద్యునికాళులపైఁ బడెను. బిడ్డ స్మృతిలేక పడియుండెను. ఎడమ ప్రక్కయంతయుఁ గాలియుండెను. కొంతసేపేడ్చి వెంకియొద్దకువచ్చి "నా భార్య యెట్లున్న"దని దాని నడిగెను. "ఆమెకు శూల హెచ్చిపోయినది. నేను వచ్చుసరికే చాల జబ్బుగా నున్న"దని వెంకి చెప్పఁగ "నిక నిక్కడనెందులకు?" అని నెత్తి గొట్టుకొని యేడ్చి "అయ్యా! నా బిడ్డను నేనింటికిఁ దీసికొనిపోదునా?" యని వైద్యు నడిగెను. ఇప్పు డిక్కడినుండి కదల్చుటకు వీలులేదని యాతఁడు కఠినముగఁ జెప్పెను. అంత బిడ్డయొద్ద వెంకినుంచి గుండెలు గొట్టుకొనుచు నాతఁ డింటికిఁ బరుగెత్తుకొని వచ్చి "సీతా! సీతా!" యని యఱచెను. ఆమె పలుకలేదు. ఆమెకుఁ గూడ స్మృతి తప్పెను. ఆమె రెండుపాదములతోఁ దనతలపైఁ గొట్టుకొని 'సీతా! సీతా!' యని యేడ్చెను.

ఎవ్వరో కొందఱు జనులు వచ్చి విచారించి పోవుచుండిరి. ఇంతలో వెంకి యేడ్చుచు నింటికి వచ్చి బిడ్డ చనిపోయినాఁడని చెప్పెను. పడిపోయిన రామరావు చివాలున లేచి తూలిపడి "నా బిడ్డఁడే! నా జానకిరాముఁడే!"యని యఱచి "యిక్కడకుఁ దేలేకపోయితివా?"యని యామెతో ననెను. (మెడలో నా నున్నది కావున) వైద్యుడు నా కీయనన్నాఁ డని యది బదులు చెప్పెను. "వెంకీ! నీ విచ్చట నుండుము. వాఁడు చచ్చిపోలేదు. నా బిడ్డను నేను దెచ్చుకొందును" అని చెప్పి యొక్కపరుగులో నాసుపత్రికిఁ బోయి పిల్లవానిశవమును జేతులలోఁ బెట్టుకొని యింటికిఁ దెచ్చి మంచమునొద్ద నిలువఁబడి "సీతా! సీతా! మన బిడ్డను జూడవా? మన బిడ్డను జూడవా?" యని యిల్లెగిరిపోవ నఱచెను. "వెఱ్ఱివాడా! ఇంక నెక్కడిసీత? అన్నియు నైనవి. శాంతింపు" మని యెవ్వఁడో యచ్చటివారిలో ననెను. "అంతే, అంతే! నాకు సీత లేదా? నా జానకిరాముఁడే నాకు లేఁడా? ఇంక నే నెందులకు" అని గొఱ్ఱెపొట్టేలు పర్వతమును ఢీకొనునట్లు గోడపైఁ దలగొట్టుకొని నేలఁగూలెను.

(భారతి – ఫిబ్రవరి, 1924)

సూర్యారావుగారు శుద్ధగ్రాంథికవాది. వాడుకభాష, వచనకవిత్వం కలలోకి కూడా రాకూడదు. ఆయన కొడుకు గంగాధరరామారావు వాడుకభాషలో వచనకవితలను రాసి ప్రచురించాడు.

పానుగంటివారికి జంటకవులు, ఆశుకవిత్వం, అవధానాలు అంటే మంట. ఆయనకొడుకు చిరంజీవిరావు యింకొకరితో కలిసి జంటకవిత్వం చెబుతూ, అవధానంచేసి, ఆశుకవిత్వం చెప్పాడు.

జయ సీతారామ్!

"జయ సీతారామ్! జయ సీతారామ్" అను పవిత్రాక్షరములు నడుమనడుమ నుచ్చరించుచు వ్యాఘ్రాజినమునఁ బద్మాసనస్థుఁడై యొక బైరాగి పంపాసరోవరతీరమున మహాలక్ష్మీదేవాలయమునకుఁ బ్రక్కగనున్న మామిడిచెట్టు క్రింద జపము చేసికొను చుండెను[1]. ఆహా! ఈ సరోవరతీరముననే కదా జానకీదేవి కొఱకు జగదానందకర మూర్తియగు జానకీరాముఁడు 'హా! జానకీ!' యని మహాకరుణముగ విలపించినాఁడు! ఈ సరోవరతీరముననే కదా, శ్రీరామచంద్రమూర్తి దర్శనము వలనఁ గృతార్థములైన తనకనులతోఁ బ్రాపంచికపదార్థమేదియు నిఁకఁ జూడనొల్లక, జానకీరామభక్తాగ్రణియగు శబరి యగ్నిప్రవిష్టయై తనుత్యాగ మొనర్చినది! అదిగో! ఆ మహాత్మురాలు సిద్ధిపొందిన ప్రదేశము, మన బైరాగి కెదుటివైపున నలుబదిగజముల దూరమున నున్నది. ఆతని వెనుకవైపున నంతకంటె దగ్గఱగా నున్నదే యాతపస్విని తపమొనర్చుకొన్న గుహ. బైరాగికి దక్షిణపార్శ్వమున నాల్గు బారలలో నున్న పంపాసరోవరములోని తెల్లదామరలు కిలకిలలాడుచున్నవి. ఎదుటి బోడికొండపై సూర్యుడు కఱకఱ నుదయించుచున్నాఁడు. మహాలక్ష్మీకోవెలలోని గంట గణగణ మ్రోఁగుచున్నది. 'జయ సీతారామ్' అని బావాజీ గొంతెత్తి యఱచుచున్నాడు. ఎందఱో బైరాగులు మహాలక్ష్మీదేవాలయము చుట్టియున్న మండపములలోఁ గూరుచుండి చిలుము గొట్టములలోని పొగఁ బీల్చుచు దగ్గుచు సీతారామస్మరణ మొనర్చుకొనుచున్నారు.

అప్పు డచ్చటి కొక్కయుత్తమకాంతయుఁ, దలపైఁ బెద్దగంప పెట్టుకొనియున్న యొక్కకూలిదియు వచ్చిరి. ఆయుత్తమకాంత పంపాపవిత్రోదకమున స్నానమాడి మహాలక్ష్మి యాలయములోనికిఁ బోయి యాదేవిని సేవించి మండపములలో నున్న బైరాగులను జూచుటకు బోవుచుండఁగా "అన్నపూర్ణామాయీ! ఆయియే" యని కేకలు

---

1. తుంగభద్రానదికి యీవైపు హంపీ విజయనగరం, ఆవైపు ఆనెగొంది గ్రామం వున్నాయి. ఆనెగొందిలో 'వాలికోట' ఉన్న కొండకు వెనుకవైపు పంపాసరోవరం, మహాలక్ష్మి ఆలయం, శబరి తపస్సు చేసుకొన్న గుహ ఉన్నాయి. 2016 అక్టోబర్‌లో ఈ ఆలయాన్ని దర్శించినప్పుడు మహాలక్ష్మి ఆలయంవద్ద "విజయలక్ష్మి దేవాలయం" అని బోర్డు కనబడింది.

వైచి యక్కడి బైరాగులందఱు నామె కాతిథ్యమిచ్చిరి. అంతలోఁ గూలిది యచ్చటకు రాఁగ, గంపలో నున్న గోదుమపిండి, నేయి, కందిబేడలు, పంచదార మొదలగు పదార్థము లన్నపూర్ణమ్మ యెవరెవరి కెంత కావలయునో యిచ్చి, వారికి నమస్కరించి తిరిగి యింటికిఁ బోవుటకై మండపపుమెట్లు దిగుచుఁ గుడివైపుననున్న మామిడిచెట్టు క్రింది బైరాగిని జూచి, "అయ్యో! ఆహారపదార్థము లన్నియు నయిపోయినవి. ఈ బైరాగిని జూడనేలేదు. రామరామ! ఎంతయపచార మొనర్చితి" నని లోన ననుకొని దగ్గఱ వట్టితట్ట చేతఁబుచ్చుకొని తల గోకికొనుచు నిలువఁబడిన దాసిని జూచి "నీవు మనయింటికిఁ బోయి యీ మహాత్మునికిఁ గావలసిన భోజనసామగ్రిని దె"మ్మని కన్నడబాసతో నాజ్ఞాపించి తా నా బైరాగి యొద్దకుఁబోయి నమస్కరించి యచ్చట నిలువఁబడెను. 'జయ సీతారామ్' అని చేయియెత్తి యాశీర్వదించి, "బైఠీయే" యని యా బైరాగి యామె కాజ్ఞాపించెను. ఆమె యచ్చటఁ గూరుచుండి "మీ రిచ్చటకుఁ గ్రొత్తగా వచ్చినట్లున్నారు స్వామీ! మీయీరాక యెక్కడి నుండియో యడుగవచ్చునా?" యని యుర్దూబాసతో నాతని నడిగెను. "బదరీనారాయణము నుండి" యని యాతఁ డాభాషనే ప్రత్యుత్తరమిచ్చెను. తరువాత నాతని నేమి యడుగవలయునో తోఁపక యూరకుండెను. ఆతఁడు కనులు మూసికొని ధ్యానైకతత్పరుఁడై యుండెను. రామనామ స్మరణ మొనర్చుకొనుచు నన్నపూర్ణ యక్కడనే నాల్గుగడియలు కూరుచున్న పిమ్మట దాసి భోజనపదార్థములతో వచ్చి వాని నామె యెదుట నుంచెను. బైరాగి కన్నులు తెఱచువఱకు వేచియుండి "స్వామీ! ఈ సేవకురాలిపైఁ గటాక్షముంచి యీ వస్తువులను బరిగ్రహింపవలయు" నని ప్రార్థించెను.

బైరాగి : ఇవి నాకేల?

అన్నపూర్ణ : మీరు భుజియించుటకై సమర్పించుకొంటిని.

బైరాగి : క్షున్నివారణమునకు గోదుమపిండియు నేయియు కావలయునా? ఈ యడవిలో నెన్ని కోటులప్రాణులు జీవించుచున్నవో? వాని కన్నిటికి ఘృతపిష్ట శర్కరాదులు లభించుచున్నవా? అదిగో చూడు, ఆ చెట్టున నెన్ని జీడిమామిడి పండ్లున్నవో![2] నాల్గుపండ్లతో నాఁకలి శాంతింపదా? అది గాక సీతాన్వేషణ కార్యమున మహాశ్రమ మొందుచు రామచంద్రమూర్తి యిటకు వచ్చి కందిపోయిన శ్రీపాదములను గడిగి

2. జీడిపప్పుతో సంబంధంవున్న పండు కాదు. పలుచని తొక్కు, పండినా పులుపు తగ్గని, చిన్నటెంకతో కొద్దిపరిమాణంలో ఉండే ఒక రకం మామిడి. ముక్కలు కోయకుండా కాయపళంగా ఆవకాయ పెట్టవచ్చు.

కొనుటచే నత్యంతపవిత్రములైన యీ పంపాసరస్సలిలముల నమృతప్రాయముగఁ గ్రోలెదను. బస్! ఇఁకఁ గావలసినదేమి? జయ సీతారామ్!

అన్నపూర్ణ: స్వామీ ! నాకు జ్ఞానము వచ్చినది మొద లిరువది సంవత్సరముల నుండి యిక్కడ బసచేయు బైరాగులనెల్లర నిట్లే సేవించుచు నాతనువును దరింపఁజేసి కొనుచున్నాను. నా ప్రార్థనము నిరాకరింపకుఁడు.

బైరాగి: నేను గ్రహింపనొల్లను. అంత మాత్రమున నీ పుణ్యమునకుఁ గొదవలేదు.

అన్నపూర్ణ: స్వామీ! మీకొఱకు వానిని సమర్పించితిని. తరువాత మీ చిత్తము; నా భాగ్యము. నమస్కారము. నాకు సెలవిండు.

బైరాగి: జయ సీతారామ్.

ఆమె యక్కడకు సుమారు రెండుమైళ్లదూరములోనున్న ఆనెగొంది గ్రామమునకు బోయెను. ఇక్కడి గోదుమపిండిని బక్షులుఁ, గాకు లెత్తుకొనిపోయెను.

❖ ❖ ❖

మఱునాఁ డుదయమున యథాపూర్వముగ నన్నపూర్ణమ్మ సరోవరతీర్థావగాహన మొనరించి లక్ష్మీదర్శనము కావించుకొని మండపములలోని బైరాగులకుఁ బిష్టాదు లిచ్చి పోవుచుఁ జెట్టుక్రింది బైరాగియొద్దకు వచ్చి నమస్కరించి కూరుచుండి చిన్నపుటికలోఁ బెట్టి తెచ్చిన తేనె, యనఁటిపండ్ల నాతని యెదుటఁబెట్టి "స్వామీ! వీని నైన గ్రహింపుఁ"డని ప్రార్థించెను. ఆతఁడు "జయసీతారామ్" అని నిమ్మళముగ ననెను. స్వరమున నిన్న నున్న ఝూంకార మీదినమున లేదు. నిన్నఁ బద్మాసనమునఁ గూరుచుండిన యాతఁడీదినమున గొంతుగూరుచుండి మోకాళ్లపై శిరమును వ్రాల్చి చేతులను బిక్కలచుట్టు గట్టిగ నదిమి యేమో కాని వడఁకుచుండెను. "స్వామీ! అస్వస్థతగ నున్నారా?" యని యన్నపూర్ణమ్మ యాతని నడుగ "జయసీ సీ" యని యనఁబోయి పండ్లు దగ్గఱగఁబడఁగఁ బైయక్షరములను బలుకలేక మూల్గెను. అన్నపూర్ణమ్మ మండపములలోని బైరాగులను 'ద్వరగ రం'డని పిలిచెను. గోదుమపిండి మెదాయించు వారు కొందఱు, కందిపప్పులోని రాల నేర్చి పాఱవైచువారు కొందఱు, రొట్టెలు కాల్చుటకు నిప్పు చేయువారు కొందఱు, గంజాయిజడలను దులుపువారు కొందఱు నై యాబైరాగు లెవ్వరు కూడ నామె పిలుపును మన్నింపలేదు. ఇంతలోఁ జెట్టుక్రింది బైరాగి కూరుచుండినవాఁ డాపాళముగనే యటులిటు లూఁగి యట్టె వ్యాఘ్రాజినముపై బడిపోయెను. అంత నన్నపూర్ణమ్మ యిది మన్నెపుజ్వరపు (మలేరియా) మాహాత్మ్య మని యనుకొని చప్పున దాసిదానిచేత సందెఁడు చిదుగు లేటించి యాతనిచుట్టు

మంట వేయించి యచ్చటనే కనుపెట్టుకొనియుండెను. లోపలినుండి భూకంప ప్రాయముగ నల్లలాడించు చలి చిదుగులమంటతో శాంతించునా? ఓ! పులిచర్మము పైఁ జలిచే నాతఁడెగిరియెగిరి పడుచున్నాఁడు.

అంత నన్నపూర్ణమ్మ మండపములలోని బైరాగుల యొద్దకు వెల్లి బైరాగి పడుచున్న బాధలన్నియుఁ జెప్పెను. "జంగ్లీ బొఖార్ – కుచ్ పర్వానహిఁ. అన్నపూర్ణా మాయీ! ఘర్‌కు జాయియే" యని వారామె నోదార్చిరి. "చలిచే నెగిరియెగిరి పడుచున్నాఁడు. ఒక్క కంబళిని"మ్మనియామె వారినడిగెను. 'నా కంబళి 'బిఛూనా'లోఁ గట్టివైచితి'నని యొకఁడు, 'నా కంబళి చినిఁగిపోయిన'దని యొకఁడు, 'నా కంబళి జగన్నాథములో దొంగ లెత్తుకొని పోయినా'రని యొకఁడు, 'నాకుఁగూడఁ గొంత చలిగా నున్నది కావున నా కంబళి యిచ్చుటకు వీలులే'దని యొకఁడు పలికిరికాని కంబళిమాత్ర మిచ్చుట కొకఁడైన నంగీకరించలేదు.

ఔను. అందునఁ దప్పేమున్నది? ఒక్కని కొక్కనికి సంబంధములేని సంగహీను లగుటచే నొకనివస్తు వొకని కేల యీయవలయును? ఒక్కఁడే పుట్టుచున్నాడు. ఒక్కఁడే చచ్చుచున్నాఁడు. ఈ నడుమనున్న మూఁడునాళ్ల సౌభాగ్యములో నొకనిపై నొకని కభిమాన మెందుల కుండవలయును? ఓ! ఎవ్వఁడేమై పోయినను సరే ఎవనికిఁ గావలయును? ఇట్లు జరుపుకొనఁగలిగిన యెడల నింతకంటెఁ గావలసిన దేది? కాని కాకి గోదుమపిండి యెత్తుకొని పోవుచుండఁగా దానిని గొట్టుట యెందులకు? అన్నపూర్ణమ్మ యిచ్చిన నేయి, పంచదార తాము "జయ సీతారామ్!" అని సంతోష మునఁ దీసికొనుట యెందులకు? ఆ నేతి కొఱకే, ఆ పంచదార కొఱకే పదేపదే రాఁబోవు కుక్కను "జారే షైతాన్" అని కోపముతోఁ గొట్టుటకుఁ గఱ్ఱ తీసికొనుట యెందులకు? ఏమో! సంసారపరిత్యాగులమర్యాదలు సంసారులకెట్లు తెలియును?

అన్నపూర్ణ యాలయములోని పూజరి యొద్దకుఁబోయి యాతనికంబళి తెచ్చి బైరాగికిఁ గప్పి యచ్చట నింక మంట చేయుచు రామనామస్మరణ మొనర్చుకొనుఁ గూరుచుండెను. క్రమముగఁ జలి యాతనికిఁ దగ్గినది. కాని జ్వరము హెచ్చిపోయెను. ఉష్ణమున కాఁగలేక యాతఁడట్టులిట్టులు కొట్టుకొనుచు నడుమ నడుమ "జయ సీతా రామ్" అని జ్వరతీవ్రతచేఁ దొందరగ నఱచుచుండెను. ఆతనికన్నులు చింతనిప్పుల వలె నుండెను. ఆతని యొడలి వేఁడిమి రెండుబారలలో నున్న యామెకు దుస్సహమై పోయెను. ఎండ హెచ్చినకొలది జ్వరము హెచ్చుచున్నట్లుగ పడెను. అప్పటికే జాముసర ప్రొద్దెక్కినది. ఇంక జ్వర మెంత హెచ్చుగునో యని యామె యాందోళపడుచు నటనే

కూరుచుండెను. ఆమె యచ్చట నింకనేల కూరుచుండవలయును? తానచ్చటనున్న యెడల జ్వరము తగ్గునని కూరుచుండెనా? తాను వైద్యమెఱిఁగి యుంటచే నేదో మందో మాకో వేయఁదలఁచి కూరుచుండెనా? అట్లు కాదు. అతఁడట్టి స్థితిలో నుండగఁ దానింటికిఁ బోవుటకుఁ గాళ్లాడక యట్లు కూరుచుండెను. ఈమె కీయజ్ఞాన మెందులకో? తోడిమానవుని కింతసేవ యెందులకుఁ జేయవలయునో? ఆ మండపములలోని బైరాగులందఱు రొట్టె లాహరించి కిలకిలలాడుచుండ, వారిని జూచియైన రవంత బుద్ధి తెచ్చుకొని యింటికిఁ బోయి భుజియించి పండుకొనఁ గూడదా? ఊహూ! అక్కడనే పీఁట పెట్టుకొని కూరుచుండెను.

ఎండతీవ్రతచేఁ గలిగిన మత్తువలన బోరలించిన తట్టపైఁ బెట్టిన చుట్ట కుదిటిపైఁ దలమోపి దాసి కూరుచుండియే నిద్రించుచుండెను. 'జయ సీతారామ్' అని విధి విరామములు లేకుండ జ్వరితుం డఱచుచుండెను. నడుమనడుమ శ్రీరామ కర్ణామృతములు[3] మ్రోఁడులు చిగుర్చునట్లు పాడుచుండెను. మామిడిచెట్టుపై నున్న కోకిల "ఉఊఁ-ఉఊఁ" అని యాతని హెచ్చరించుచుండెను. ఏ బాధచేతనో కాని బైరాగి 'జయ సీతారామ్' అని ప్రాకారము లదరునట్లఱచెను. మండపముమీఁద నున్న కోఁతి గుబాలునఁ గ్రిందికి దుమికి బైరాగి వంక నన్నపూర్ణవంకఁ జూచు చుండెను. ఇప్పటికిఁ గూడ రామనామమెక్కడనైన వినఁబడునేమోయని కోఁతి యపేక్షించి యుండును గాఁబోలు - బైరాగి కొఱకుఁ దెచ్చిన యరఁటిపం డ్లన్నపూర్ణమ్మ కోఁతి యెదుటఁ బడవైచెను. అవి తీసికొని కోతి పోఁబోవునప్పుడు దాసిదానిని రాచిపోవుట చేత, నది యులికిపడి లేచి యేడవసాగెను. అన్నపూర్ణమ్మ దాని నోదార్చి, యింటికిఁ బోయి భుజియించి బండియొకటి తోలించుకు రమ్మని చెప్పఁగ నది పోయెను.

బైరాగి వాగ్ధోరణి యింతయంత యని చెప్పనలవికాదు. భాగవతశ్లోకములు కాదు; స్తవరాజములు కాదు; దండకములు కాదు; ప్రార్థనాగీతములు కావు. ఓ! తెలివి లేకుండఁ బాడుచున్నాఁడు. ఆ సన్నిపాతప్రలాపములో నొక్క తప్పుమాటయైన వచ్చునా? ఊహూఁ- ఎంత పుణ్యాత్ముఁడో! ఆహా! ఇట్టి యపస్మృతి కంటె నదృష్టము మఱియొక్కటి యున్నదా?

మండపములలోని బైరాగులు "రోటీ ఖానా గంజా పీనా" వగైరాలు కానిచ్చుకొని కునికిపాటులు పడుచున్నారు. మధ్యాహ్నము మూఁడుగంటలు కావచ్చినది. అంతలో

---

3. లీలాశుకుడు (బిల్వమంగళుడు) శ్రీకృష్ణకర్ణామృతమును చెప్పినమీదట, తరువాతి కాలపు కవులు కొందరు తమ యిష్టదైవాలపై కర్ణామృతాలను రచించారు. వాటిలో కొద్దిగా ప్రసిద్ధిలోకి వచ్చినవి శ్రీరామకర్ణామృతం, శివకర్ణామృతం.

బండివాడుఁను దాసియు నన్నపూర్ణయొద్దకు వచ్చి నిలువఁబడిరి. మామిడిచెట్టువఱకుఁ దీసికొని వచ్చుటకు దారిలేకుంటచే నూఱుగజముల దూరమున మలుపులో బండి నిలిపి బండివాఁడు వచ్చినాఁడు. ఆతనిఁ జూచి యన్నపూర్ణ లేచి బైరాగియొద్దకు వెళ్లి "స్వామీ! స్వామీ!" యని చెవియొద్ద గట్టిగ నఱచెను. అతఁడు 'ఊఁ' అనలేదు. కదలలేదు. కనులువిప్పఁ బ్రయత్నింపనైన లేదు. అంతబండివాఁ డాతనిని దలవైపున, నన్నపూర్ణ పాదములవైపున, దాసి నడుమనొద్దను బట్టి యెత్తి కష్టమునఁ దీసికొనిపోయి బండిలోఁ బెట్టిరి. ఆతని చిన్నమూటయు, వ్యాఘ్రాజినముయును బండిలో వేయించి యామె వెనుక నడచుచు బండి తోలించుకొని యింటికిఁ బోయెను.

❖ ❖ ❖

స్మృతిరాకముందు బైరాగినోట నేమందు లన్నపూర్ణమ్మ పోయించెనో కాని స్మృతి యాతనికిఁ గలిగిన తరువాత మాత్ర మాతని కొక్కమందైన నిప్పింపలేక పోయెను. ఎన్ని విధములఁ దాను బతిమాలినను, నెందఱితో జెప్పించినను నాతఁడు మందు పుచ్చుకొనుట కంగీకరింపలేదు. పట్టెఁడుతులసి మంచినీటిలో వైచి రెండు జాములు నాననిచ్చి, యది వడియబోసి యా నీరుమాత్ర మిమ్మని యాతఁడు కోరెను. ఆ ప్రకారమే యామె యొనర్చుచుండెను. ఇట్లు పదునైదుదినములు గడచిన వెనుక నాతఁ డారోగ్యదశ నొందెను. ఒకదినమున నన్నపూర్ణయు నాతఁడునిట్లు మాటలాడు కొనుచుండిరి.

బైరాగి: అన్నపూర్ణా! దిక్కుమాలినవాడఁనైన నన్ను రక్షించి నీవు మహాపుణ్యమును గట్టుకొంటివి. నిన్ను శ్రీరామచంద్రమూర్తి రక్షించుఁగాక యని యాశీర్వదించుటకంటె నేను జేయఁగలది యేమున్నది? నేనింకఁ బోయెదను. జయ సీతారామ్.

అన్నపూర్ణ: స్వామీ! అప్పుడే పోయెదరా? ఇఁక నాల్గుదినము లుండరాదా?

బైరాగి: తగదు. ఇప్పుడే పోయెదను. జయ సీతారామ్. (పోఁబోయెను)

అన్నపూర్ణ: మహాత్మా! ఒక్క నిముసమాగుఁడు. నా కష్టసుఖములు రవంత మనవి చేసికొందును. నాకుఁ బుణ్యగతి యెట్లు కలుగునో మీ రానతీయవలయును. మీరు మహామహులవలె నున్నారు. మీరెఱుఁగరాని వుండవు. ఏదైన మంత్రమే యుపదేశింతురో మఱి యేమార్గమైన బోధింతురో మిమ్ము నమ్మియున్నాను. ఒక్క యసత్యమైన లేకుండ నా పూర్వచరిత్ర మనవి చేసికొందును. మీ దయకు నేనర్హురాల నని మీకుఁ దోఁచినయెడలనే నన్నుఁ దరింపఁజేయవలయును.

బైరాగి: అందఱను దరింపఁజేయువాఁ డా శ్రీరామచంద్రమూర్తియే. అయినను నీవేమి చెప్పఁదలచితివో సంక్షేపముగఁ జెప్పుము.

అన్నపూర్ణ: సంక్షేపముగనే చెప్పెదను. నేనాంధ్రజాతిలోనిదానను. శూద్రకుల సంభవను. మా వాసస్థానము చిరకాలము నుండి బళ్లారి. మా యింటిపేరు బళ్లారి వారు. నా తల్లి నన్నుఁగని చనిపోయినది. మా తల్లి మరణించినప్పటినుండియు మా తండ్రి హృద్రోగపీడితుఁడై యుండి నా పెండ్లియైనఁ జేయకుండఁ జనిపోవుదునేమో యను భయముచే నాకు నాల్గవయేఁటనే పెండ్లి చేసినాఁడఁట. నా పెండ్లి యయిన నాల్గుమాసములకే నా తండ్రి గతించినాఁడఁట. పిమ్మట మేనమామ సంరక్షణమున నాకు యుక్తవయస్సు వచ్చువఱకుంటిని. అటుపైని పంపామహాలక్ష్మిని సేవింపఁదలఁచి యా మహాక్షేత్రమున నిండ్లు లేకుంటచే నానెగొందిలో నిరువది సంవత్సరముల నుండి నివసించుచున్నాను. అయ్యయ్యో! ముఖ్యమైన సంగతి చెప్పుటయే మఱచి పోయినాను.

బైరాగి: ఏ దది?

అన్నపూర్ణ: నా తండ్రి పోయిన కొలఁదిదినములకే నా భర్త యెచ్చటికో పాఱిపోయినాఁడఁట. ఆతఁ డెక్కడనో మరణించినట్లు కొన్ని నిదర్శనము లున్నవని మా మేనమామ చెప్పినాఁడు. యుక్తవయస్సు వచ్చిన పిమ్మట భర్త లేకపోయెనే యని నేనెంత యేడ్చితినో యా పరమాత్మునికే యెఱుక.

బైరాగి: సీతారామ్! జయసీతారామ్! భర్త కొఱకు యేడ్చిన యేడ్పులు బైరాగినైన నాకు వినిపించుట యెందులకు? సంక్షేపముగాఁ జెప్పుమంటిని గాదా?

అన్నపూర్ణ: మహాత్మా! క్షమింపుము. ఆతనిని బరదైవముగ భావించుకొని పరపురుషుని మనస్సుననైనఁ జేరనీయక వయస్సు వచ్చిన తరువాత నిరువది సంవత్సరములనుండి యధశ్శయనబ్రహ్మచర్య వ్రతములచే శ్రీరామచంద్రపాదారవింద భక్తిచే, విరాగిజనపూజచే, సద్వ్రతాచరణముచేఁ గాలక్షేపము జేయుచున్నాను. మహానుభావా! నాకింతకంటె సులభతారకమైన మార్గమేదైన బోధించి రక్షింతురు గాక!

కాలికిఁ బాము చుట్టుకొనినప్పుడు నరుఁడు కాలి నెంత బింకముగ దులుపు కొనునో యా మాటలు విని బైరాగి దేహమును మనస్సును నంతబింకముగ దులుపుకొని "జయ సీతారామ్' అని బిగ్గఱగ నఱచి చెకుముకి సంచి విప్పి "నా పూర్వబంధ మింక నీయుంగరము మూలమున రవంత మిగిలిన ట్లగపడుచున్నది. దీనిని నీవు తీసికొని నన్ను రక్షింపు"మని యామె చేతిలో నా యుంగరమును జాఱవిడిచి "జయ సీతారామ్" అని కేకవైచి యాతఁడు పోఁబోవుచుండెను. "బ. రామనాథస్వామి, అల్లుఁడగు కం. స్వామినాథరావునకు వివాహ కాలమందు" అను నక్షరము లుంగరము మీఁదఁ జూచుకొని కెవ్వున నార్చి, పోఁబోవువాని కెదురుగ వచ్చి "నాథా! నాథా! ఎంత కాలమున

అన్నపూర్ణాదేవి నాథా ! నాథా ! అని యేడ్చుచు సన్న్యాసిని కౌఁగిలింపఁబోవుట

కగపడితిరి" అని యేడ్చుచుఁ గౌఁగిలింపఁ బోయెను. వెనుకకుఁ దగ్గి మొగము మఱల్చి కుడిచేతి పైకెత్తి "జయసీతారామ్" అని గట్టిగ నఱచి "ఆఁగుము! ఒక్క అడుగైన ముందునకుఁ బెట్టకుము. నేనే నీ భర్తను. అయిననేమి? నేను విరాగినై యుండుటకు సంకల్పించుకొంటిని. నీవు నాకేల?"యని తిరుగఁ బోఁవుచుండఁగ "నేనుగూడ మీతో వచ్చెదను; నావలన మీ తపస్సుకు విఘ్న మెంతమాత్రమును రానీయను" అని కూడఁ గూడఁ బోవసాగెను.

"నీవు పుణ్యశీలవు. బుద్ధిమంతురాలవు. నీవు చేయుచున్న విరాగిజనపూజ మిక్కిలి మంచిది. శ్రీరామచంద్రమూర్తి పాదధ్యానమున నీవు నాకంటె ముందుగాఁ దరింతువు. నీవు నాతో వచ్చి హిమాలయ ప్రాంతమునఁ జేయునదేదియు లేదు. నీవు నా భార్యవు కావునఁ జెప్పుచున్నాను. దీనికిఁ గట్టువడి నీవిచ్చట నుండక తప్ప"దని చెప్పుచు "జయ జయ జయ సీతారామ్' అని యెగిరి యెగిరి పరుగెత్తుకొని పోయెను. అన్నపూర్ణమ్మ కొయ్యయై క్రిందఁ బడిపోయెను.

కొంతసేపటికిఁ దెలివితెచ్చుకొని యిట్లు తలపోసికొనెను: "నాల్గవయేఁటఁ బెండ్లియేమి? ముప్పదిరెండవయేఁట భర్త కంటఁబడుటయేమి? భర్తయని గుర్తించిన క్షణముననే యాతఁడు మాయ మగుటయేమి? రామచంద్రమూర్తీ! నా భర్తనిట్లు కానఁబఱచు టెందులకు? మెఱపు మెఱసిన వెంటనే కల్గు గాఢాంధకారమున నన్నుఁ ద్రోయుట యెందులకు? ఆహాహా! రామచంద్రప్రభూ! ఎందులకైనఁ దగిన వాఁడవయ్యా:

సీ. హరువిల్లు తుత్తుము రౌనట్లు విఱిచియు
నీశు స్థాపించి పూజించినావు,
ధారుణీపతివయ్యు ధారుణీసంజాత
బహుసంతసమునc జేపట్టినావు.
ఇంద్రాదిసురరక్ష కిలను జన్మించియు
నింద్రజు తల నూడవేసినావు,
తరుణికై రావణుc బరిమార్చియును సతి
వనవీథిc ద్యజియించివైచినావు

ఏఘనుండైన ని ట్లాచరించు నొక్కొ
ఎటులో చేసినc గీర్తి దక్కించుకొనునె
దైవమవు కాన ధాటితో దాcటిపోయి
తయ్యా! రామయ్యా! నిన్ను నేమందునయ్యా!

(భారతి - ఏప్రిల్ 1924)

(భర్త సన్యాసి అవటం, భార్య అతనికై కృశించిపోతూ ఎదురు చూడటం, వాళ్లిద్దరి కలయిక, మరలా సంసారంలోకి ప్రవేశించటం లేదా ఎవరో ఒకరు మరణించటం-ఈ ప్రణాళిక నాటి రచయితలకు ఇష్టమైన అంశంలాగా వుంది. ఇదే ప్లాట్‌తో ఆ కాలంనాటివి కనీసం పది కథలైనా ఉంటాయి. ఉదాహరణకు పశ్చాత్తాపం, రచయిత రాఘవశర్మ (తొలి మలితరం తెలుగుకథలు, సంపా. అక్కిరాజు రమాపతిరావు, 2018, బొమ్మిడాల శ్రీకృష్ణమూర్తి ఫౌండేషన్, గుంటూరు). సాక్షి వ్యాసాలలో సన్యాసి అయిన భర్తను మరలా సంసారంలోకి లాక్కువెళ్లిన ఒక అతివ కథ ఉంది.

పానుగంటికి హంపీ విజయనగరమన్నా, దాని సమీపంలోని ఆనెగొంది అన్నా అమితయిష్టం. కొన్నాళ్లు ఆనెగొంది జమీందారీకి దివానుగా పనిచేయటం వల్లనేకాదు, ఆ యిష్టం -రామాయణ మహాకావ్యంలోని కిష్కింధే నేటి ఆనెగొంది అని, రామలక్ష్మణులు అక్కడ కొన్నాళ్లు నివశించారనే నమ్మకం ఉండటంతో; రాముడు, రామాయణం అంటే మైమరచిపోయే పానుగంటికి ఆ ప్రాంతమంటే యిష్టం, అంతకుమించి గౌరవం ఉండటంలో ఆశ్చర్యం లేదు.

సాక్షి వ్యాసాలలోని 'వాల్మీకి విశ్వామిత్ర - రామాయణ విమర్శనము' వ్యాసంలో (పుట. 41) జంఘాలశాస్త్రి ఆనెగొంది యాత్ర చేయటం ఒక భాగం. అంతేకాకుండా సాక్షి వ్యాసాలలో ఆనెగొంది, హంపీ పేర్లను అవకాశం వచ్చినప్పుడల్లా ప్రస్తావిస్తారు.)

రామరాజు

"ఏహెహె, ఎహెహె! నేను జెప్పినమాట విను. మన కే దేవులాట వద్దు. తెలియలేదు? అది సంగతి" యని పార్వతమ్మను మందలించుచు నెల్లపాటి రామరాజు గారు మఱ్ఱియాకులవిస్తళ్లు కుట్టుటకై పూచికపుల్లలు చీల్చుచుండెను. "నేను జెప్పిన మాట రవంత లక్ష్యపెట్టఁగూడదా?"యని భార్య భర్తను యాచించెను. "ఓయబ్బ! నీ మాటకేమి? ఆడ తిరుగంటి క్రిందఁ బెట్టిన మఱ్ఱాకులు సందెడు తోడుకొని యీడఁ బెట్టు. ఏదో యున్నదేదో యున్నది. ఉన్నంతమట్టుకుఁ గుట్లకెల్లఁ *(కడుపునిండ)* దిని కూరుచుండక యది లేదని, యిది లేదని – దీని కేడకు? హద్దేడది?"యని రామరాజుగా రనిరి. మఱ్ఱియాకులు తెచ్చి భర్త కిచ్చి పార్వతమ్మ భర్త యొద్దఁ గూరుచుండెను. వారిద్దఱు విస్తళ్లు కుట్టుకొనుచు మాటలాడుకొనుచుండిరి.

రామరాజు: ఏదో నాల్గుకాడిగట్ల మాన్యమున్నదిగదా. బఱ్ఱెలు రెండు, గోదలు (ఎడ్లు) రెండున్నవి కదా, చిన్నపెద్ద, దూడదుడికి[1], గాజులగాదెలలో[2] మస్తుగా జొన్నగింజలు, సరికదా! అపరదినుసుల (పప్పుధాన్యాలు) పురులు కదా! మఱెందుకు నాసలేదు గదా! ఇన్ని యున్నను మఱి దేనికో వెంకులాడుకొనుట *(ఆపేక్షతో తడుముకొనుట)* తప్పుకాదా?

పార్వతి: ఒక బిడ్డఁడైన లేనప్పుడు మనకివి యన్నియు నెందులకు?

రామరాజు: ఆ రాముఁ డున్నాడే! ఇవి యన్నియు మనకు దొడ్డుగా *(ఎక్కువగా)* నిచ్చినాఁడు. మన రెండుపొట్టల కింతదాఁకఁ బని యేమున్నది? ఇవే యెక్కువయై నప్పుడింకను గొడుకొకఁడు కావలయునని యడుగుకొనుట తప్పు కాదా?

---

1. గొడ్డుగోద, పొలముపుట్ర, నగనట్రలాగా దూడదుడికి కూడ ఒక పదబంధం.

2. 'ఒర'ని గాజు అని కూడా అంటారు. ఒరలని ఒకదానిమీద ఒకటి నిలిపి ధాన్యం నిల్వ చేసుకునే గాదె గాజులగాదె. వెదురుతో ఏకాండంగా పెద్ద నిలువెత్తు తట్టలాగా అల్లితే 'బొట్ట'. వరిగడ్డితో లావు వెంట్లు తయారుచేసి గుండ్రంగా పాముచుట్టల లాగా పేర్చి మధ్యలో ఏర్పడిన ఖాళీలో ధాన్యాన్ని నిలువచేస్తే 'పురి'. భూమిలో చతురస్రాకారంగా లేదా దీర్ఘచతురస్రాకారంగా గొయ్యితీసి నాపరాతికట్టు యేర్పరచి ధాన్యం పోసుకుంటే 'పాతఱ'. ఇంట్లోనే ధాన్యం నిలువకు ప్రత్యేకంగా గది ఏర్పరిస్తే అది 'కొట్టు'.

పార్వతి: అందఱు సంసారులు కొడుకులఁ గని సుఖించుచుండ మన కెంత లోపమండి?

రామరాజు: ఓయబ్బ! నే నెఱుఁగని సంసారాలా యేమి? మొఖాసాదారుపని[3] చేసిన వెంకటరెడ్డిగారికి గొడుకున్నాఁడా? నైజాము దేశములో[4] సిద్ధి పొందిన మహాన్నప్రదాతయైన కొర్నిపాటి సుబ్బరాజుగారికిఁ[5] గొడుకున్నాఁడా? పదునాల్గు శాస్త్రాలేమో చదివినాఁడఁట. ఆయన పేరేదో మంచిదబ్బ! ఆఁ! పరదేశిరాజుగారికిఁ[6] గొడుకున్నాఁడా? సంసారి యైనప్పుడెల్ల కొడుకుండవలయునని పట్టెందుకు? తప్పు కాదా?

పార్వతి: అయ్యయ్యో! ఆఁడుప్రాణముయొక్క కష్టము మీకెట్లు తెలియునండి. ఒడిలో బిడ్డను బెట్టుకొని పాలిచ్చుకొనుట–ముద్దుముద్దుఁగా బెంచుకొనుట–వాఁడు తాతా అత్తాయని చిట్టిచిట్టిమాట లాడుచుండఁగా విని సంతోషించుట – ఈ సుఖమంతయు నాఁడుదాననైన నాకక్కఱలేదా?

---

3. తనకు ఆప్తులైనవారికి, వీరోచిత కార్యాలు చేసినవారికి, యుద్ధంలో తోడ్పడినవారికి, సమీపబంధువులై పెద్దగా ఆస్తిలేనివారికి ఎటువంటి పన్ను లేకుండా వందల, వేల ఎకరాలను రాజు "మొఖాసా"గా ప్రసాదిస్తాడు. మొఖాసా యజమాని మొఖాసాదారు. పాండిత్య ప్రదర్శనద్వారా బ్రాహ్మణుడు పొందేది అగ్రహారం. పనిచేస్తున్నంతకాలమే అనుభవించగలిగే భూమి మాన్యం.

4. కుతుబ్‌షాహీల తరువాత గోల్కొండ సంస్థానానికి మొగలాయీల ప్రతినిధిగా పరిపాలకులైన అసఫ్‌జాహీలకి 'నిజామ్' అనేది బిరుదు. నిజామ్ పరిపాలించే దేశం నైజామ్. మహారాష్ట్ర, తెలంగాణ, కర్నాటక రాష్ట్రాలలో విస్తరించి ఉన్న పాత హైదరాబాదు రాష్ట్రమే నైజామ్ దేశం.

5. పానుగంటివారు రాసిన ఒక కథ (కానుఁగు చెట్టు) కొర్నిపాటి సుబ్బరాజుగారి గురించే.

6. బందా పరదేశిరాజు కృష్ణా మండలంలో (నేటి పశ్చిమగోదావరి, కృష్ణా, గుంటూరు జిల్లాలు, ప్రకాశం జిల్లాలో కొంతభాగం) 18వ శతాబ్ది చివరిభాగంలో పేరుమోసిన నిరతాన్నప్రదాత. చింతపల్లి, అమరావతి జమీందారు వాసిరెడ్డి వేంకటాద్రినాయనికి మచిలీపట్టణంలో స్థానికప్రతినిధి. ఆనాడు వెంటవెంటనే సంభవించిన కరువుల వలన జనాభా పూర్తిగా మాడిపోకుండా బ్రతికి ఉందంటే పరదేశిరాజే కారణ మనుకొనేంత విరివిగా అన్నదానం చేశారు. ఈయన పేరు నిన్నమొన్నటివరకు బిడ్డలకు పెట్టుకుంటూనే ఉన్నారు.

రామరాజు: అదిగో! అలాగన్నావు, బాగుగా నున్నది. తల్లి చచ్చిన బఱ్ఱెదూడ యున్నదే–దానికి రెండుపూటలను బాలు పోసికొని పెంచుకో. తెలియలేదు? దానిని ముద్దు పెట్టుకో. అదిగో, తెలివితక్కువగా నవ్వుచున్నా వెందులకు? పుట్టినబిడ్డ బఱ్ఱె దూడకంటే నెక్కువ ముద్దురాదని నమ్ము. బిడ్డ యెక్కువ యేమి? పెయ్య తక్కువ యేమి? దూడ నిచ్చినను రాముఁడే. బిడ్డ నిచ్చినను రాముఁడే. తెలియలేదు? నీవు వట్టివెఱ్ఱిదానవు కాని, బిడ్డ అత్తా తాతా యనుట యెంత ముద్దుగా నుండునో బఱ్ఱెదూడ 'ఏ ఏ' యని యఱచుట యంత ముద్దుగానే యుండును. తెలియలేదు? నీవు పెంచుకొనక పోవుటచేత నా ముద్దుముచ్చట నీ వెఱుఁగవు.

పార్వతి: ఎంతసేపు గొడ్డుగోద పాఁడిపంట – యీ మాటలే కాని యిఱువది యైదేండ్ల నుండి కాఁపురము చేయుచున్నారు కదా! ఒక్క కొడుకైన లేకపోయెనని మీకుఁ గాసంత చింతయైన లేదేమండి?

రామరాజు: ఓసబ్బ! నాకుఁ జెప్పవచ్చినావా? కొడుకు లేఁడన్న చింత నడుమ నాకెందుకు? ఆ చింత రాముని కుండవలెను. మనకుఁ గొడుకు నీయనక్కఱ లేదని ఆయన స్థిరపఱచుకొన్నాఁడేమో? తెలియలేదు! ఇఁక మాటలాడఁబోకు. రేపు కొయ్య దువ్వెన తెచ్చెదను. నూనె రాచి బఱ్ఱెదూడకు సొగసుగా దువ్వి – ఉన్నదేదో బాగు చేసికోవలయును గాని – ఏహెహే! లేని దాని కొఱకు – అదేమి వెఱ్ఱిదానా! కనుల నీరుపెట్టుకొందువేల?

పార్వతి: మనకు బిడ్డ నీయనక్కఱ లేదని రాముడు స్థిరపఱచుకొన్నాఁడంటిరా? ఇంక మనగతి యింతే?

రామరాజు: ఇప్పుడున్న లోపమేమున్నది? ఇట్ట సాఁగిన యెడల నదృష్ట వంతులమే. నే నొకమాట చెప్పుచున్నాను విను. లేదని యెన్నఁడు తలపోసికోకు. ఈ యాలోచన యున్నదే ఇదే బెంగకు హేతువు. తెలియలేదు? మనస్సున కే మాత్రము పని యీయకు. కాళ్లతోఁ జేతులతోఁ బని చేసికోవలసినదే కాని యూరకే కూరుచుండి మనసుతో మాత్ర మెన్నఁడు పని చేయకు – తెలియలేదు? నీకుఁ బని లేకపోయినప్పుడు రెండు కుంచాల[7] జొన్నలు విసరి యాపిండి బుట్టలోఁ బోసికొని యూరువెంట బోయి

---

7. నాలుగు గిద్దలు ఒక సోల. రెండు సోలలు ఒక తవ్వ, రెండు తవ్వలు ఒక మానిక. రెండు మానికలు ఒక అడ్డ. రెండు అడ్డలు ఒక కుంచము. రెండు కుంచాలు ఒక ఇరస, రెండు ఇరసలు ఒక తూము, 20 తూములు ఒక పుట్టి అని పాతకాలములో గింజలు కొలిచే లెక్క

నేను జేసినట్లే చీమలు మొదలగువానికిఁ బిచ్చుకలు మొదలగు వానికి వేయుము. జొన్నపిండి రొట్టెలు చేసి బీఁదపిల్లల యిండ్లకుఁ బోయి వారికిఁ బెట్టు. ఏదో యెప్పుడు మంచిపనిలో కదలికగా నుండవలసినదేకాని, కాళులు చాచుకొని కూరుచుండి కడుపు కాయలేదని యెన్నఁడు చింతింపకు. కొడుకు లేఁడన్నందుల కొకయేడుపా? ఏడనో విరుద్ధపుమాట. కొడుకు పుట్టి బాగుగా నుండునెడలఁ గోడలు లేదని మఱియొక యేడుపా? కొడుకు కోడలున్న యెడల మనుమడు లేడని మఱి యింకొక యేడుపా? ఏహెహే! నీ యేడుపునకు నాకర్థ మగపడుట లేదు. అనవసరముగా నేడ్చుట వలన రాముఁ డేమనుకొనునో కాసంత కనిపెట్టనక్కఱలేదా?

పార్వతి: రాముఁడు మీకు దైవము కదా! ఒక్కబిడ్డ నిమ్మని యాయనకు మ్రొక్కుకొనఁగూడదా?

రామరాజు: ఓయబ్బ! నన్ను దేవుని బ్రార్థింపుమంటివా? ఎంతమాట! దేవు నెన్నఁడు ప్రార్థింపగూడదని నేను సిసలు పఱచుకొన్నాను. తెలియలేదు? ఎందు చేతనో చెప్పనా? ఏ వెఱ్ఱిమొఱ్ఱి ప్రార్థనయో మొదలుపెట్టఁగానే నాకది కావలయు నిది కావలయునన్న పనికిమాలిన యూసులాడక తప్పదు. మోక్షమైనను గావలయునని కోరుకొనక తప్పదు కదా! అట్లు కోరుకొనుట యైనఁ దప్పే. మనల రక్షింపవలయునని రాముఁ డెఱుఁగఁడనుకొన్నావా యేమి? ఆతఁడెన్ని కనులఁ గనిపెట్టుచున్నాఁడో నీవెప్పుడైన పరకాయించినావా? ఇష్టము వచ్చి యిచ్చునా సంతోషము. ఈయఁడు? అంతకంటే సంతోషము. ఈయఁదలఁచుకోనివానిని బ్రార్థింపనక్కఱలేదు – తెలియలేదు?

పార్వతి: ఈయఁదలచుకొనకున్నను మన భక్తిని మనయార్తిని గని యాతఁ డీయఁగూడదా?

రామరాజు: ఓయబ్బ! నా కింకఁ జెప్పకు. రామదేవుని నే నేమియుఁ గోరను. క్రిందటి పుట్టువున నేది కోరుట చేతనో యీ గంపసిడి[8] యిప్పుడు నాకుఁ గలిగినది. మన మింక నెవ్వరిని గూడ గోరవలదు. అట్లు చేసిన యెడల – విన్నావా? – మన కింక నేవియు యుండవు. మనము గూడ నుండము. తెలియలేదు? అది పద్ధతిగాని–

---

8. కోరికలు తీరితే జాతరలు, కొలుపులప్పుడు ఊరేగించే సిడిమానుకి వేలాడతామని మొక్కుకొనే పద్ధతి ఉంది. సిడికి వేలాడుతూ అమ్మవారికి సమర్పించే కానుకలను ఒక గంపలో పెట్టుకొని ఆ గంపను నెత్తిన పెట్టుకుంటారు. సిడికి వేలాడటమే కష్టమైతే, నెత్తిపైన గంప ఒకటి. అమితకష్టము అనే అర్థంలో వాడే జాతీయం ఇది.

పార్వతి: సంసారవృద్ధి కొఱకు మన మపేక్షింపవలసినదా? అంతయుఁ దుడిచిపెట్టుకొని పోవలయునని కోరుకొనవలసినదా?

రామరాజు: పార్వతీ! ఏడనో యడవిమృగమువలె నున్నావు. నేను జెప్పిన దేదో నీ కడుపునఁ బట్టనే లేదా? సంసారము దొడ్డు కావలయునని కోరుకోవలదు, నాసి కావలయునని కోరుకోవలదు. మొదలు కోరికయే వద్దన్న త్రాడుమీదఁ నిల్చి నేనుండఁగా నన్నట్టయిట్ట లాగెదవేమి?

పార్వతి: మీరు మగవారు. పిల్లలు లేకపోవుటచే నే నెంత క్షోభపడుచున్నానో మీకుఁ జెప్పినను తెలియదు. నేను భద్రాచలరామదేవునకు మ్రొక్కుకున్నాను. 'రామచంద్ర ప్రభూ! నీ తిరునాళ్లకు నీ గుడికి వచ్చి నిన్ను సేవించుకొందుము. నిన్ను సేవించుకొన్న పిమ్మట మా కొక్కబిడ్డ నిచ్చి రక్షింపుము, రక్షింపుము రామయ్య తండ్రీ!' యని మ్రొక్కుకొన్నాను. మీ కిదివఱకుఁ జెప్పలేదు. క్షమింపవలయును.

రామరాజు: ఓసి నీ బొందపడ! ఎంత పనిచేసినావే? రామదేవుఁడున్న భద్రాద్రి యేడ? రామరాజున్న యెడ్లపాడేడ? ఏడకేదారి? ఎన్ని కూఁతల[9] దూరమున్నదో యెవఁడెఱుఁగును? ఎన్ని గుట్ట లెక్కవలెనో? ఎన్ని పాటిరేవులు దాఁటవలెనో? మన నాడా*(దేశమా)*? మన వాడా*(ఊరా)*? మన గోఁగాకు, మన దోసకాయ యాడ దొరకునా? ఏమి పార్వతీ? నీకేండ్లు మీఁదఁబడినకొలఁది బుద్ధి వెనుకఁబడుచున్నది. దారికష్టము లాడఁబెట్టి కొడుకు నిమ్మని అడిగినప్పుడు రవంత యాలోచించినావా? 'ఇట్ట చేయవయ్యా, అట్ట చేయవయ్యా' యని రామదేవునికి నీవా చెప్పుట? ఆయనకుఁ జెప్పుటకు మన మెవరము? ఎడ్లపాటిలో వారందఱు నెవరికిఁ దోఁచినట్లు వారు తల కొకమాట రామదేవునితోఁ జెప్పి చేయుమనునెడల, ఇంక రామదేవుఁడన్న పేరెందుకు? ఈ మలపసన్యాసయ్యల కోరికల ప్రకారమాయన నడవవలసినదా? ఆయన యిష్టమా? మన యిష్టమా? అదిగాక యడుగుకొని యడుగుకొని పుచ్చుకొనుట యేమంత గొప్ప?

పార్వతి: నాకుఁ దెలిసియో తెలియకయో యట్లు మ్రొక్కుకొంటిని. మనము భద్రాచలయాత్రకుఁ బోవలసిన దినములు సమీపించుచున్నవి. అందుచే గింజ లమ్ముకొని కొంత సొమ్ము చేసికోవలసియున్నదికాదా?

---

9. క్రోసు, ఆమడ, పరుగు, కూత అని దూరానికి పాతరోజులలో ప్రమాణాలు. కూత దూరమన్నా, కూతవేటు దూరమన్నా ఒకటే. బలంగా కేక వేస్తే ఎంత దూరం వినబడుతుందో అది కూతవేటు దూరం. పరుగు, కూతవేటు ఉజ్జాయింపు లెక్కలేగాని నిర్ణీతప్రమాణం కాదు. కూత దూరం అంటే సుమారు ముప్పాతిక కిలోమీటరు దూరం.

రామరాజు: గింజలమాట కేమి, సొమ్ము మాటకేమి కాని 'మన' మనుచున్నా వెందులకు? భద్రాచలయాత్ర నా కెందుకు? నామట్టుకు వంటయింటిగూటిలో నున్న రామదేవుడెంతో భద్రాచలరామదేవుఁడు నంతే - భద్రాచల మేడనో యున్నదను కొన్నావా? రాముఁడేడ నున్నాఁడో యాడనే భద్రాచలము. రామునిబట్టి భద్రాచలము కాని, భద్రాచలము బట్టి రాముఁడు కాఁడు. తెలియలేదు? ఈ వ్యవహారమంతయు నాడఁబెట్టి ముందిది చెప్పు. నేను భద్రాచల మెందుకు?

పార్వతి: మనమిద్దఱముకూడ వచ్చెదమని మ్రొక్కుకొంటి నని చెప్పలేదా?

రామరాజు: నన్నుఁగూడఁ దీసికొని వత్తునని మ్రొక్కుకొంటివా? నీ వేడకుఁ బోవుదువో యాడకు నన్నుఁగూడఁడ గట్టకట్టుకొని పోవుదువా? నేను నీ చేతిలోని కాసండి[10] ననుకొన్నావా? మొలలోని తాళపుఁజెవి ననుకొన్నావా? ఓయబ్బ! నీకెంత తుళ్లు బడాయించినదే! *(ఎంత పొగరెక్కినదే).*

రామరాజుగా రిట్లు పలుకుచుఁ జేతిలో నున్న పూచికపుల్లను బైకెత్తి తెప్పపాటు కాల మట్టె బింకముగఁ బట్టుకొని భార్యవంకఁ జూచెను. పార్వతమ్మ భర్తను గాంచి తెల్లబోయి యట్టె కనుల వ్రాల్చి యూరకుండెను. యాథాలాపముగఁ బలికిన తన కఠినవాక్యములకు భార్యమనసు నొచ్చినదేమో యని యామె వంకనే చూచుచు విస్తరి కుట్టినచోటనే కుట్టి "సరే! కనకయ్య సిద్ధాంతిని బిలిపించి ముహూర్తము పెట్టించు. ఇద్దఱముకూడఁ బోవుదము. కాని యొక్కయేర్పాటు మాత్ర మున్నది. అదేమనగా - మఱి-కొడుకు నిమ్మని రామదేవుని నీవు కోరుకోవలసినదే కాని నేను గోరను. కోరుకోమని నీవు నన్నాడ నిర్బంధపెట్టవద్దు. తెలియలేదు? అది సంగతి" యని యనెను.

---

10. కాసు + వెండి = కాసండి, కాసెండి. మంచిరకపు వెండి అని అర్థం. దీనితో ఇష్టమొచ్చిన ఆభరణాలు చేయించుకోవచ్చు, మారకానికి వాడుకోవచ్చు. 'నీ ఇష్ట ప్రకారం నేను నడుచుకోవాలా' అని రామరాజు తాత్పర్యం. 'కాసండి'కి వ్యతిరేకపదం 'బుగ్గెండి' (బుగ్గి + వెండి). మాండలిక పదకోశం (తెలుగు అకాడమీ), డా. సంగనభట్ల నరసయ్య (ధర్మపురి జిల్లా), డా. మలయశ్రీ (రేకుర్తి, కరీంనగర్ జిల్లా) 'కాసండి'కి ఇదే అర్థం చెప్పారు. "కాసాండ్" అంటే విధవ పెంచినకొడుకు అని ఉర్దూ-తెలుగు నిఘంటువు చెబుతున్నది (ఆంధ్రప్రదేశ్ అధికారభాషాసంఘం ప్రచురణ, పుట 326). తండ్రి పర్యవేక్షణ లేని పెంపకం కనుక పనికిమాలినవాడు, అసమర్థుడని అంతరార్థం. పానుగంటివారికి రచనలో ఉర్దూ పదాల వాడకం సరదా. అందుకని ఉర్దూ అర్థమే ఇక్కడ సరైనదని అనుకొంటున్నాను.

భార్య యందులకు సమ్మతించెను. అంతలోఁ బదుగురు బ్రాహ్మణులు భోజనమునకు వచ్చిరి. భార్యాభర్తలు లేచి వారికర్ఘ్యపాద్యము లిచ్చి సేవించి, వారు భుజించిన వెనక భుజియించిరి.

❖ ❖ ❖

భద్రాచలరామదేవుని సేవించుకొని, భార్యాభర్తలు స్వగ్రామమునకు వచ్చి, బ్రాహ్మణ సమారాధనాదులు జరిగించుకొని, నిత్యాతిథిపూజఁ గావించుకొనుచు, రామచంద్రమూర్తి వార్తలు చెప్పుకొనుచుఁ, బశుసంరక్షణ మొనర్చుకొనుచు మహానంద మునఁ గాలక్షేపము చేయుచుండిరి. ఒకనాఁటి రాత్రి పార్వతమ్మ "ఇదిగో! మనపై రామదేవునకుఁ బూర్ణమైన యనుగ్రహము కలిగిన ట్లగపడుచున్న"దని చేఁటయంత మొగము చేసికొని యుప్పొంగుచు భర్తతో బలికెను. బఱ్ఱెదూడ మెడలో మువ్వలు గట్టుటకు దారము పేనుచున్న రామరాజుగా రా మాటలు వినిపించుకొనలేదు. "మాటలాడరేమి? నేనెంతో ముచ్చటపడి చెప్పిన మాటలను జెవిపెట్టరేల"యని ముద్దులు గుడుచుపిల్లవలెఁ బలికి, భార్య, దీపమునొద్దఁగూరుచుండి పేనుచున్న భర్త యొద్దకు వచ్చి బుజముపై జే వైచి యాతనిని గదల్చెను. "ఏమంటివో మఱల జెప్పు"మని భర్తయడుగ, "మనపై రామచంద్రమూర్తికిఁ బూర్ణానుగ్రహము వచ్చిన" దనెను. "ఆయన కెప్పుడు మనపైఁ బూర్ణానుగ్రహమే – ఈనాఁడు క్రొత్త యేమున్న"దని భర్త బదులు చెప్పెను. "ఆమాట సరిలెండు. నేఁ డొకగొప్పవిశేషముండుటచేతనే చెప్పితి"నని భార్య యనఁగ "నదేమోనబ్బ! నాకు నిదానముగాఁ బట్టుకో"లేదని భర్త పలికెను. భద్రాచల యాత్ర వెళ్లినట్లే జ్ఞప్తియున్నది. కాని యెందులకు వెళ్లవలసి వచ్చినదో యాసంగతి రామరాజుగారు మఱచియే పోయినారు. "కొడుకును బ్రసాదింపుమని భద్రాద్రిరాముని నేను గోరుకొనినమాట మఱచియేపోయినారా? బఱ్ఱెదూడ మెడలోకి దార మేలాగున పేనుచున్నారో మన బిడ్డని నడుముకు బంగరుమువ్వలు కట్టుటకు దారము నాలాగుననే మీరు పేనుట యిఁక నేఁడుమాసములకు సిద్ధింపఁగలదు" అని పార్వతమ్మ పుట్టెఁడుసిగ్గుతో, మూఁడుపుట్లనేర్పుతోఁ, బదునాల్గుపుట్ల సంతోషముతోఁ బలికెను. "ఓసబ్బ! ఇంతేకాదా? నే నేదో యనుకొన్నాను. రామదేవునకు దయవచ్చు నెడలఁ గొడుకు నిచ్చుట యొక విశేషమా యేమి? ఆయన యెంతమంది కిచ్చుచున్నాఁడో!" యని భర్త పలుకగ "రామదేవుని కిది గొప్ప కాదు, కాని యిన్ని యేండ్లకు నాకుఁ గడుపు ఫలించుట మనకు గొప్ప కాదా!" యని పార్వతమ్మ పలికెను. "చూడు!

కోటప్పకొండ తీర్థములోఁ[11] గొన్నమువ్వ లా చిలుకకొయ్య నున్న చిన్నగుడ్డమూటఁలో నున్నవి. ఈడ కవి తోడుకొనిరా"యని భర్త భార్యను గోరఁగ "ఈ రాత్రియే దాని మెడలోఁ గట్టవలయునా - తేపు కట్టఁ గూడదా?" యని పలుకుచు నా మువ్వలు తెచ్చి యాతని యెదుట నామె యుంచెను. వానిని దారమున గ్రుచ్చి యాదండను దూడమెడఁ గట్టుట కాతఁడు పశువులపాకలోనికిఁ బోయెను.

❖ ❖ ❖

ఆ పల్లెటూరు చెఱువుయొద్ద నుదయమున స్నానాదికృత్యములకుఁ జేరిన స్త్రీలు పార్వతమ్మనుగూర్చియే మాటలాడుకొను చుండిరి. "అదృష్టము చెప్పవచ్చినప్పుడు పార్వతమ్మదే యదృష్టమమ్మా!"యని బోరలించిన బిందె మీఁదఁ గూరుచుండిన యొక యిల్లా లనఁగ సూరమ్మ "చిన్నీ! *(పిన్ని. 'చిన్నమ్మ'కు హ్రస్వరూపం చిన్ని)* పార్వతమ్మకుఁ గడుపనియే నీ నమ్మకమా? నేను మొన్నఁ జూచినాను. నాల్గవనెలకుఁ దగిన జాడలు నాకేమియుఁ గనఁబడలే"దని యొకకాంత కాలియందె లిసుకతోఁ చింతపండుతోఁ దోముకొనుచుఁ బలికెను. "వెంకమ్మవదిన యొప్పు డెడ్డమనగా దెడ్డమే. జాడలు కనబడకపోవుటయేమి? నిక్షేపములాగునఁ కనఁబడుచున్నవి"అని యొకబాలవితంతువు పలుక, "నౌనమ్మా! ఇల్లు నిండునట్లు కని పెంచినదానవు. నీకుఁ దెలియక నాకుఁ దెలియునా యేమి?" యని వెంకమ్మ సుబ్బమ్మ వదినెను బరిహసించుకొనుచుఁ దుంట్లపైఁ జఱచుకొనెను. "జాడలు కనఁబడుచున్నవో లేదో నేను జూడలేదు కాని వన్నింపులయిన *(శోభనము జరిగిన)* యిఱువదియైదేండ్లకు నెలతప్పుట మాత్రము నేనెక్కడను వినలేదమ్మా"యని సగముబట్ట కట్టుకొని మిగిలిన సగము నుదికికొనుచున్న యొక లజ్జావతి పలుక, "లేకేమి పుల్లమ్మత్తా! మాయాడుబిడ్డ యత్తగారి మేనమామ కూఁతున-కమ్మా-చెప్పిన నమ్మవేమో- కాఁపురమునకు వచ్చిన తరువాత ముప్పది రెండేండ్లకుఁ గడుపమ్మా" యని నీటిలో మొలలోఁతు వఱకు దిగి పసపు మొగమునకు

---

11. ఈ కథలో రామరాజు తెలంగాణ మాండలిక పదాలు కలిపి మాట్లాడుతుంటాడు. కోటప్పకొండ గుంటూరు జిల్లాలో ప్రసిద్ధ శైవక్షేత్రం. రామరాజు స్వగ్రామం యడ్లపాడు అని కథలో వుంది. గుంటూరు సమీపంలో ఒక యడ్లపాడు వుంది. అక్కడినుండి కోటప్పకొండ 30 కి.మీ. ఇది తీర్థం కాదు. పుణ్యక్షేత్రంలో కోనేరుకి లేదా ఏదయినా నదికి ప్రాధాన్యత ఉంటే దానిని తీర్థమంటారు. కోటప్పకొండ క్షేత్రమే గాని తీర్థం కాదు. గోదావరి జిల్లాల్లో తిరునాళ్లను జాతర్లని, తీర్థమని అంటారు. ఆ అలవాటు మీద తూర్పుగోదావరి జిల్లావాసియైన పానుగంటివారు కోటప్పకొండ తిరునాళ్లను 'తీర్థము' అని వుంటారు.

రాచికొనుచున్న కోటమ్మ పలికెను. "ఇట్టి యకాలపుఁ గడుపులు సార్లా[12] కావమ్మా! తల్లిగండాల కిట్టివి దాఁపురించునమ్మా – రెండుతలలు నేర్పాటగు వఱకు (ప్రసవం అయ్యేంతవరకు) నేమియు ననుకొనుటకు వీలులే"దని యంట్లు తోముకొనుచున్న యొకయంగన మంగళప్రదముగఁ బలికెను. "పిచ్చమ్మతల్లీ! నీవెఱ్ఱికాని, రామరాజు గారు రామభక్తుఁడమ్మా! భద్రాచలరామదేవు నాతఁడు గట్టిగా మ్రొక్కుకొనుట వలన నిట్లు కలిగినదఁట. హాషామాషీ కడుపులకు నీవన్న భయముకాని వరప్రసాదముచేఁ గలిగినవానికి నదరుబెదరు నుండవమ్మా!" యని సూర్యనమస్కారములు చేసికొను చున్న తిమ్మయ్యమ్మ పలికెను. "అచ్చమ్మక్కయ్యా! నీవు కాఁపురమునకు వచ్చి పండ్రెండేండ్లయినది కాఁబోలు. భర్తను దీసికొని భద్రాచలము పోయి రామదేవున కేదో మీఁదు *(మొక్కుబడి)* కట్టుకొని కట్టుదిట్టముగా మ్రొక్కుకోఁగూడదా"యని యిదివఱకుఁ దోమ తొలచిన చోట యట్లకఱ్ఱతో వీఁపు గోకికొనుచున్న యొక కాంత పలుక, "భర్త! ఎందుకు వచ్చిన భర్త! దుర్గమ్మక్కా! నా బ్రదు కేమడుగుదువు? ఆ మాత్రపు అచ్చికబుచ్చిక యల్లాయపుల్లాయ[13] సంసారమేయైె చెప్పినట్లు విని మిడుకఁగల భర్తయే యైనయెడల నా కీ కర్మ మెందుకమ్మా" యని తుడుచుకొన్న తలను జాడించుకొనుచు నచ్చమ్మ పలికెను. "అందరితో నొక్కమాట. మాయింటికేడ నుండియో యొక దూరపునాడునుండి యొక గొప్పసిద్ధాంతి వచ్చినాఁడు. ఆయనకుఁ దెలియని సంగతి లేదు. ఆయనను మధ్యాహ్నము తనయింటికిఁ దోడుకొని రమ్మని పార్వతమ్మ నాతో జెప్పినది. మీరంద ఱాడకురండు. ఎవరికిఁ దోఁచినది వా రడుగవచ్చును" అని కనకయ్య సిద్ధాంతిభార్య పోచమ్మ పలికెను.

❖ ❖ ❖

ఆనాఁటి సాయంకాలమునందు రామరాజుగారు పొలము నుండి వచ్చి గేదెలను, గోవులను, దూడలను యథాపూర్వముగాఁ బరామర్శించి లోనికిఁ బోయిరి. కాళులు కడుగుకొనుటకు నీరిచ్చుటకై భార్య రాలేదు. నూతియొద్దకుఁ బోయి పాదప్రక్షాళన మొనర్చుకొని వంటయింటిలోని కాతఁడు పోయెను. అక్కడఁగూడ భార్య లేదు.

---

12. సారలు అని కూడా వాడుక. చక్కగా, నిండుగా, సంపూర్ణముగా, సమకూడుట అనే అర్థాలను సందర్భానుసారంగా చెప్పుకోవాలి.

13. రాష్ట్ర విభజన సమయంలో తెలంగాణలో తరచుగా వినవచ్చిన మాట "అలాయ్‌బలాయ్." ఈ పేరుతో సమావేశాలు నిర్వహించారు. పరస్పరం ఆప్యాయంగా కౌగలించుకోవటం అని అర్థం. పానుగంటివారు ఈ పదానికి కల్పించిన గ్రాంథిక రూపంలాగా వుంది 'అల్లాయపుల్లాయ'.

పచనప్రయత్న మేమియుఁ గానఁబడలేదు. అంత పడుకగదిలోని కాతఁడు పోయి చూడఁగ వట్టినేలపైఁ బార్వతమ్మ పండుకొని యేడ్చుచుండెను. భర్తను జూచి పట్టరాని సంతాపమునఁ బెద్దగోల పెట్టి యేడ్చెను. రామరాజుగారు తెల్లఁబోయి భార్యయొద్దఁ గూరుచుండి యామెపైఁ జేయి వైచి "యేమిది-యేమిది" యని పలుమా అడిగెను. భార్య తలపై మోదుకొనుచు "భర్త చెప్పినమాట వినని దుర్మార్గురాలను. బుద్ధి గడ్డి దినుటచేఁ గొడుకు నిమ్మని రాముని గోరితిని. నాకుఁ గొడు కక్కఱలేదు. కడు పక్కఱలేదు. రామదేవుఁడా! నీవు ప్రసాదించిన దీనిని నీవు తీసికో నాయనా! నా తండ్రీ! రామచంద్ర ప్రభువా!"యని యెలుగెత్తి యేడ్చెను. "సంగతి యేమి? వ్యవహారమేమి? ఈ గొడవ కలుగుటకు మూలకారణమే"మని భర్తయడుగ "నయ్యో! నేను భరింపలేను. నాకు వద్దు. నా కక్కఱలేదు. నాకుఁ గొడు కక్కఱలేదు. ఇదిగో బుద్ధిలేక కోరుకొని నందులకుఁ జెంపలు వైచికొనుచున్నాను. మహాప్రభూ!" యని యామె యేడ్చెను. బలాఢ్యుఁడైన రామరాజుగారామె యెంత వారించినను రెండుచేతులతో నెత్తుకొని మంచముపైఁ బరుండఁబెట్టి కన్నులం దుడిచి "చూడు! చెప్పినమాట విను. తొందర పడవద్దు. తెలియలేదు! నిదానించుకో-సంబాలించుకో – ఇప్పుడు కలిగిన సంగతి యేమి" యని బతిమాలుకొనుచు నడిగెను. "నేను చెప్పలేను. మనము తిరుగ భద్రాచలయాత్రకుఁ బోవుదము. ఆ రామదేవుని రెండుకాళులు పట్టుకొని 'నాకు దయచేసిన పుత్రభిక్షము నాకక్కఱలేదు. అనుగ్రహింపుము మహాప్రభూ!' అని మొఱ్ఱపెట్టుకుందును" అని పార్వతమ్మ పలుకునంతలోఁ గనకయ్యసిద్ధాంతి వచ్చి "పార్వతమ్మక్కా! నీ కీ వెఱ్ఱి యేమి? తూర్పుసిద్ధాంతాలు[14] స్థిరమనుకొన్నావా యేమి? మొదలు శాస్త్రానికే పార్వతీదేవి శాపమున్నది[15]. ఆయవకతవక ముండకొడు కేదో పేలఁగ నదియే పట్టుకొని గుండె

---

14. తక్కువరకం, చౌకరకం, నమ్మలేనివి, మోసపూరితం ఇలాంటి అర్థాలు వచ్చేటట్లు 'తూర్పు' అనే విశేషణం చేరుస్తారు. తూర్పుగాలి అంటే జబ్బు చేసేగాలి. తూర్పుకాళ్లు అంటే బోదకాలు వ్యాధి. వివెకె రంగారావు (బొబ్బిలి) మేనమామ (సూరవరం, కృష్ణాజిల్లా) వివెకె రంగారావును, ఆయన సోదరులను 'తూర్పుడొలగలు' అని పరిహాసం చేసేవారట. డొలగ అంటే రంగారావుగారికి ఇప్పటికీ అర్థం తెలియదుకాని, న్యూనార్థమే. సిద్ధాంతి 'నమ్మదగని మాటలు' అనే అర్థంలో తూర్పుసిద్ధాంతాలు అన్నాడు.

15. వినాయకుడు పుట్టినప్పుడు పార్వతీదేవి జ్యోతిష్యులను సంప్రదించిందట, పిల్లవాని భవిష్యత్ చెప్పమని. వారు "శిశువు దీర్ఘాయుష్మంతుడు, సుందరరూపుడు, త్రిలోక పూజ్యుడు అవుతా"డని చెప్పారట. ఈశ్వరునిచేతిలో వినాయకుడు మృతి చెందాడు.

పగులఁబెట్టుకొనుట తగునా? తరువాత నేను నాలుగుచీవాట్లు పెట్టినాను. అతఁడు చెప్పినదానిని ముక్కముక్కల క్రింద ఖండించినాను. నా మాట నమ్ము"మని పార్వతమ్మను మందలింపఁగ, "నాయనా! నీ మాట నిజమేనా?"యని పార్వతమ్మ యడిగెను. 'నాది సిద్ధాంత' మని కనకయ్య చెప్పుచుండఁగ, "మొదట దీనికి మూలాధారమైన గొడవ యేమి?" యని రామరాజుగారు పట్టుదలతో నడిగిరి. "ఏమియు లేదు - ఎవఁడో పంచపక్ష్యుపాసకుఁడు[16]- త్రాగుబోతు ముండకొడుకు మీరు పొలములో నుండగా, నిక్కడకు వచ్చి, పార్వతమ్మకుఁ గొడుకు గల్గుననియుఁ, గొడుకు పుట్టిన గంటలోపలఁ దండ్రి మరణించుననియుఁ జెప్పిపోయినాఁడు" అని కనకయ్య చెప్పెను. 'హాహాహా'యని రామరాజుగారు గోడ కూలిపడునంత నవ్వు నవ్వి "ఓయబ్బ! ఇంతేకదా! ఈ మాత్రపు వ్యవహారమున కింత లొల్లి *(అల్లరి)* యెందుల?" కని పలికి కనకయ్య యెదుటనే యిరుగుపొరుగు వారికి వినబడునంత గట్టిగా భార్యను ముద్దు పెట్టుకొని "సిద్ధాంతీ! నీ విటఁ గూరుచుండుము, నేనుబోయి వంట చేసికొందు"నని పడమటింటిలోనికిఁ బోయెను.

ఈశ్వరానుగ్రహంతో పునర్జీవితుడయ్యినా ఏనుగుతల, గుజ్జురూపు ప్రాప్తించాయి. ఆగ్రహించిన పార్వతి జ్యోతిశ్శాస్త్రం ఫలించదని శపించిందట. జాతకం సరిగా చెప్పలేదని జనం జ్యోతిష్యులను సతాయించకుండా వారు తెలివిగా ఏర్పాటు చేసుకున్న రక్షక తంత్రమిది.

16. భవిష్యత్తును, గతాన్ని తెలుసుకోవడానికి మనకు కొన్ని తంత్రాలున్నాయి. వాటిలో కొన్ని వైదికము, కొన్ని వామాచారము, కొన్ని జానపదము. ప్రశ్న అడగటం (అడిగిన సమయానికి ఉన్న గ్రహగతులనుబట్టి సమాధానం వస్తుంది), లకోటా ప్రశ్న, మలయాళ భగవతి తంత్రం, నిమ్మకాయపస్తి, కోడిగుడ్డుపస్తి, కర్పూరంప్రశ్న, అంజనం వేయడం, నూనెగుడ్డలప్రశ్న, గవ్వలప్రశ్న, చిలకప్రశ్న, సోది - అలాంటి తంత్రాలలో కొన్ని. వీటిలో పంచపక్షి ఉపాసన ఒక పద్ధతి. పేరులో పక్షి వుంది గాని పక్షులకు ఈ పద్ధతికి సంబంధం లేదు. నేదునూరి గంగాధరంగారి 'జానపద కుటీరం' ప్రచురణలలో పంచపక్షి ఉపాసనతంత్రం ఎలా చేయాలో ఒక పుస్తకాన్ని ప్రచురించి నట్లు కేటలాగులో వుంది. అగస్త్యుడు రచించిన సంస్కృత మూలగ్రంథాన్ని లొల్ల రామచంద్రరావు (రామ్‌జి) అనువదించగా, 2016లో ముద్రణ అయ్యింది. ఈమధ్య టి.వి. కార్యక్రమాలలో జాతకాలు చెప్పేవాళ్లల్లో ఒకాయనకి విశేషణంగా, 'పంచపక్షి ఉపాసకుడు' అని చెప్పడం విన్నాను. ఏదో ఒక రూపేణా పంచపక్షి ఉపాసన ఇంకా మనుగడలో వున్నట్లు కనబడుతున్నది.

సిద్ధాంతి యామెయొద్దనే కూరుచుండి వృద్ధపారాశర్యము[17]నుండి "భాగ్య వ్యయాధిపత్యే న రంధ్రేతో న శుభప్రదః" అని చదివి 'ఊఁ' యని రెండుమాఱులు మూల్గి, "భాగ్యవ్యయాధిపత్యేన రంధ్రేతో నశుభప్రదః । తత్తత్ఫలాని ప్రబలౌ ప్రదిశే శాంతమోగ్రహో" యన్న శ్లోకమును చదివెను. ఆ శ్లోకమునకుఁ బార్వతమ్మ కర్థము తెలియకపోవుట యాశ్చర్యము కాదు. సిద్ధాంతికే తెలియలేదని చెప్పవలసివచ్చినది. ఎందువలన? దానికర్థము లేకపోవుట. ఒక శ్లోకములోఁ బూర్వార్ధముకు, మఱియొక శ్లోకములో నుత్తరార్థమును లంకెవేసిన శ్లోకమున కర్థముండునా?

కం. "అన్నాతిఁ గూడ హరుఁడవు
అన్నాతిం గూడకున్న నసురగురుండౌ
బంతులు తామరమొగ్గలు
దంతులకుంభములంబోలు తరుణీకుచముల్"[18]

అన్న కలగోలుగంప కందపద్య శ్రాద్ధమున నర్థసమన్వయ ముండునా? కాని శ్లోకము వలన మాత్రము పార్వతమ్మకు ధైర్యము హెచ్చయ్యెను. పంచపక్ష్యుపాసకుఁడు శ్లోక మేదియుఁ జదువలేదు. శ్లోకము చదివిన కనకయ్యయే పంచపక్ష్యుపాసకునిఁ కంటే నెక్కువవాఁడని పార్వతమ్మ నమ్మెను. వట్టిమాటలలోకంటె గణబద్ధమైన మాటలలోఁ

---

17. జ్యోతిషశాస్త్రవేత్తలలో పరాశరమహర్షి ఒకడు. ఆయన రచించిన జ్యోతిషగ్రంథంలో అనేక ప్రక్షిప్తాలు చేరాయి. వాటిని తొలగించి తయారుచేసిన గ్రంథం వృద్ధపారాశర్యం.

18. ఇది రెండు కందపద్యాల కలగలుపు పద్యం.

కం. అన్నాతిఁ గూడ హరుఁడగు, నన్నాతిని గూడకున్న నసురగురుండౌ
నన్నా! తిరుమలరాయఁడు, కన్నొక్కటి లేదుగాని కంతుఁడు గాఁడే!

తిరుమలరాయలు (కృష్ణదేవరాయల తరువాతి విజయనగర చక్రవర్తులలో ఒకడు) అతిశయోక్తులు లేకుండా స్వభావోక్తితో తనను వర్ణించమని కోరగా తెనాలి రామకృష్ణుడు చెప్పిన పద్యంగా ప్రసిద్ధి.

కం. ఇంతలు బదరీఫలములు, యింతలు మారేడుపళ్లు యీడుకు జోడై
బంతులు తామరమొగ్గలు, దంతులకుంభములఁబోలు తరుణీకుచముల్

ఈ పద్యాన్ని కన్యాశుల్కంలో గిరీశం (తృతీయాంకం, మూడవస్థలం) ఉదహరించాడు. ఎక్కడిదో తెలియదు. గురజాడవారి స్వకపోలకల్పితమని పరిశోధకులు అనుమానించారు. పానుగంటివారి ఉద్ధరణనుబట్టి ఏదో ప్రబంధమూలం వుండవచ్చునని అనిపిస్తున్నది. కనకయ్య సిద్ధాంతి చెప్పినదానికి, మూలపద్యాలకు కొంచెం తేడా వుంది.

ప్రమాణశక్తి హెచ్చున్నది. అందులోఁ దెలియనిభాషలోఁ జదివినదానికి మఱింత ప్రమాణశక్తి యున్నది. మనసు కొంత కుదుటఁబఱచుకొని పార్వతమ్మ భర్తను వారించి తానే వంట చేయుటకు వంటయింటిలోనికిఁ బోయెను. కనకయ్య యింటికిఁ బోయెను.

❖ ❖ ❖

పంచపక్ష్యుపాసకుఁ డాయూరికాంతల కెందఱకో ప్రశ్నలు చెప్పెను. వారి వారికి నిదర్శనము లిచ్చుచున్నట్లు పార్వతమ్మ వినుచుండెను. "తనకు మాత్ర మేల నిదర్శన మీయకుండును?" అని తలపోసి యేడ్చుచుండును. అయిదవనెలలో గాజులు లేవు; సీమంతము లేదు; సూడిదలు లేవు; ముద్దుముచ్చట లేమియు లేవు. ఎవ్వ రేమి చెప్పినను వినక యెంగిలి లంఘనములు[19] చేయుచు గృశించి మంచమున కంటుకొని పోయినట్లు పండుకొని యొక్కరీతిగ నామె యేడ్చుచుండెను. అక్షరాభ్యాసమే యెఱుఁగని రామరాజుగా రేమి యితిహాసములు చెప్పి యామె నోదార్పఁగలరు? అదిగాక భర్త కనులఁ బడుసరి కామె గొల్లున నేడ్చుచుండును. ఆ యూరిలోని కాంత లెందఱో యనుదినమున మధ్యాహ్నమున వచ్చి ఆమెయొద్దఁ గూరుచుండి యేవో యుబుసు లాడుచుఁ గాలక్షేపము చేయుచుండిరి. భర్త తనయెదుట లేనప్పు డాతఁ డెదుటికి వచ్చినదాఁకఁ దొందరపడి యాతనిని బదేపదే పిలుచుచుండును. వచ్చిన తర్వాత నాతనిఁ జూచి హోరున నేడ్చుచుండును. తా కంటబడుటచే నామె మఱియింత దుఃఖించుచున్నదని భర్త రవంత యావలికిఁ బోవఁగ, "రండు, రండు, రారేమి, రారేమి"యని వచ్చినదాఁకఁ దపించి పోవును.

రామరాజుగా రొకనాఁడు మధ్యాహ్నమున వచ్చి "పార్వతీ! నీవేడ్చినట్లైన నేనిక్కడకింక రాను. సంగతి యేమిదో వ్యవహారమేమిదో – తెలియలేదు? సందర్భ మేమిదో, అదోయిదో ఉన్నదందువా, మఱిలేదందువా? అది మనము రాపాడించు కొనవలసినది కాని – ఊఁ – తెలియలేదు? అది సంగతి" యని యుపన్యసించెను. దానికర్థ మేమాత్రము తెలియక కాఁబోలు పార్వతమ్మ "మీ యిష్టము. ఏది చెప్పవలయునో చెప్పుడు. నేను విందు" ననెను. వా రిట్లు మాటలాడుకొనిరి.

రామరాజు: పార్వతీ! మా తాతగా రిప్పుడున్నారా?

పార్వతి: ఆ మాట యిప్పుడెందుకు? లేరు.

---

19. లంఘనము అంటే దాటవేయుట. వైద్యచికిత్సలో భాగంగా ఆహారం స్వీకరించ కుండా దాటవేయటం లంఘనం. 'లంకణం' అని జనవ్యవహారం. చాల కొద్దిగా ఆహారం స్వీకరించటం ఎంగిలి లంఘనం.

రామరాజు: ఎందుచేత లేరు?

పార్వతి: చనిపోవుట చేత -

రామరాజు: సరే- అట్ట బాటలోనికి రా - ఎందుకుఁ జనిపోవలయును?

పార్వతి: ఏమి చెప్పఁగలను? కాలము వచ్చుటచేత.

రామరాజు: మా తండ్రిగారి మాట యేమి?

పార్వతి: ఆయనకును గాలము వచ్చినది.

రామరాజు: అట్టయిన మఱి నామాట యేమనుకొన్నావు. తొందరపడకు. ఆఁగు. మనుష్యుఁడైనవాఁరెల్లఁ చనిపోవక తప్పదు, తెలియలేదు? గొడ్లుగోదలమాట రవంతసేఁ పాడఁబెట్టు. వెంకటాద్రినాయఁడుగారు[20] వెళ్లిపోయినారు, సుఖపడినారు. ధర్మప్పారావు గారు[21] కాలమునేమైనఁగాని రొకాయింపఁ(అడ్డుకో)గలిగినారా? వెడలిపోవుట యనఁగా నేడకోనా? రామదేవుని దగ్గఱకు - తెలియలేదు? ఇఁక దుఃఖాలతోఁ బనియేమున్నది?

పార్వతి : (ఏడ్చుచు) కొడుకు పుట్టిన వెంటనే మీరు మమ్ము విడుచుటకు నిశ్చయపఱచుకొన్నారా ?

రామరాజు: నిశ్చయపఱచినవాఁడు రామదేవుఁడు. మన మెవరము? అందఱమాట యంతే.

---

20. చింతపల్లి, అమరావతి జమీందారు (గుంటూరు జిల్లా) రాజా వాసిరెడ్డి వెంకటాద్రి నాయఁడు (1761–1816) గొప్పదాత. 101 శివ, వైష్ణవాలయాలను కట్టించి ధూపదీపనైవేద్యాల నిమిత్తం వందల ఎకరాలు యీనాము లిచ్చాడు. వేదవిదులకు, పేదసాదలకు రెండు చేతులా దానమిచ్చాడు. నవీన అమరావతి పట్టణ నిర్మాత. అమరేశ్వరాలయ జీర్ణోద్ధరణకర్త.

21. నూజవీడు జమీందారు శోభనాద్రి అప్పారావుకు (1799–1868) ఏడుగురు కొడుకులు. వారిలో రెండవవారు ధర్మప్పారావని ప్రసిద్ధిచెందిన రంగయ్యప్పారావు (మ. 1906) వుయ్యూరు జమీందారు. దానధర్మాలకు పెట్టిందిపేరు. వీరి ధర్మకార్యాలకు, పరోపకారచింతకు మెచ్చి బ్రిటిష్ ప్రభుత్వం గౌరవాదరాలతో "రాజా" బిరుదు ఇచ్చింది. ఫారశీభాషలో మంచిపండితుడు. పిరదౌశీ కవి రచించిన 'షానామా'ను ఆంధ్రీకరించారు. ధర్మప్పారావు ఖ్యాతి బిచ్చగాళ్లు, ఫకీర్లు పాడుకునే పదాలలోకి ఎక్కింది.

"అయ్యో! నిశ్చయమేనా! నిశ్చయమేనా!" యని పార్వతమ్మ వెక్కి వెక్కి యేడ్చెను. రవంతసేఁ పచ్చటఁ గూరుచుండి రామరాజుగారు పొలములోనికిఁ బోయిరి. ఎంద అతిథులు వచ్చినను దా నొక్కఁడే వంట చేసి యందఱకుఁ బెట్టుచున్నాఁడు. భార్య చింతించు చున్నదన్న చింత తక్క తనచింత యేదియు నాయనకు లేదు. మట్టి తిను దూడల మూఁతులకు బుట్ట లల్లుచున్నాఁడు. ఆవులకు దృష్టిదోషము తగులకుండఁ గంబళిత్రాళ్లు పేనుచున్నాఁడు. జొన్నపిండి చీమలకు వేయుచున్నాఁడు. జొన్నరొట్టెలు బీఁదపిల్లల యింటికిఁ దీసికొనిపోయి పెట్టుచున్నాడు.

❖ ❖ ❖

ఒకనాఁటిరాత్రి రెండు యామములకుఁ బార్వతమ్మకు నెప్పు లారంభించినవి. ఆ రాత్రి సామాన్యముగ నుండెను. మఱునాఁటి యుదయమున హెచ్చుగా నుండెను. ఈ సంగతి తెలియుటచే నూరిలోని యనేకకాంతలు, పురుషులు వచ్చి రామరాజు గారి యింటిలోఁ గూరుచుండిరి. ఆయనకుఁ బుత్రోదయ మగునని సంతసింతురా? ఆయన నిర్యాణము సమీపించుచున్నదని దుఃఖింతురా? స్తంభీభూతులై కూరుచుండిరి. ఏమియుఁ దోఁపక యొకరి నొకరు చూచుకొనుచుఁ గూరుచుండిరి. అట్టి సమయమున రామరాజుగా రేమి చేయుచున్నారో? ఆవునాలుకకుఁ దొండగతి[22] యైనదని దాని కుప్పు రాచుచున్నాడు. ఉప్పు రాచుచున్న రామరాజుగారు రాయించుకొనుచున్న పశువుకంటె నెక్కువవారు కారని వారిలోఁ గొంద అనుకొనిరేమో ఎట్లు తెలియును? స్త్రీలు బుగ్గలు నొక్కుకొనిరి. పురుషులొకరి నొకరు చూచుకొని పెదవులు విఱుచుకొనిరి.

క్రమముగాఁ బార్వతమ్మకు నెప్పులు హెచ్చయినవి. సాయంకాలము నాల్గు గంటలకుఁ బుత్రుఁడు కలిగెను. పార్వతమ్మ గదిలో నుండి యేడ్చుచున్నది. అక్కడి స్త్రీలందఱు కన్ను లొత్తుకొనిరి. రామరాజుగారు పుత్రోదయమైన వెంటనే స్నాన మొనర్చి విభూతిని ధరించి యందఱియొద్దకు వచ్చి మందహాసముతో నటఁ గూరుచుండెను. "అయ్యా! మీకుఁ గుమారుఁడు కలిగినాఁడు. సంతోషమే" యని యొక్కఁడైన నాయనతో ననలేదు. అందఱుకూడఁ బ్రతిమలవలెఁ గూరుచుండిరి. "నాయనలారా! మా తండ్రిగారు

---

22. పశువులు హితవుకాని మొక్కలను తినవు. మామూలు గ్రాసంతో కలిసిపోయి పొరపాటున తినడం జరగవచ్చు. ఫలితంగా నాలుకపై పూత లేదా బొబ్బలు లేదా వాపు కనిపిస్తుంది. దీనిని దొండగతి అంటారు. దీనికి ప్రథమచికిత్స నాలుకపై ఉప్పు రుద్దటం. అది ఫలించకపోతే పైచికిత్సకు వెళ్లాలి. జంతువు నాలుకపై ఉప్పు రాయాలంటే, ఎంతో మాలిమి అయితేగాని సాధ్యం కాదు.

నాకు తిరిగి పుట్టినారు. సంతోషమే. మీ రీడనే ప్రొద్దుటి నుండియుఁ గూలఁబడి యున్నారు. మీ రీపాటి కిండ్లకుఁ బొం” డని రామరాజుగారు పలికిరి. “తొందరలేదు. సాయంకాలమగు వఱకుందు”మని వారనిరి. “సరే” యని యాతఁడు లేచి “చీమలకుఁ బిండి వైచి, పిల్లలకు రొట్టె లిచ్చి త్వరలోనే వత్తు”నని వీథిలోనికిఁ బోఁబోవుచుండగ “నొక్క గంటవఱకైన మీరిక్కడ నుండి కదలవల”దని వారంద ఱేకగ్రీవముగఁ బలికిరి. కనకయ్య సిద్ధాంతి లేచి “పిండి, రొట్టెలు నేను వైచి వచ్చెదను. మీరిట కూరుచుండు” డని పలికి లేచిన రామరాజుగారిని రెండుచేతులు పట్టుకొని కూరుచుండఁబెట్టి వీథిలోనికిఁ బోయెను. “ఓయబ్బ! నా కీ నిర్బంధమేమయ్యా!” యనుచు రామరాజుగా రటనే కూరుచుండిరి. అయిదయినది. ఆఱయినది. దీపములు పెట్టినారు. ఏడు గంటలైనది. “రామరాజుగారూ! ఇక బ్రదికినారయ్యా”యని యందఱాయన నభినందించి పంచపక్షిని బనికిమాలినముండకొడుకని తిట్టి యెవరి యిండ్లకు వారు పోయిరి.

రాత్రి పార్వతమ్మ సుఖముగా నిద్రపోయెను. తెల్లవాఱిన పిమ్మటఁ దిరుగఁ గొందఱు బ్రాహ్మణులు రామరాజుగారి యింటికి వచ్చిరి. రామరాజుగారు స్నానము చేసి భస్మధారణ మొనర్చుకొని వారినందఱను గౌరవించెను. “రామరాజుగారూ! ఇది మీ బ్రదుకు కాదు. గ్రామమందలి యశేషజనుల బ్రదుకని నమ్మవలయును” అని కనకయ్య సిద్ధాంతి పలుకగ “చీమలమాట పశువులమాట చెప్పక పోయితివేల” యని మఱియొకరు రవంత చేర్చిరి. అందఱు మహానంద మొందుచుండిరి. రామరాజుగారిని జూచుట కింక ననేకులు వచ్చుచున్నారు. వారి కందఱకుఁ దగిన తా వింటిలో లేకుంటచేఁ గాఁబోలు రామరాజుగారు వారి కెదురుగ వీథిలోనికి వచ్చి వారిని గౌరవించి వీథిలోనే నిలువఁబడిరి. రామరాజుగారి నందఱు పదేపదే యభినందించిరి. “ఓయబ్బ! బ్రదికియున్నందులకు నన్నింతగా నభినందించు చున్నారేల? బ్రదికియున్నందుల కెవ్వరినిగూడ నభినందింపనక్కఱలేదు. తెలియలేదు? నన్ను మీ రభినందింపఁ దలచుకొన్న యెడల నే నిప్పుడు చెప్పఁబోవుదానికై యభినం దింపుఁడు. అప్పుడైనను వద్దనియే నా కోరిక – ఆ సంగతి యేదనగా – అది నా కడుపులోనే పెట్టుకొన్నాను. నేను భద్రాచలములో నుండగా నొకరాత్రి నాకు స్వప్నములో రామదేవుఁడు కనఁబడి నీవు పై వైశాఖ శుద్ధైకాదశినాఁడు నాల్గుగడియల ప్రొద్దెక్కు నప్పుడు తనువును త్యజించి నా సన్నిధికిఁ జేరెద వని చెప్పెను. ‘ఓయబ్బ! అంత దూరపువాయిదా వేసినా వేమయ్యా! నీయిష్టాని కడ్డేమున్నదయ్యా! నా మట్టుకు నే నిప్పుడు సిద్ధముగా నున్నా’నని నేను రామదేవునితోఁ బలికితిని. ఈ దినమే యా యేకాదశి. నాల్గుగడియలు కూడఁ గావచ్చినది” అని రామరాజుగా రానందపరవశులై పలికిరి. అందఱును దెల్లఁబోయిరి.

ఇంకలోఁ బాలికాపువాఁడొకఁడు గడ్డిమోపు తలపైఁ బెట్టుకొని రామరాజుగారి యింటికి వచ్చుచుండెను – "వీరన్నా! నిన్న సాయంకాలమునఁ దోడుకొని రావలసిన మోపిప్పుడు తెచ్చితివా? రాత్రి పశువులకు గడ్డి లేకపోవుటచే నేనెంత కటకటలాడి పోయితినో!" యని రామరాజుగారు వానితో ననిరి. "బాబూ! నిన్న సాయంకాలమునఁ దేలు కుట్టినది. అందుచే రాలేకపోయినా"నని వాఁడు పలుకుచు గుమ్మపు మెట్టెక్కు చుండెను. "వంగు వంగు – మోపు పైనఁ దగులును" అని రామరాజుగారు కేక వేయుచునేయున్నారు. ఇంతలో మోపు వానితలమీఁది నుండి తిరుగఁబడి మెట్ల మీఁద నుండి దొరలుచు వీథిలోఁ బడెను. దానిలో రాత్రి యేవేళనో దూరి యటనే నిద్రించి మోపు క్రిందఁబడుటతోడనే బెదటిపోయిన త్రాఁచుపా మొక్కటి యీవలకు వచ్చి రామరాజుగారిని గాలిపైఁ గఱచెను. రెండుచేతులు పైకెత్తి "రామచంద్రప్రభూ! దయ గలిగినదా! దయగలిగినదా!" యని యానందబాష్పపూరితలోచనుఁడై రామరాజుగా రఱచి "సిద్ధాంతీ! వసారాచూరిలో దర్భలు జాగ్రత్త పెట్టినాను. ఈడకవి తోడుకొనివచ్చి యాతిన్నెమీఁద పరవవయ్యా! నీకుఁ బుణ్యము కలుగునయ్యా!" యని పలికి యాతఁడట్లు సేయగ దానిపై శయనించి "రామా! రాఘవా! రాజీవలోచనా!" యని స్మరించుకొనుచు మందహాసముతో నస్తమించెను.

(భారతి – మే 1924)

(సాక్షి వ్యాసాలలో స్వకీయసల్లాపము (పుట. 263) అనే వ్యాసంలో సాక్షి సంఘానికి హైదరాబాదు రాజ్యంనుండి తెలంగాణ మాండలికంలో రాసిన ఒక ఉత్తరం ప్రస్తావన ఉంది. (వ్యాసప్రచురణ కాలం 09.10.1920) ఆ ఉత్తరంలోని మాటలు, రామరాజు కథలోని మాటలు కలుస్తున్నాయి. బుఱ్ఱా శేషగిరిరావుగారి 'విమర్శాదర్శము'పై పానుగంటి 'విమర్శాదర్శవిమర్శాదర్శము' రాశారు. దీనిలో చివరన నైజాం మాండలిక పదాలు 294, వాటికి గోదావరి జిల్లాలో ఉపయోగించే సమానార్థక పదాలు, వాటి అర్థాలతో ఒక పట్టిక యిచ్చారు. ఈ కథలో మొత్తం తొమ్మిది పదాలు–గుట్లకెల్ల, వెంకులాడుకొనుట, దొడ్డుగా, కాసండి, తుఱ్ఱ బడాయించుట, లొల్లి, చిన్ని, వన్నింపులు, అలాయబలాయ అనే తెలంగాణ మాండలికపదాలు ఉన్నాయి. ఈ 9 పదాలు కూడా ఆ పట్టికలో ఉన్నాయి. కథలో తెలంగాణ మాండలిక పదాలు వాడిన మొదటి కథకుడు పానుగంటి.)

రామరామ!

"ఏదీ! ఒక్క ముద్దేకాదా! ఊఁ"యనుచు నెడమమోచేతిని బ్రక్కపై నాని కుడిచేతిని భార్యపై వైచి నడుమువఱకు లేచి తనమోమును భార్యమోమున జేర్పఁ బోయి మూతి పొడుగు చేసిన రంగరావు నట్టెయదలించి మోము మఱల్చుకొని గిరుక్కున నెడమవంక కొత్తిగిల్లి "అబ్బ! నాకు నిద్ర వచ్చుచున్నది. ఎప్పుడు నొక్కటే ముద్దులా! చాలు"నని కృష్ణవేణమ్మ రంగరావును బలుచఁబలుచఁగ మందలించెను. పదునైదు దినముల క్రిందటనే కాపురమునకు వచ్చిన పడుచుపిల్ల. పగలెల్ల నింటిలో నేదో చిన్న పెద్ద, బరువు తేలిక పని తప్పదయ్యెను. పండ్రెండుగంటలు దాఁటిన తరువాతనైన నా పిల్లకు నిద్ర రాగూడదా? అది తప్పా! "అబ్బ! ఇటు తిరుగు; ఒక్కటే నిద్రయా?"యని రంగరావు భార్యను దనవంకకుఁ ద్రిప్పుకొనఁబోవఁగ మంచపుఁ బట్టెను గుడిచేత నామె కౌఁగిలించుకొని బిఱ్ఱబిగిసెను 'ఒక్కటే ముద్దులా' యని భార్య విసుఁగుదల యయ్యెను. 'ఒక్కటే నిద్రయా' యని భర్త సాధింపయ్యెను. ఇఁక సంధియెట్లు? తనకేమి రెండవపెండ్లివాఁడు; నలువదియేండ్లు గడచినవాఁడు; ప్రపంచకష్టముల నెఱిఁగినవాఁడు. తనకెంతకైన నిద్ర రాకపోవచ్చును. అయ్యో! కుఱ్ఱది-పదమూడేండ్లది. దానియీడున వయస్సురాని వారెందఱో యున్నారు కదా! అది నిద్ర కాఁగలేకపోవుట హానియా? అపకీర్తియా? ఈమాత్రపు టౌచిత్యము తనకేల యుండఁగూడదు? ఇంటిలో స్థిరముగాఁ బడియుండుటకు వచ్చిన పెండ్లాము కదా! నూఱేండ్ల కాపురము కదా! తిరుగఁ దెల్లవాఱదా? ఇంతలో నేమి పుట్టి మునిఁగినది. 'అద్దెద్దె' యని తన కొంటిగంటవేళ నొకముద్దెందుకు? భార్య లేఁతపిల్ల కావున నూరకున్నది కాని యాఱితేరినగడుసుదే యైన యెడల భర్తను మూఁతిమీఁద బొడుచునేమో! అది యట్టిదే యైన యెడల దాని చిత్తము ననుసరించియే యాతఁడు ప్రవర్తించునేమో!

కుడిచేతితర్జని నల్లాడించుచు "నింతేకాదా! యింతేకాదా! సరే" యని భర్త రెండవవైపున నొత్తిగిల్లి పండుకొనెను. ఇంతేకాదా ఇంతేకాదా యనఁగా నర్థమేమో? ఇంతసేపు బతిమాలినదాని ఫలమింతేకాదా యనియా? ఇంతధనము దగులఁ బెట్టుకొని పెండ్లిచేసికొని నందులకు బర్యవసాన మింతేకాదా యనియా? ఇఁక నీకు నాకు నింతే కాదా యనియా? ఎట్లు తెలియవచ్చును? కాని 'సరే' యనఁగ నర్థమేమో?

తెల్లవాటినపిమ్మట నిన్ను బారగట్టులను గట్టించి కొట్టింతుననియా? కాక, యింత నీదారి నీది నాదారి నాది యనియా? పాపము! ఆ యిల్లాలి వలన నెంతయపరాధము జరిగినదో? ఎంత సంసారఘాత సిద్ధించినదో? కాని, యీ మాత్రమైన సహించుకొన లేని భర్తకు రెండవ పెండ్లికూడ నెందులకో?

ఏమి చేయవచ్చును? రంగరావు మిక్కిలి యొడిదుడుకు స్వభావము కలవాఁడు; కత్తిపదను నైజము కలవాఁడు; అందులో మాఱుమనువువాఁడు; మఱలుదల వయస్సువాఁడు; భార్యయందుఁ బంచప్రాణములు పెట్టుకొన్నవాఁడు; భార్యకూడఁ దనయం దంతప్రేమముతోనే యుండవలసినదన్నవాఁడు, అట్లుండక తప్పదని సిద్ధాంతపఱచినవాఁడు; భార్యనుఁ జూచి పొంగిపోవువాఁడు; భార్యకూడఁ దన్నుఁజూచి తనలాగుననే పొంగకపోయినయెడల వీలులేదన్నవాఁడు; భార్యాభర్త లనుకూలముగ నుండఁదలఁచిన యెడల నొకరినొకరు కౌఁగిలించుకొని కూరుచుండవలసినదన్న వాఁడు; కానియెడల, భర్త యజ్ఞోపవీతము తీసివైచి కాశిలో, భార్య తల గొరిగించుకొని రామేశ్వరములో నుండవలసినదన్న మతములోవాఁడు; అంతేకాని, మధ్యమమార్గ మొక్కటి యుండవచ్చు ననుకొన్నవాఁడు మాత్రముకాఁడు.

అట్టి ప్రకృతిగల రంగరావునకు భార్య వెన్నిచ్చిన యెడలఁ దల మండుకొని పోవదా? భార్య మొగము చిట్లించుకొనఁగ గుండెలలోఁ బొడిచినట్లుండదా? భార్య మంచపుఁబట్టెను గౌఁగిలించుకొని పండుకొనినదనఁగ దన్ను గొంతువఱకుఁ బూడ్చి నట్లుండదా?

తన ప్రకృతిలాగుననే తన యిల్లాలి ప్రకృతి యుండవలసినదని యెచ్చటనైన నున్నదా? లేకపోవుఁగాక! తన ప్రకృతికి సరిపోయినట్లు తన యిల్లాలు తన ప్రకృతినేల మార్చుకొనఁగూడదను పట్టుదలకలవాఁడు. ప్రకృతి మారుటకు సాధ్యమగునో కాదో యాసంగతి యటుంపుఁడు. తానే తన ప్రకృతిని భార్యాప్రకృత్యనుగుణముగ నేల మార్చుకొనఁగూడదో? ఊహుఁ! అది పనికిరాదు. ఎవరెవరి ప్రకృతిపరిపాకము లెట్లున్న సరే; యెవరి యిష్టానిష్టత లెట్లున్న సరే; యందఱుఁగూడఁ దాను 'గీ' యనఁగఁ 'గీ' యనవలయుననియుఁ, దనకొసవెఱ్ఱులకు శిరఃకంపన మొనర్చవలసిన దనియు బ్రతి నరప్రకృతిలో నున్నదికాని లేకపోలేదు. కొందఱకుఁ గొఱ్ఱిగింజంతయుఁ, గొందఱకుఁ గుంకుడుగింజయంతయు నుండగ, రంగరావునకుఁ గోడిగ్రుడ్డంత యున్నది.

భార్య ముద్దీయకుండఁ బండుకొన్నదని తహతహ లాడిపోవుచున్నాడు; అంటుకొన్న పూరికొంపవలె లోలోపలనే కుమిలికుమిలి కూలుచున్నాఁడు; కవులు తమ గ్రంథములలో వ్రాసిన ప్రణయకలహమై యుండునా యని రవంత సందేహించి నాఁడు, మంచువలె వెంటనే విడిపోవలసినదే కాని యింత త్రాడుతెగు బ్రణయకలహ ముండదని సిద్ధాంతపఱచుకొన్నాఁడు; కమ్మరితిత్తివలె నూపిరిని బూరించి రెండేసి బారల మూల్గు మూల్గుచున్నాఁడు; భార్యకుఁ దనయం దిష్టత లేదని సిద్ధాంత పఱచుకొన్నాఁడు, ఎందుచేత – రెండవపెండ్లివాఁడగుటచేత; రెండు యామములు దాఁటినవాఁడగుట చేత; పెండ్లి చేసికొనుమని చెప్పిన స్నేహితులను దిట్టినాఁడు. పెండ్లి కుదిర్చిన బంధువులను దిట్టినాఁడు. పెండ్లి చేయించిన పురోహితుని దిట్టినాఁడు; ఇట్టి పనికిమాలిన నిర్భాగ్యురాలినేల కనవలయునని యత్తమామలను దిట్టినాఁడు; తన్నుఁ దిట్టుకొన్నాఁడు; 'ప్రక్కలో ముండ్లకంపవు; నీవెక్కడ దాఁపరించితివే' యని పెండ్లామును దిట్టినాఁడు; కాని యిల్లాలిప్రక్కలోఁ దా నెలుఁగుబంటివలె నుంటినను సందేహమాతనికిఁ దోఁచిన ట్లింతవఱ కగపడలేదు.

పెండ్లాము చెప్పవచ్చినప్పుడు మొదటి పెండ్లామే పెండ్లామని తనపూర్వ కళత్రమును గొంత ప్రశంసించినాడు; ఆమెకుఁ గ్రోధమెక్కువయని కొంత మనసులో దిగఁబీఁకుకొనినాఁడు; ఆమెయెడల నప్పుడప్పు డనాదరణ చూపినందులకు లెంపలు వైచికొన్నాఁడు; ఆమెయే బ్రదికియుండునెడలఁ దన కిప్పు డీ గతి పట్టకయే యుండునని పరితపించినాఁడు.

ప్రస్తుత భార్యకుఁ దనయం దిష్టము కలుగుట కేమి చేయవలయునా యని గుబ్బెటలు పడుచున్నాఁడు; ఆతంకనిగ్రహమాత్ర లందులకు మంచివేమో యని మదరాసువంక తిరిగినాఁడు; స్త్రీవశ్యపు మందు లమోఘములని గోదావరిజిల్లావంక తిరిగినాఁడు; బాలెంతచావు చచ్చిన పెద్దభార్య దీని నావేశించి యిప్పుడు తనకు ముద్దీయకుండఁ జేసినదేమోయని సందేహపడి మంత్రశాస్త్రవేత్తయైన కృష్ణశాస్త్రులుగారు మరణించినందులకు రవంత విచారించినాఁడు; గ్రహవిముక్తికి గంగాస్నానము దురాకట్టని[1] స్థిరపఱచినాఁడు;

---

1. తురాయికట్టు అంటే దాటలేనిది అని అర్థం. దుష్టగ్రహపీడలు తొలగించడానికి కొన్ని చిన్నస్థాయి మంత్రసాధనలు వున్నాయి. పిల్లలు తరచూ మంచంపై నుండి పడిపోతుండటం, దడుచుకోవడం, ఊరికే ఉలికిపడటం, బాలింతకు పాలుపడక పోవడం, పశువుకు చేపు రాకపోవడం, కొన్ని వ్యాధులు తరచూ రావడం – వీటికి

ప్రక్కపాటునఁ దలగడకుఁ జివరఁబెట్టిన తల రవంతజాఱుటచే మంచముపై నుండి క్రిందికిఁ బడిపోవుచున్నానేమోయని యులికిపడి లేచి వెంటనే సంబాళించుకొని వీఁపుపై బండుకొని కన్నులు తిరుగ మూసికొనినాఁడు. గుండెలపై రెండు చేతులున్నవి. చెవియొద్ద దోమ గుయ్యిమనుచున్నది. తాను గుఱ్ఱుతీయుచు నడుమనుడమఁ గెక్కుకెక్కు మనుచున్నాఁడు.

స్వప్నము

చెదఱిన ముంగురులతో మేలుముసుఁగుతో రవంత చొక్కినదౌడలతోఁ బండ్ల కప్పుతోఁ దేలిపోవుచున్న కన్నులతోఁ దాంబూలరక్తిమగల పెదవులతోఁ జెవుల దూదిపింజలతో, నడుమునకుఁ గట్టుతో, నిండైనవక్షముతోఁ బ్రత్యక్షమైన పెద్దభార్య సుబ్బమ్మయు, రంగరావు నిట్లు మాటలాడుకొనుచుండిరి.

సుబ్బ: నేను బోయినపిమ్మటఁ దిరుగఁ బెండ్లి చేసికొనననని నీవనలేదా? ఆ మాట మఱచిపోఁ దగునా? అది నీ ప్రక్కలో నుండుట నేను సహింతునా?

రంగ: బుద్ధిలేక చేసికొంటిని. క్షమింపుము.

సుబ్బ: చేసికోఁబోయి చేసికోఁబోయి యిట్టి కొంకనక్కను జేసికొంటివేల?

రంగ: అబ్బే! అది యనాకారిణియా?

సుబ్బ: దాని సౌందర్యమును జూచి మురిసిపోవుచున్నావా? ఛీ! ముద్దిమ్మని నీ వెంత బతిమాలిననైన నొప్పుకొన్నదా? నీవనఁగ దాని కిష్టమనియే యనుకొంటివా?

రంగ: ఆ - నాయం దిష్టత లేనేలేదా?

సుబ్బ: నీపైఁ గావలసినంత రోఁత కూడను.

"అటులైనఁ జెప్పుదీసి కొట్టెద"నని బిగ్గఱగ నఱవఁబోయి మాటపైకి రాక 'బే' యని యఱచి యులికిపడి రంగరావు నిద్రనుండి లేచెను.

గడగడ వడఁకుచున్నాఁడు; ఒడలినిండ ముచ్చెమటలు పట్టినవి; అటునిటు కొంతసేపు గుర్తులేకుండఁ జూచినాడు. కనులు రవంత మూసికొని తెఱచుసరికి దీపము

కొన్ని దుష్టగ్రహాలు కారణమని నమ్మకం. వీటికి విరుగుడు ప్రక్రియలు కొన్నింటిని సాధారణ ప్రజలు కూడా సాధన చేస్తుంటారు. పాముమంత్రం, తేలుమంత్రం కూడా ఈ తరహాలోనివే. వీటన్నింటికీ సామూహిక నామం 'తురాయికట్టు'. పానుగంటివారు ఈ మాటను సాక్షి వ్యాసాలలోకూడా 'దురాకట్టు' అనే వాడారు.

గంటలాగున వెలుఁగుచున్నది. దోమ చెవియొద్ద గాన మొనర్చుచునే యున్నది. చిన్నగుఱకఁ దీయుచుఁ గృష్ణవేణమ్మ ప్రక్కపాటుననే పండుకొని యున్నది. తహతహ లాడుచున్న మనస్సును రవంత కుదుటఁబఱచుకొని నిదానించుకొని స్వప్న మంతయుఁ దిరుగఁదోఁడికొనినాఁడు. "నాపై రోఁతయే! నాపై రోఁతయే!" యని గుప్పిళ్లు గట్టిగఁ బట్టుకొని పండ్లు బిగఁబట్టి కొంతసేపు గింజుకొనినాఁడు. "అనిష్టత యుండవచ్చునుగాని యసహ్యతకూడ నేలయుండవలయును? పెద్దభార్య స్వప్నమునఁ జెప్పినమాట లసత్యములు కావు. ప్రస్తుతభార్య దుష్టశీలయయియుండుట నిశ్చయము. దానికి మఱియొకనియం దిష్టముండుటచేతనే నాయం దింతరోఁత కలిగినది. ఆహా! ఆపాదశిరః పర్యంతము మండుకొనిపోవుచున్నదే? ఏమి చేయుదును? దీని సత్యము నా కెట్లు తెలియఁగలదు? అయ్యయ్యో? పులివిస్తరాకు నాఁకితినే? ఎంత దుర్గతి సంభవించినది? ఓసి నిర్భాగ్యురాలా! ఓసి తుచ్ఛురాలా! నన్నుఁ దగులఁబెట్టితివే! నీ ముద్దులమగనికి ముద్దిచ్చెదవుకాని నాకిచ్చెదవా? ముద్దిమ్మని నిన్నడిగి నా నో రపవిత్రముగఁ జేసికొంటినే? ఛీ! ఛీ! నీగొంతు కోసిననైనఁ బాపమున్నదా!".

బీరువామీఁది గడియారము టంగుటంగున రెండుగంటలు కొట్టినది. రంగరావు మంచముమీఁద గూరుచుండి భార్యవంకఁ జూచుచున్నాఁడు. ఆమె ప్రక్కపాటునఁ బండుకొనుట చాలించి వెలికిలఁబడి పండుకొని నిద్రించుచున్నది. మడఁచిన కుడిచేయిఁ యెడమడొక్కపై నున్నది. ప్రక్కపాటున నిలువుగఁ జాఁపఁబడిన యెడమచేతివ్రేళ్లు పఱుపును రవంత దాఁటియున్నవి. ఒత్తగిలి పండినప్పుడు కుడిజెబ్బ సందిటఁబడిన మంగళసూత్రపునానింక నచ్చటనే యున్నది. కోలవాటగు మోమగుటచేతను నెత్తైన తలగడపైఁ దలయుండుటచేతను గడ్డముకొన నంటియున్న పైఁట చెఱఁగుటంచు బోడసరపుఁబూలు[2] చిన్నారిశ్వాసముచే రవంత కదలిన ట్లగపడుచున్నవి. ఒడ్డాణము నడుమనున్న పుష్పమనఁటిపండు రవంత దాఁటి తను స్పర్శనాభిలాషచే వట్టికడుపు నంటిపెట్టుకొని సొమ్మసిల్లినట్లున్నది. కుడిపిక్క యెడమపిక్కపై వైచియుంటచేఁ గుడియెడమ బొట్టనవ్రేళ్ల గోళులొకదాని నొకటి ముద్దుపెట్టుకొనుచున్నవి. ఒత్తగిల్లి పండుకొనునప్పుడు చెదఱుటచేఁ గుడిచెంప ముంగురులలో రెండంగుళముల పొడుగు గల కుచ్చొక్కటి తిలకమును సమీపించి దానిలోని కస్తూరి నాఘ్రాణించుచున్నదేమో?

---

2. బోడసరం (బోడతరం) ఒకరకం తీగజాతి మొక్క. ఔషధ విలువలు కలిగినది. నీలంరంగులో, ఐదురెక్కలతో అందమైన పూలు పూస్తాయి. వివిధ డిజైన్లలోని అలాంటి పూలను గుడ్డతో చేసి రవికల అంచులకు, పైట అంచులకు కుట్టుకోవడం ఆనాటి ఫ్యాషన్.

రవంత విడిన పెదవుల నడుమనుండి పలువరుస యంచు కాసంత కానఁబడుచున్నది. మొగమెంత ప్రసన్నముగనైన నున్నది. బంగరుబొమ్మవలె నున్న యాబాలికను గాంచి భర్త - పనికిమాలిన భర్త - గుళ్ళుమనుచున్నాఁడు, గ్రుడ్లు త్రిప్పుచున్నాఁడు; తలపంకించుచున్నాఁడు.

ఆహాహా! అదియేమి? గుల్‌షబుపూవు వికసించిన ట్లామె నిద్రలోనే మందహాస మొనర్చుచున్నదే! దీపకిరణముల గిలిగింతచేఁ బదిదినములబిడ్డఁడు నవ్వగ నెట్లుండునో యామె నవ్వట్లు ప్రకాశించుచున్నదే! స్వర్గమునుండి దిగివచ్చినట్లున్న యానవ్వును గాంచి యింత రౌద్రస్వరూపుఁడైన రంగరావు కూడఁ దెల్లపోయినాఁడు. అట్టె జలదరించినాఁడు. అంతలో శాంతించినాఁడు.

ఆమె యెందులకు నవ్వెనో! “నీ వెంత వెఱ్ఱిముండాకొడుకవురా” యని యామె ప్రకృతి నవ్వియుండునేమో? అట్లుకాదు. ఆ నవ్వులో హేళనకళంక మెటను గానఁ బడలేదు. కాక పాప మింకఁ బసిబాల కావునఁ దోడిపిల్లలతో గ్రచ్చకాయ లాడుకొనినట్లో దాఁగుడుమూఁత లాడుకొనినట్లో కలఁగని యాసందర్భమున గలిగిన చమత్కారమునకు నవ్వినదేమో? అదియుఁగూడఁ గాదేమో? ఏమైననేమి? పాలమీఁగఁడవంటి యీ పిల్ల గొంతు గోయుటకు భర్త యింతకుముందే కాదా సంకల్పించికొనినాఁడు. ఎందువలన నట్లు సంకల్పించికొనినాఁడు? ఆమె దుష్టచారిత్ర యగుటవలన-నిదర్శన మేమున్నది?-ముద్దీయకుండఁ బండుకొన్నది-సాక్షి యెవరు? చచ్చిన పెద్దభార్య-ఎప్పుడు చెప్పినది? - స్వప్నములో. ఆహాహా! ఇల్లునిండిన మగఁడు! కథాలంకారమైన నాయకుఁడు!

కాని రంగరా వేదో దీర్ఘాలోచన చేయుచున్న ట్లున్నాఁడు. ప్రస్తుతభార్యయందుఁ గ్రోధమున్న పెద్దభార్య మాటలకంటెఁ బ్రబలతరమైన నిదర్శన మేదైన లభించువఱకు నీమెను జంపఁగూడదు. అప్పుడైన నింతలావణ్యవతిని జంపుటకంటె విడిచిపెట్టుట మంచిదేమో! ఎందువలన? ఈమెను జంపిన యెడలఁ దిరుగఁ బెండ్లి కాదు - వహవ్వా! లోకోత్తరమైన కారణ మిక్కడకు వెల్లడియైనది. ‘ఈమె పరిశుద్ధి స్పష్టమగువఱకు నీమెను దగులకుండ దూరముగాఁ బండుకొనవలయును. ఈ రాత్రి కిటనే పండుకొనెద’ ననుకొని, వెలికిలఁబడి పండుకొనినాఁడు.

స్వప్నము

తిరుగ స్వప్నమున సుబ్బమ్మ సాక్షాత్కరించినది. రంగరావు నామెయు నిట్లు మాటలాడుకొనుచుండిరి.

రంగ: దానికి నాపై రోఁత యంటివి కదా? ఎందులకు రోఁత కలుగ వలయును?

సుబ్బ: అందఱ మర్యాదయు నొక్కటే. ఆ కారణమున నీవు నన్నడుగఁ దగదు. నేను జెప్పఁదగను.

రంగ: ఆఁ – నే ననుకొన్న మాటయే నీవు చెప్పక చెప్పుచున్నావు. సరేకాని దాని దోషమును గూర్చి నాకుఁ దగిన నిదర్శనము గలుగుటెట్లు?

సుబ్బ: నిదర్శనము కలిగిన యెడల నేమి చేయుదువు?

రంగ: దానిని విడిచిపెట్టెదను.

సుబ్బ: ఏడువలేకపోయినావు. అట్లు చేసిన యెడల నీ యింటి యెదుటనే గుడిసె వైచి యది సంత సాగించును.

రంగ: నా మనస్సులోని సందేహమే నీవు చెప్పినావే! అటులైన నేమి చేయవలసినది?

సుబ్బ ఏమి చేయవలసినదని నన్నడుగుట యెందులకు? నీవు దానిని జంపుటకు సంకల్పించుకొనియే యున్నావు కదా. దానికి నీ చేతిలోఁ జావున్నది.

రంగ: ఆ మాట నిజమేలే. దాని కెప్పుడు చావున్నది?

సుబ్బ: ఎప్పుడో యననేల? ఇప్పుడే.

రంగ: చంపుటకుఁ బ్రబలమైన నిదర్శనమేది? అది లభించునంత వఱకుఁ జంపను.

సుబ్బ: మొత్తుకొనినట్లే యున్నది. పదిమంది నెదుటఁ బెట్టుకొని నీ భార్య తప్పు చేసియుండునా?

రంగ: ఆ మాటయు నిజమే. మఱి అటులైన?

సుబ్బ: నీ మొగము – నీ మోర. నీకు నిదర్శనము కావలయు నేమి? న్యాయస్థానములలో నిదివఱకు జరిగిన వ్యవహారములలోఁ బ్రబల నిదర్శన మొకదానిలోనైనఁ గలిగినట్లు నీవు వినియుంటివా? ప్రబల

నిదర్శనములు లేవని న్యాయస్థాన శిక్ష లాఁగినవా? గుటికి బారెడు హెచ్చుతగ్గయిన కారణములతోఁ గాలక్షేపము జరుగుట లేదా?

రంగ: పోనీ! అట్టి స్వల్పకారణములయిన నా కేమి లభించినవి?

సుబ్బ: నేను జెప్పితిని గాదా? నే నసత్యమాడితినా?

రంగ: నీకు దానికి శత్రుత్వము. నీ మాట నేను నమ్మను.

సుబ్బ: అటులైన నీవు దానిని జంపవు.

రంగ: ఊహూఁ.

సుబ్బ: చేతఁగాని చచ్చుపెద్దమ్మవు. నీవలన నేమగును? దానిగొంతు కొఱికి నేనే చంపెదను. (సుబ్బమ్మ 'ఆ'యని నోరు తెఱచి సమీపించును).

రంగ: దానిని ముట్టుకొనిన యెడల నీ గొంతు నులిమెదను. (గొంతు పట్టుకొని నులుముచున్నాఁడు). నా భార్యను నేను జంపవలయునుగాని నీ వేల చంపవలయును? చావుము, చావుము. తన్నెదవా? నేలను బడఁగొట్టి త్రొక్కెదను. (గావుకేకలు వైచుచు మంచము నుండి క్రిందఁబడెను).

రంగరా విట్లు క్రిందఁబడి కెవ్వన నార్చి కనులు తెఱచి చూచుసరికిఁ దన కాళ్ల ముందు కృష్ణవేణమ్మ చచ్చిపడియుండెను. ఎంత దారుణహత్య జరిగెనో! రామరామా!

(భారతి - జూన్ 1924)

ప్లీడరుపట్టు

("ధనవిషయమై మనుజునికున్న పసి యింత యంతయునా? అందులో దానిని గూర్చి న్యాయవాది కున్న పసి చెప్పఁదరమా? ముగ్గురు న్యాయవాదులు వారిలో వారు సంప్రతించుకొని ధనసందర్భములం దీ కుటుంబమున కింకఁ గలుగఁదగిన కలహములను నివారణ చేసి వారిని బాగుచేయుటకై వచ్చితి మని వీరి యింటికి వచ్చిరి. కిట్టనివా రింకొకరీతిగా ననుకొనిరి. అది గణింపదగినది కాదు. ఒక్క న్యాయవాదియే యనేకాస్థానములను దిబ్బలు చేసియుండ ముగ్గురున్యాయవాదు లీ బ్రాహ్మణుని సొత్తునేమి చేయలేకుందురు?" (సాక్షి, పుట. 988)

"మా తాతగారు గేదెకొఱకు నీ వాజ్యెము తెచ్చిరి, ఆయన పోయినారు. ఆయన కూఁతురు మా తల్లిగారు పోయినారు. నే నిప్పుడా గేదె వ్యాజ్యెములో వాదిని. గేదె చచ్చినది. దాని దూడ చచ్చినది. ప్రతివాదులలోని మూఁడవ తరమువాఁడు ఋణబాధ పడలేక మొన్నటి పుష్కరదినములలో గోదావరిలోఁ బడి చచ్చినాఁడు. కాని వెనుక ప్లీడర్లున్నారు. సంధికొఱకు మే మెన్ని విధముల నేడ్చినను వారు కుదరనీయలేదు. పోయిన సొమ్ము పోఁగా వారు మమ్ము తిట్టిన తిట్లకు హద్దులేదు." (సాక్షి, పుట. 260)

"న్యాయసభలఁ గాలాంబరకవచధారులై కాకిని గ్రద్దను, గ్రద్దను కాకిని జేయఁజూచిన కర్కశతర్కవాగ్వాహినీ మహామంత్ర కలాపకళాగరిష్ఠులున్నారు." (సాక్షి, పుట. 267)

"పత్రము వ్రాసినది మొదలు ఋణ మెట్లెగఁబెట్ట వచ్చునా యను చింత తప్ప మఱియేమైన నున్నదా?......... ఇట్టి సంధ్యవస్థలో పూర్వపక్ష రాద్ధాంతమధ్య డోలాందోళనావస్థలో మహాబుద్ధిశాలురు, న్యాయశాస్త్ర శాసన పారీణులు, పంది పట్టపుటేనుఁగు యని, పట్టపుటేనుఁగు పంది యని వాదించు మహామాయాకళాలీలాకలితజగన్మోహినీకరణవాణీవిశారదులు నిరంకుశులగు కొందఱు న్యాయవాదులు మనకుఁ దోడుపడి మన కనుకూలమగు సాధనములు మార్గములు చెప్పకుండిన యెడల.......... న్యాయవాదుల ముందు మన

ప్రయోజకత్వము లెంత? మన ప్రతిభ లెంత? మన యుక్తు లెంత? కనుకట్టు లెంత?.......” (సాక్షి,పుట. 287)

న్యాయవాదులపై పానుగంటికున్న సదభిప్రాయం గురించి యీ ఉదాహరణలు చాలు. ఆయన రాసిన హాస్యవల్లరిలో రెండు ‘వల్లరు’లు న్యాయవాదుల మాయల గురించే. ఈ కథలో ఒక ప్లీడరు విష్ణుమాయని మించిన మాయతో ఒక కుటుంబానికి ముష్టిపాత్రను ఎలా యిప్పించాడో వర్ణించారు.

పైకి హాస్యకథగా కనబడుతుంది కానీ, యీ కథలో నిండి ఉన్నది భీభత్సం.)

“అబ్బే! చెప్పినప్పుడు రవంత వినవలయును. ఒక్కటే యేడుపా? ఎల్లకాలము తల్లిదండ్రు లుట్టికట్టుకొని యూఁగులాడుదురా? ఆయనకేమి? మహా అదృష్టవంతుఁడు. అనాయాసముగా వెడలిపోయినాఁడు” అని సుందరరామయ్య, గదిలో నేడ్చుచున్న భార్యను గదిగుమ్మమునొద్దఁ గూరుచుండి యోదార్చుచున్నాఁడు. ఇంతలో సుందరరామయ్య కొడు కటకు వచ్చి “నాన్నా! ఎవరో ప్లీడరుగారఁట! నిన్నుఁ జూడవచ్చి వీథిగుమ్మములో నున్నా”రని చెప్పెను. “ప్లీడరు నా యింటి కెందులకురా? ప్లీడ రొకఁడు పోలీసువాఁ డొకఁడు నా గుమ్మములో నడుగుపెట్టవలసిన పని యేమున్నది? ఏ తగవునకైనఁ బోయినవాఁడనా? ఏ నేరమునైనఁ జేసినవాఁడనా? మామగారు చచ్చిపోవుటచే మతిపోయియున్న నన్నుఁ జూచుటకుఁ బ్లీడరెందుకురా?” యని లోలోన సుందరరామయ్య గుండెలదఱ గొణఁగుకొనుచుండ నింతలో “సుందరరామయ్య అన్నగారూ! నమోనమః” యనుచు న్యాయవాదియే లోనికి వచ్చెను. సుందరరామయ్య లేచి జగ్గన్నశాస్త్రిని జాఁపపైఁ గూరుచుండఁబెట్టెను. వారిద్ద ఱిట్లు మాటలాడు కొనుచుండిరి.

జగ్గ: మీ మామగారు స్వర్గస్థులగుటచే మిమ్మును, మా వదినెగారిని బరామర్శించుటకు వచ్చితిని.

సుంద: మీరెన్నడు మా యింటికి దయచేయలేదే! నేఁ డెంతశ్రమ తీసికొంటిరి? మీకు మాయందింత దయయని నేనెఱుఁగను.

జగ్గ: అన్నా! ఎవరిదారిని వారు సుఖముగా నున్నప్పు డొకరినొకరు చూడక పోయినను బాధ లేదు. ఏదో రవంతచిక్కు తటస్థించినప్పుడే యొకరినొకరు పలుకరించు

కొనవలయును. దినములు వెడలిపోవు వఱకు మీరు, మా వదినయు చేబ్రోలులో[1] నుండి మొన్ననో నిన్ననో యిక్కడకు వచ్చితిరి కాఁబోలు.

సుంద: నిన్ననే వచ్చితిమి.

జగ్గ: మీ రక్కడనుండగా మామగారి మరణశాసనము గూర్చియు దత్త స్వీకారమును గూర్చియు దత్తుని తల్లిదండ్రులతో మీకేమైనా మాటలు జరిగినవా?

సుంద: ఏమియు జరుగలేదు. అత్తగా రిదివఱకే లేదయ్యెను. మామగా రిప్పుడు లేకపోయిరి. ఆయనకు సోదరులెవ్వరు లేరయ్యెను. మాతో మాటలాడు వారెవ్వరు?

జగ్గ: దత్తునితండ్రి వట్టి మారీచుఁడు. వాఁడే యీ తంత్రమంతయుఁ జేసినాఁడు. వానిని జిట్టినారకమ్మవలెఁ జీల్చిననైనఁ బాపము లేదు.

సుంద: ఎవరి పాపమున వారు పోవుదురు. మా కా గొడవ యేమియు నక్కఱలేదు. మాకుఁ దినుటకు సమృద్ధిగా నున్నది. మా కీ కుఱ్ఱవాఁ డొక్కఁడే. ఏది యేమై పోయినను మాకుఁ జింతలేదు.

జగ్గ: అన్నా! పరమవేదాంతిలాగున నున్నావు. నీ కొడుకాతని దౌహిత్రుఁడు. ఆతని మూఁడులక్షల రూపాయల సొత్తు నీతనికి న్యాయముగా రావలసియున్నది. నీ కొడుకు భాగ్యవంతుఁ డగుట నీకిష్టము లేదా యేమి? సత్యకాలపుమాట చెప్పు చున్నావు! నీ కొడుకు హక్కును జెడఁగొట్టుటకు నీకేమి యధికారమున్నది? నీవూరకుండి నను నింక రెండేండ్లలోఁ బెద్దవాఁడై నీ కొడుకే వ్యాజ్యెము[2] వేసి తాతగారి యాస్తిని సంపాదించుకొనును.

సుంద: వాఁడు పెద్దవాఁడైనప్పుడే యట్లు జరుగునుగాక. నే నీ గొడవలో దిగను.

జగ్గ: ఆలస్యమైన కొలఁది వారికి బలము హెచ్చును; మనకుఁ దగ్గును; ఉన్నదంతయుఁ జరాస్తి; దాఁటిపోవునెడల రాఁబట్టుకొనుట కష్టము. బ్యాంకులోనున్న

---

1. చేబ్రోలు పేరుతో గుంటూరు జిల్లాలో ఒకటి, పశ్చిమగోదావరి జిల్లాలో ఒకటి, తూర్పుగోదావరి జిల్లాలో పిఠాపురం సమీపంలో ఒకటి మొత్తం మూడు గ్రామాలు ఉన్నాయి. పానుగంటివారిదీ పిఠాపురమే కాబట్టి, ఆ దగ్గరి చేబ్రోలే కథలోని ఊరు అయ్యింటుంది.

2. నిఘంటువులు 'వ్యాజ్యం' సరియైన స్పెల్లింగ్ అని చెబుతున్నాయి. సాక్షి వ్యాసాలలోనూ ఈ మాట వచ్చిన అన్నిచోట్లా 'వ్యాజ్యెం' అనే ఉంది. దానితో 'వ్యాజ్యెము'ను దిద్దకుండా అలానే ఉంచాను.

సొమ్ము దత్తునిపక్షపు వారి కీయఁగూడదని దాని యేజెంటుకు కోర్టువారి యాంక్ష పంపవలసియున్నది. రిసీవరును నియమించి యింటిలోనున్న వెండిబంగారు వస్తువుల యొక్కయుఁ, బత్రముల యొక్కయు జాబితా వ్రాయించి యాసొత్తును గాపాడవలసి యున్నది. దత్తస్వీకరణకృత్యమును జేయించిన పురోహితుని మన పక్షమున కాకర్షింప వలయును. ఆ కాలమందు మరణశాసకునికి స్మృతి లేదని యప్పటివైద్యునిచే మన పక్షమున సాక్ష్య మిప్పింపవలయును. ఇంకనెన్నియో జరుగవలసియున్నవి.

సుంద: ఆయన యథార్థముగాఁ బెంపు చేసికొన్నాఁడేమో! నిజానిజములు భగవంతునికి దెలియవలయును. నా భార్య కీయవలసినదేమో యిదివఱకే యిచ్చి నాఁడు. ఆ దత్తత నిజమేయై యుండవచ్చును. కాక, యసత్యమే కానిండు. వ్యాజ్యెము లోనికి దిగి నేనీబాధలన్నియుఁ బడఁజాలను. మా కా సొమ్ము ప్రాప్తిలేక పోవుటచే నట్లు జరిగినది. ఏదో వ్యవసాయము చేసికొని పదిగరిసెలు[3] పండించుకొని నేనొకనిఁ జూడకుండ నన్నొకరు చూడకుండఁ గాలక్షేపము జేయుచున్నాను. నేను బుట్టిన తరువాతఁ దగవనునది యెఱుఁగను. నా దినము లిట్లు వెడలిపోనిండు.

జగ్గ: అన్నా! నీకేమియు శ్రమమక్కఱలేదు. అన్నిటికి నేనున్నాను. చేవ్రాలు చేయుమని నీకుఁ బంపిన కాగిదముల మీఁదఁ జేవ్రాళ్లు చేసి నాకుఁ బంపుము. మూఁడు నిమిషములలో నీ పెంపు కొట్టివేయించి నీ కొడుకును గుబేరుని జేయకుండు నెడల నన్ను జగ్గన్నశాస్త్రీ యని పిలువవలదు. చూచుకో నా తమాషా. జగ్గన్నశాస్త్రి పట్టిన వ్యాజ్యెమున కెన్నడైన నపజయముండెనా? పెట్టుబడి పెట్టుటకు నీయొద్ద సొమ్మున్నదా సంతోషమే. లేదా నేనే పెట్టుబడి పెట్టవలెను కాని, అన్నా! నీ మొగము మీఁదఁ గొంత సందేహము పొడకట్టుచున్నది. నే నింత పెట్టుబడి పెట్టి నీ పక్షమున నింత యభిమానముతో నేల పనిచేయుటకుఁ బూనుకొనవలయునా యని నీ మనస్సునఁ గలిగిన సందేహము నీ నుదుటిపైఁ గనఁబడుచున్నది. నీ కట్టి సందేహము కలుగుట న్యాయమే. నాయభిమానమునకుఁ గారణమేదో చెప్పెదను విను. నాకొక మేనగోఁడ లున్నది. అది తండ్రిలేనిపిల్ల. నేనే దానిని బెంచినాను. దానిని నీ కుమారుని కీయవలయునని సంకల్పించుకొంటిని. తండ్రి లేదన్న లోపము తక్క దానికేమియు లోపము లేదు. దాని తల్లియొద్ద నలుబదివేల రూపాయలు గుల్లలున్నవి (బంగారు

---

3. గరిసె అంటే ధాన్యాన్ని నిలువ ఉంచే పెద్దపాత్ర. ధాన్యాన్ని నిలువచేసే స్థానాన్ని కూడా గరిసె అనే అంటారు. బ్రిటిష్‌వారు మన దేశాన్ని పాలించేటప్పుడు వారి లెక్కలో గరిసె అంటే 145 కిలోలు. మన పాతలెక్కలలో మూడు పుట్లు ఒక గరిసె.

నగలు). దానికిఁ బదివేల రూపాయలు బాలతొడుగున్నది[4]. తండ్రి సంపాదించినది కొంత విరివిగా నేను వడ్డికిఁ ద్రిప్పుచున్నాను. తగిన యింటిలో దానిని బడవైవ వలయునని చూచుచున్నాను. ఇందుచే నే నింతగాఁ బ్రాకులాడవలసి వచ్చినది. ఈ యపేక్షయే నాకు లేనియెడల నీవు నాకందఱవంటివాఁడవే. జమీందారులు నా యింటియరుగుల మీఁదఁ నిలఁబడి నా దర్శనముకై వేచి యుందురు. అట్టి నేను నీ యింటికిఁ దండ్రిలేనిపిల్ల క్షేమము నపేక్షించి వచ్చితిని.

ఈ మాటలతో సుందరరామయ్య మోము తెల్లబడెను. ఆతని కొడుకు సుబ్బరామయ్య మోమెఱ్ఱబడెను. తలుపు చాటున నుండి లటుకున నీవలకుఁ బొటకరించిన సూరమ్మమో మూసరవెల్లివలె నే రంగుగలదో చెప్పుటకు వీలు లేకుండెను. ఈ సన్నివేశమును జూచిన జగ్గన్నశాస్త్రి "మెత్తబడుచున్నాఁడు. నా మేనగోడల నీ ముండకొడుకున కిచ్చెదనని యాసపెట్టుకొని యున్నాఁడు. వీనికున్న ముప్పదిపుట్ల మాగాణి[5] నెటులైన హరించుటకే నా ప్రయత్న" మని తనలో ననుకొనియెను. అంత సూరమ్మ తన మొగమును దిరిగి తలుపుచాటున నుంచుకొని "వారు భాగ్యవంతులు. మావంటివారికిఁ బిల్లనిచ్చెదరా?" యని సన్నసన్నగఁ బలికెను. "సూరమ్మవదినా! మీ భాగ్యమున కిప్పుడు లోపనేమి? నీ కొడుకెంత లక్షాధికారి కావలసియున్నాఁడో! అదిగాక యింకొక పరమార్థమైన మాట; నాకు మాత్రము కొడుకా కొమ్మా? పదిమంది

---

4. ధనిక కుటుంబాలలో ఆడపిల్లలు పుట్టినప్పుడు నామకరణం (బారసాల) సమయంలో కొంత డబ్బుని లేదా బంగారాన్ని ఆ ఆడపిల్లకు కానుకగా యిస్తారు. దాని పేరు బాలసారె లేదా బాలతొడుగు. బాలసారె వర్ణ వ్యత్యయంతో బారసాల అయ్యింది. బాలసారెను ఆ పిల్ల వివాహసమయంలో పుట్టింటివైపు నుండి స్త్రీధనంగా యిస్తారు. బాలతొడుగును రొక్కం రూపంలో ఉంచి, వడ్డీకి తిప్పి ఆ సొమ్ముని ఐదారు రెట్లు చేసే "జాగ్రత్తపరులు" కూడా ఉండేవారు. బాలతొడుగుని అమ్మమ్మవైపు వారుగాని, నాయనమ్మవైపువారుగాని, యిద్దరూగాని కానుకగా యివ్వవచ్చు. పెళ్లి ఖర్చును తట్టుకోవడానికి చాలా ముందుజాగ్రత్తతో ఏర్పాటుచేసిన ఆచారమిది.

5. పుట.97లో పాదసూచిక 6 చూడండి. పుట్టి పరిమాణం గల గింజలను ఎంత భూభాగంలో విత్తగలమో, అంత భూభాగాన్ని 'పుట్టి' అంటారు. చెళ్లపిళ్ల వెంకటశాస్త్రి ప్రకారం ఎనిమిది ఎకరాలు ఒక పుట్టి. 'ఎకరా' బ్రిటిష్‌వారు ప్రవేశపెట్టిన పద్ధతి. 'పుట్టి'ని ఖండి అనికూడా అనేవారు. శాసనాలలో దీనిని 'ఖం' అక్షరంతో సూచించేవారు. "పుట్టి అంటే వేరువేరు ప్రాంతాలలో వేరువేరు లెక్కలు ఉండవచ్చు, మా గోదావరి జిల్లాలో ఎనిమిది ఎకరాలు" అని చెళ్లపిళ్లవారే కథలు-గాథలు లో చెప్పారు.

కాపురమున్న యింటిలోఁ కూరుచుండి చెప్పుచున్నాను. నా మేనగోడలు మగఁడే నాకుఁ గొడుకు కాఁగూడదా? ఏమో! ముందు జరుగఁబోవు నీ మాట లిప్పుడెందులకు? ఏమియు వలదు. అన్నా! నేను బోయెదను. వదినా! సెలవు. అబ్బాయీ! మన యింటికిఁ బెండ్లికూఁతును జూతువుగాని రావోయి" యని పలుకుచుఁ బిల్లవానిని గుఱ్ఱపుబండిలోఁ గూరుచుండఁబెట్టి తన యింటికి దీసికొనిపోయెను.

❖ ❖ ❖

సుందరరామయ్య కింట నిలువసొమ్ము లేకుంటచే నారంభము మొదలుకొని చివరవఱకు వ్యాజ్యెమునకు న్యాయవాదియే పెట్టుబడి పెట్టవలయునని నా సొమ్మంతయు నూటికి రూపాయ యెనిమిదణాల వడ్డీతోఁ దానిచ్చెదనని భార్య ప్రోత్సాహమున, ఖరారునామా వ్రాసి రిజిస్టరి చేయించి యాతఁడు ప్లీడరు చేతఁ బెట్టినాఁడు. ఇంకనెన్నియో వట్టి కాగిదములకుఁ గ్రిందఁ జేవ్రాళ్లు చేసి ప్లీడరుచేతి కిచ్చినాఁడు. న్యాయవాది నిరంకుశముగా వ్యాజ్యెమునకుఁ బూర్వరంగ ప్రయత్నములను జేయుచున్నాఁడు. సంవత్సరమైనది. రెండుసంవత్సరము లైనది. మూఁడుసంవత్సరము లైనది. ఎంత సొమ్మిదివఱకు వ్యయమయ్యె నని సుందరరామయ్య యొకప్పు డడుగ "సుందరరామయ్య అన్నా! ఎంత సొమ్మయిన నేమి లెక్కయయ్యా, గ్రంథము జరుగనీయవయ్యా!" యని న్యాయవాది విసుగుదలతోఁ బలికినాఁడు. తన తండ్రిసొత్తు మూఁడులక్షలరూపాయలు తనకు వచ్చునని సూరమ్మ సంతసించుచున్నది. చిలుకవంటి పిల్ల ప్రక్కలోనికి వచ్చునని సుబ్బరామయ్య సంతసించుచున్నాడు. చేతికి ముష్టిచెంబు వచ్చునేమోయని సుందర రామయ్య యేడ్చుచున్నాఁడు. ఇట్లు కొన్నిదినములు గడిచిన పిమ్మట జగ్గన్నశాస్త్రి సుందరరామయ్య యింటికి వచ్చి "సబుజడ్జిగారికిఁ బ్రతివాదు లిరువదివేలు లంచ మిచ్చుటకు మాటలాడుచున్నారు. నేను ముప్పదివేలిచ్చి న్యాయమూర్తిని మనప్రక్కకు లాగి ప్రతివాదినోట బెడ్డకొట్టినా"నని చెప్పెను. ఆ మాట విని సుందరరామయ్య నెత్తినోరు కొట్టుకొని యేడ్చెను. "ఇదివఱ కెంత వ్యయమైనదో చెప్పవయ్యా!"యని న్యాయవాదిని బట్టుదలతో నడిగెను. "అన్నా! నీవేమియు మాటలాడ కూరకుండుము. అన్నిటికి నేనున్నాను. చచ్చుసొమ్ము. ఎంత వ్యయమైననేమి? మనము పట్టినపట్టు నెగ్గవలయునని చూడఁదగినదా మఱి యొకటియా?"యని న్యాయవాది సుందరరామయ్యను జీవాట్లుపెట్టి గిరుక్కున నింటికిఁ బోయెను.

❖ ❖ ❖

ఒకనాఁటి రాత్రి సుందరరామయ్యను జూచుటకు గంజాముజిల్లా[6] నుండి యొక మిత్రుఁడు వచ్చెను. ఆయనతో సుందరరామయ్య తన సోదెయంతయు వెడలఁ బోసికొనెను. "అయ్యయ్యో! ఈ ప్లీడరు నీకెక్కడఁ దాపురించినాఁడయ్యా! ఇతఁడు కొంతకాలము మా జిల్లాలోఁ బ్లీడరీ వెలుగఁబెట్టినాడు. అక్కడ నీతఁడెందఱు మొఖాసాదారులకు ముష్టిచిప్ప చేతికిచ్చినాఁడు! ఎందఱు సంసారిణులను ధన మానములు హరించి పూటకూటింటివారిగఁ జేసినాడు! ఎందఱు సంసారులను దిబ్బమీఁదఁ గూరుచుండఁబెట్టినాఁడు! ఈతఁ డక్కడఁ ద్రవ్వినగోఁతు లింకఁ బూడినవా? వేసిన ముళ్లింక విడినవా? అంటించిన కొంప లింక నాఱినవా? కోసిన కోఁత లింక మానినవా? అక్కడ నింకనున్న యెడల నొడ్డెమోటుప్రజలు[7] చంపుదురేమో యనుభయముచే నిక్కడకు వచ్చినాఁడు. ఈతనిని నీవు వదుల్చుకొనిన యెడలఁగాని దక్కవు. సామాన్యసంసారివి నీలెక్కయేమి? పాదుషానైనఁ బదిరోజులలోఁ బకీరును జేయఁగల పండితుఁ"డని చెప్పెను. ఆ మాటలు విని సుందరరామయ్య తలపై రెండుచేతులతోఁ గొట్టుకొని, "నాయనా! ఏల్నాటిశని పట్టుకొన్నయెడల దాన ధర్మములు చేసి వదల్చుకొందును. రోగమేదైనఁ బట్టుకొన్నయెడల మందుమాకులచే వదల్చు కొందును. పిశాచము పట్టుకొన్నయెడల మంత్రములచే వదల్చుకొందును. కాని జగ్గన్నశాస్త్రి పట్టెట్లు వదల్చుకొనవలయునో నాకుఁ దెలియకుండ నున్నది. ఏదైనా యుపాయము నీవే చెప్పు"మని యాతని బతిమాలుకొనెను. "నేను దత్తుని తల్లిదండ్రు లతో మాటలాడి వచ్చెద"నని చెప్పి వారితో మాటలాడి మఱునాఁడు వచ్చి "సుందర రామయ్యగారూ! మీ ప్రతివాదులు మీ భార్యకు బదివేల రూపాయ లిచ్చెదమను చున్నారు. ఇఱువదివేలిమ్మని బేరమాడితిని. తుదకుఁ బదునైదువేలకు వారి నొప్పించితిని. ఇది మీ కిష్టమా?"యని చెప్పెను. "ఇంతకంటెఁ గావలసినదేమి? పదివేలైనను మాకు

---

6. ప్రస్తుతం ఒడిషా రాష్ట్రంలో ఉన్న గంజాం, బరంపురం, పర్లాఖెముండి జిల్లాలు తెలుగు మాట్లాడేవారు అధికంగా ఉన్న ప్రాంతాలు. ఈ జిల్లాలు స్వతంత్రానికి పూర్వం మద్రాస్ ప్రెసిడెన్సీలోనే ఆంధ్రప్రాంతంతో కలిసి ఉండేవి. 1936లో అవతరించిన ఒరిస్సా (నేటి ఒడిషా) రాష్ట్రంలో చేర్చబడ్డాయి. 1950 వరకు నేటి శ్రీకాకుళం జిల్లాలోని కొంత ప్రాంతం గంజాం జిల్లాలోనే ఉండేది.

7. ఒడిషా రాష్ట్రానికి సంస్కృతంలో ఓఢ్ర దేశమని పేరు. 'ఓఢ్ర'కు తెలుగు వికృతి ఒడ్డె. మట్టిపని చేసే 'వడ్డెర'లు ఓఢ్ర దేశం నుండి వచ్చినవారని, 'ఓఢ్రులు' మన ఉచ్చారణలో 'వడ్డెర్లు' అయిందని ఒక ఊహ.

సంతోషమే. ఏలాగైన నీ న్యాయవాది మమ్ము వదులుట మాకుఁ గావలసినది. ఇతఁడు మాకు మృత్యువు వలె దాఁపురించినాడు. నీవుపోయి 'ఉభయకక్షలవారు సఖ్యపడినారు. కావున నా వ్యాజ్యెమును నేనింక నడపఁదలఁచు కొనలే'దని యాతనితో నా మాటలుగాఁ జెప్పి నన్ను బ్రదికించి పుణ్యము కట్టుకొను" మని మిత్రుని యాచించెను. అటులేయని యాతఁడు ప్లీడరు నొద్దకుఁబోయెను.

❖ ❖ ❖

మఱునాఁడు సుందరరామయ్యయు, జగ్గన్నశాస్త్రియు నిట్లు మాటలాడుకొను చుండిరి.

జగ్గ: అన్నా! నీకేమి మతిలేదా? చచ్చు పదునైదువేలా? రావలసిన మూఁడు లక్షలలోఁ బదునైదువే లెన్నవవంతో యెఱుఁగుదువా? ఛీ! పదునైదువేలా? ఈ వ్యాజ్యెములో నొక్క పురోహితపుబాపనయ్యకుఁ బదునాఱువేలు గిఱగిఱ ద్రిప్పి యెడమ చేతితోఁ బాఱవైచి వానిని మనవైపునకుఁ ద్రిప్పితిని. దత్తస్వీకరణకాలమందు మీ మామగారికి స్మృతి లేదని మనపక్షమునఁ బలుకుటకు వైద్యుని కిఱువదివేలాస పెట్టి పంద్రెండువే లిచ్చితిని. రేపు సాక్ష్యము చెప్పుటకు బోనెక్కు సమయమందు మిగిలిన యెనిమిదివేలు వానిమొగానఁ గొట్టెదను. ఇంక నెందఱెందఱ కెంత యిచ్చితినో నీవెఱుఁగుదువా? ఈ యవాంతరపు గొడవయంతయు నీకుఁ దెలియ వలసినపని యేమున్నది? నేనెన్ని పాట్లుపడుచున్నానో నీవెఱుఁగుదువా? నా రక్త మిందుకొఱకు ధారపోయుచున్నానని నమ్ముము.

సుంద: ధారపోయుచున్నది నీ రక్తము కాదయ్యా, నాది. నన్నింతటితోనైన వదలిపెట్టుము. ఇక మీరెవ్వరికి నా వ్యాజ్యెము కొఱకు సొమ్మీయవలదు. ఇంక నారంభమే లేదు. అప్పుడే దెబ్బదివేలు దాఁటిన ట్లగపడుచున్నదే! అయ్యో! అయ్యో! నా కొంప మునిఁగిపోయినదోయి భగవంతుఁడా! (చింతించును)

జగ్గ: అన్నా! అన్నా! అధైర్యపడెదవేల? ఛీ! తప్పుకాదా! నీకేమియు భయము లేదు. దిగ్విజయ మొనర్చుటకు నే నున్నాను. డెబ్బదివే లొకలెక్కయా? ప్రతివాదులను లొంగఁదీయుటకు నే నెట్లు పనిచేయుచున్నానో నీకు వ్యవహారజ్ఞాన మున్నయెడలఁ దెలిసికోఁగలవు. మీ మామగారు వ్రాసినది దొంగమరణశాసనమని నిర్ధారణ పఱచుటకు నే నొక లోకోత్తరమైన చమత్కార మొనర్చినాను. ఇప్పుడు అదే పూర్తిచేసి యిక్కడకు వచ్చితిని. మీ మామగారియొద్దనున్న యొకలేఖరిని మన పక్షమునకు

లాగి వానిౘ్వ్రాఁతతో దరిమిలా[8] తేదీగల యొక మరణశాసనము సృష్టింపించినాను. ఆ మరణశాసనములో యావదాస్తియు నీ భార్య కిచ్చునట్లు వ్రాయించినాను. దానిలోఁ బూర్వమరణశాసనమును గూర్చియు దత్తతను గూర్చియు నేమియు నుదాహరింప లేదు. అందుచేఁ బూర్వమరణశాసనమున్నదే, అది కేవలం కల్పితమని కోర్టువారికిఁ దోఁచక తప్పదు. తెలిసినదా? ఇంతటితోనైనదా? మరణశాసనమును సృష్టించినందు లకు దత్తుని తల్లిదండ్రుల నండమానుదీవులకు బంపింపకుండ నే నూరకుందునా?

సుంద: (గుండెలు కొట్టుకొని) అయ్యో! అయ్యో! నా భార్యపేర మరణ శాసనమును సృష్టి చేయించితివా? మమ్ము నేరములలోఁగూడ దింపి కారాగృహమున నుంపఁదలఁచితివా? అయ్యో! అయ్యో! ఎంత కర్మము పట్టినది. (ఏడ్చును)

జగ్గ: అన్నా! నీవేమియు మాటలాడకు. ఎక్కడనో అసందర్భపు మనుష్యుఁడవు! ప్రాణపదమైన రహస్యము కదా! అట్లు నోరు చేసికొందువేల? బుద్ధిలేదా? నావలన నీ పని జరిగినది కాని లక్షరూపాయలిచ్చిన నైన మరియొకఁ డా పనిచేయింపఁ గలఁడా? 'శ్రీరాములు మొదలు చిత్తగింపవలయును' వఱకునంతయు నేఁబదియైదువేలతోఁ గ్లుప్తముగాఁ గడతేర్చినాను. నీ క్షేమము కొఱకుఁ జేసినపని యేదోకూడ గ్రహింపలేక యట్లు మొత్తుకొందువేల?

సుంద: అమ్మయ్యో! తిరిగి యాబదియైదువేలా? నాయనా! నా ప్రాణమైన మిగుల్తువా లేదా? మీరు నాకొఱకేమియుఁ జేయవలదు. నేను బ్రతివాదులతో సఖ్యపడినాను. వ్యాజ్యెము వదలుకొన్నాను. మీరు దయయుంచి నన్నింతటితో వదలిపెట్టుఁడు.

జగ్గ: జగ్గన్నశాస్త్రి వెఱ్ఱిముండకొడుకని నీయభిప్రాయము కాఁబోలు. న్యాయవాది సింహమని నమ్ముము. ఇదివఱకు నేనుబట్టిన వ్యాజ్యెములతో విజయ మొందితినే కాని కక్షిదారునితో నెన్నడైన తుచ్ఛమైన రాజీ కంగీకరించితినా? నేనెప్పుడైన నట్టి పౌరుషహీనమైనపని చేసితినా? నా పరువును బ్రతిష్ఠను నీవు చూడనక్కఱలేదా? ఇటున్న సూర్యుఁ డటుపొడిచిన సరే వ్యాజ్యెమేదో డిక్రీవఱకు నడవవలసినదే కాని యీ నపుంసకరాజీనామాకు నే నంగీకరించెదనా? నీకేమీ? పదివేలు వచ్చునని తోఁచిన యెడల బ్రతివాదితో సఖ్యమున కొడఁబడుదువు. నే నట్టొడఁబడుదునా? కోటి

---

8. దరిమిలా అంటే తరువాత, తదనంతరం అని అర్థం. పూర్వపు "వీలునామా రాసిన తరువాతి తేదీతో దొంగ వీలునామా ఒకటి రాయించాను" అని ప్లీడరు చెబుతున్నాడు.

రూపాయలు విలువ చేయఁగల నా కీర్తిని నీకొఱకు గంగలోఁ గలుపుకొందునా? ఫాలాక్షుఁ డడ్డుపడిన సరే, వ్యాజ్యెము జరుగవలసినదే.

సుంద: అయ్యా! నాకుఁ దెలియక యడుగుచున్నాను. వ్యాజ్యెము నాకొఱకా? మీకొఱకా?

జగ్గ: అదే బుద్ధిహీనమైనమాట. నేను నీ పక్షమున వకాలత్నామా[9] యెప్పుడు తీసికొంటినో యప్పుడే యంతయు నాదే. నీ వూరక నిమిత్తమాత్రముగ నుండఁదగినదే.

సుంద: నిమిత్తమాత్రముగా నున్నందులకుఁ బ్రాయశ్చిత్తమైనది కాదా! వ్యాజ్యెము మొదటి విచారణయైనఁ గాలేదు. అప్పుడే లక్షాపాతికవేలు కాఁబోలు నా నెత్తిని రుద్దినారు. ఇఁక నాకక్కఱలేదు. నేను వ్యాజ్యెమును వదులుకొన్నాను! బాబూ! రక్షింపుము.

జగ్గ: వదలుకొనుటకు నీ యిష్ట మనుకొంటివా? వ్యాజ్యెము కడవఱకు నడపవలసిన దనియుఁ బెట్టుబడియంతయు నేను బెట్టవలసినదనియు నీవు నా కొడంబడిక వ్రాసి రిజిస్టరి చేసి యీయలేదా? ఇప్పుడు నీవిట్లు గింజుకొనినంత మాత్రమున నా బంధము నిన్ను వదలునా? నీవు నీ యొడంబడికకు వ్యతిరేకముగా నడవఁ బ్రయత్నించినందులకు నిన్ను 'క్రిమినల్'లో కీడ్చి యెంతపనియైన నేను జేయలేనా? కాని జగ్గన్నశాస్త్రి అపకారి కాఁడు. భూతదయగలవాఁడు. స్వార్థపరిత్యాగి. అది సిద్ధాంతమైన మాట. గాంధీటోపీలు పెట్టుకొని యింతమంది ప్లీడర్లు వృత్తులు మానుకొన్నారు కదా![10] నేనట్లు మానుకొంటినా? ఎందుకు మానుకొనలేదు? ప్రజా క్షేమముకొఱకు, లోకోపకారముకొఱకు, నేను వకాల్తీ తీసుకొనుటయే తమకు మహాగౌరవమని జమీందారులు నాకొఱకుఁ బడికాపులు బడుచుండ నన్ను వదులు కొందునని మొత్తుకొందువేల? ఇంత నిర్భాగ్యత యున్నదా?

సుంద: నాయనా! ఈ వ్యాజ్యెము వచ్చిన తరువాతనే నా కీ నిర్భాగ్యత కలిగినది. అన్నమునకుఁగూడ మొగము వాచి ముష్టి యెత్తుకొనవలసివచ్చునేమో యని మిమ్ము నేను వదలుకొనుటకుఁ గారణమైనది.

---

9. 'వకాలత్' అనే అరబ్బీపదానికి ఒకరి పక్షాన వాదించటం వృత్తిగా కలవాడు అని అర్థం (వకీల్). 'నామా' అనే ఫారశీపదానికి పత్రం లేదా గ్రంథం అని అర్థం. 'వకాలత్ నామా' అంటే ఒకరి తరఫున వాదించడానికి వకీలుకు యిచ్చే అంగీకార పత్రం.

10. గాంధీగారు స్వరాజ్యసాధన కోసం ఆచరించమని చెప్పిన సహాయనిరాకరణోద్యమం (1920–22) ప్రస్తావన యిది.

జగ్గ: సరే! నీవంత మొత్తుకొనుచుండగా నడుమ నాకేల? నా సొమ్ము నాకెప్పు డిచ్చెదవు? లక్షపాతికవే లిదివఱకు వ్యయమైనది. నా ఫీజు - సాటి బ్రాహ్మణుఁడవు కావున-పాతికవేలకంటే నెక్కువ తీసుకొనుట ధర్మము కాదు. మనకు ధర్మము ప్రధానము కాని ధనము కాదు. ఏదో చేతిసొమ్ము పెట్టితిని గావునఁ దిరుగ నడుగవలసి వచ్చినది. కాని నే నట్టడిగెడివాఁడను గూడఁగాను. ప్రస్తుతము సొమ్ముకుఁ జాల నిక్కచ్చిగా నున్నది. నా సొమ్మంతయు మొత్తముగా రేపే యీయవలయును.

సుంద : అయ్యయ్యో! నే నొక్కసారి యీయఁగలనా? ప్రతివాదు లీయవలసిన పదునైదువేలు తెప్పించి రేపిచ్చెదను. తరువాతఁ గ్రమముగాఁ దీర్చుకొందును.

జగ్గ: ప్రతివాదు లిచ్చినారు. నీవు పుచ్చుకొన్నావు. ఆ సంగతి చెడెనని యిప్పుడు నేను వినియే వచ్చినాను. నా కా సంగతి యేమియు నక్కఱలేదు. నా సొమ్ము నాకిచ్చి మఱి మాటలాడుము.

సుంద: నాయొద్ద సొమ్ము లేనిదే.

జగ్గ: లేదులేదని తెగనీల్గెదవేల? ముప్పదిపుట్ల మాగాణి పెట్టుకొని బీఁద యఱపు లఱచెదవేల?

సుంద: అయ్యయ్యో! ఆ భూమి తాకట్టు పెట్టుమందువా?

జగ్గ: తాకట్టా! నీ మొగము! ముప్పదిపుట్లు కూడా నమ్మిన యెడల లక్ష రూపాయల కంటె నెక్కువ వచ్చునా? ఆ భూమి యాస యిఁక బెట్టుకొనకుము. అది పోయినదన్నమాటయే. మిగిలిన యేఁబదివేలమాట యేమిరా భగవంతుడాయని నేను దేవులాడుచుండగాఁ దాకట్టు పెట్టెదనని, చేబదులు తెచ్చెదనని బుద్ధిహీనమైన మాట లాడెదవేల?

సుంద: అటులైన నన్నిప్పు డేమి చేయమందురు?

జగ్గ: ఒకఁడు చెప్పనేల? ఆ భూమి నాపేర వ్రాసి యిమ్ము. మిగిలిన సొమ్మునకు మా వదినె యొడలిమీద గుల్లగుట్ర, యింటిలో వెండిపాత్రసామాను మొదలగునవి నాపరము చేయుము. ఇల్లు నేను స్వాధీనపఱచుకొందును. ఆ చింత నీకక్కఱలేదు. ఇంతకన్న వేరే యాధారము కనఁబడకపోవునప్పుడు నీవేమి చేయగలవు? నేనేమి చేయఁగలను? నీ భూమి, నీ భార్య నగలు పుచ్చుకొనవలసి వచ్చెనేయని నేను లోపల నెంత యేడ్చుచున్నానో ఆ పరమాత్ముఁడే యెఱుఁగును.

సుంద: ముప్పదిపుట్ల భూమి. నిక్షేపము వంటిది. బహిరంగముగా నమ్మిన యెడల రెండులక్షలు వచ్చునేమో? మీ సొమ్ము మీకు బోగా నేఁబదివేలు నాకు మిగులును. వానితోఁ బొట్టఁబోసికొందును. నన్ను రక్షింపుము. ఇవి చేతులు కావు.

జగ్గ: నే నేయుద్దేశముతో నీభూమి రెండవకంటివానికిఁ దెలియకుండ వ్రాసి యిమ్మంటినో దానికిఁ గారణము నీవెఱుఁగకున్నావు. ఇందులోఁ బరమార్థమే మనగా, సృష్టించిన కాగిదములు బోలెఁడున్నవి. అవియన్నియు నీవు నాకిచ్చినట్లేకదా. నీవీయ కుండిన యెడల నాకెట్లు రాఁగలవు. వానినిగూర్చి యేమాత్రము పైకిఁ బొక్కినను నీకు, మా వదినెకుఁగూడఁ బదునాల్గు వత్సరములు కారాగృహవాసము తప్పదు. ఈ బాధ మీ కెక్కడఁ గలిగిపోవునోయని నేనింతగాఁ బ్రాకులాడుచున్నాను. అందుకొఱకు బహిరంగముగా భూమినమ్మఁదగదు. దానివలన లక్షబాధ లున్నవి. ఇవి యన్నియు యోజించియే భూమి గుట్టుచప్పుడు కాకుండ నాపేర వ్రాసియిమ్మని నేను బలుకవలసి వచ్చినది.

సుంద: అయ్యయ్యో! ఈయక తప్పదా?

జగ్గ: అంతసొమ్ముకూడ రేపిచ్చినయెడల దప్పును. అది నీ వీయలేవు. అందుచే భూమి వ్రాసి యీయక తప్పదు.

సుంద: సరే. వ్రాసి యిచ్చెదను. అటుపైన సృష్టించిన కాగిదముల వలన మాకేమియు బాధ లేదు కదా.

జగ్గ: అన్నా! అటుపైన నీపై నీఁగవ్రాలిన యెడల నన్నుఁ దుపాకి పుచ్చుకొని కొట్టు అంతే! మీ కాగిదా లేవో మీ యొదుటనే చింపివైచెదనుకాని, యెప్పుడు వ్రాసి యిచ్చెదవు?

సుంద: మీ యిష్టము.

జగ్గ: ఈ రోజుననే స్టాంపు కొనుము. సాపు వ్రాయవలసిన చిత్తును బంపెదను. రేపు రిజిస్టరికాక తప్పదు.

సుంద: అలాగే!

జగ్గ: అన్నా! నమస్కారము. వదినెను జాలచాల నడిగినానని చెప్పుము. (తనలో) ఇదివఱకు నేనీ వ్యాజ్యెమునఁ బెట్టుబడి పెట్టినవి ముప్పదిరూపాయ లైన లేవు. రూపాయకుఁ బుట్టెడు భూమి. వహవ్వా! ధర్మకాలము.

ప్లీడరు పోయెను. సుందరరామయ్య మఱునాఁడు స్టాంపు వ్రాసి రిజిస్టరి చేసి యిచ్చెను. భార్య యొడలి పదివేలరూపాయల వస్తువులు, రెండువేల రూపాయల వెండిపాత్రసామాగ్రియుఁ బ్లీడరు నధీనము చేసెను. మిగిలిన ముప్పది యెనిమిది వేల రూపాయలు ముందెప్పుడైన నీయవచ్చునని చెప్పి యా మొత్తమునకు సుందర రామయ్యచేఁ బ్లీడరు నోటు వ్రాయించుకొనెను. సుందరరామయ్య మఱియొకయూరు పోయి యేవృత్తియు నెఱుఁగనివాఁడు కావున "సీతారామాభ్యోన్నమః" యనుచు నక్షయపాత్రతోఁ *(ముష్టిచెంబు)* గాలక్షేపము జేసెను.

(భారతి, సెప్టెంబర్ 1924)

టేకుమళ్ల కామేశ్వరరావుగారు తనకు పరిచయం ఉన్న ఆధునిక కవుల జీవిత విశేషాలను "నా వాఙ్మయమిత్రులు" పేరుతో గ్రంథస్థం చేశారు (విశాలాంధ్ర పబ్లిషింగ్ హౌస్, 1996). అందులో పానుగంటి గురించి –

"నేను వారి దర్శనార్థమై 1-4-1935 న వెళ్ళేను. ఆయన శరీరంలో ముసలితనం మీరింది. తల నెరసిపోయింది. పెద్దమీసాలు పండిపోయేయి. కాని పరిస్థితులకు లొంగిపోయే మనిషి కాదు. ఆయన వాలుపేముకుర్చీ మీద పడుకొని ఉన్నాడు. గది అంతా వస్తువులు చిందర వందరగా పడున్నాయి. ఆయన చాల సన్నగా ఉన్నాడు. ఏమీ ఓపిక లేనివాడిలాగు; రోగిలాగు లేవడం, కూర్చోడం మొదలుపెట్టేడు. మాట కూడ ఖాయిలా మనిషిలాగే ఉంది. చాల ఖాయిలాపడి లేచేడు కాబోలు అనుకొన్నాను. నన్ను ఆయన ఎరుగనందున, నేను ఎవరో తెలియజేసుకొన్నాను. అనేక సంగతులను గురించి అడిగేను. సాయంత్రం అవడం వల్ల షికారుకి వెళ్లుదామన్నాడు. ఈ ఖాయిలా మనిషి నాలుగు గజాల దూరం వెళ్లి తిరిగి వస్తాడనుకొన్నాను. బయలుదేరేం. ఖాయిలా లేదు! ముసలితనం లేదు! చురుకుగా నడుస్తున్నాడు. ఎవరితో మాట్లాడినా నీరసం లేదు. నాకు ఆశ్చర్యం వేసింది. వట్టి రోగి అనుకొన్న మనిషి చేతి కర్రేనా లేకుండా ధాటిగా నడుస్తున్నాడు. విచిత్రంగానే ఉంది."

శివరామా!

"ఛీఛీ! నోరు కట్టిపెట్టుకో! నాకు బుద్ధులు చెప్పెదవా?" యని భర్త తీవ్రించుచుఁ దెల్లనిఱాతిపై గత్తిని నూరుచుండెను. కత్తి యాఁదోఁకవాటమైన నల్లని రెండడుగుల పిడిలో నష్టమిచంద్రాకృతిగల యుక్కుతునుకతో నుండెను. పిడికి నడుమ నడుమ నిత్తడికట్టు లుండెను. కత్తి యందముగనే యున్నది. అందులో ఱాతిపైఁ దిరుగవేసి బోర్ల వేసి నూరుచున్నప్పు డెదుటిదీపఁపుగాంతి దానిలోఁ బ్రతిఫలించుటచే మఱింత యందముగా నుండెను. నడుమనడుమఁ గత్తియంచు నెడమచేతి తర్జని కొసతోఁ నాతఁడు పరీక్షించుచు నింక నూరుచుండెను. "ఈ రాత్రి యెవరిని గొంతుఁ గోయదలచినా"వని భార్య యడుగ, "నీవు నన్నింక నడ్డుపెట్టినయెడల నీ గొంతుకయే" యని భర్త బదులు చెప్పెను. అటుపైని నెవరిదని భార్య యడుగఁ "బనికిమాలినముండా! నీ గది లోనికిఁ బోయి నోరుమూసికొని పండుకో. నీ కూరివారి వ్యవహారముల గొడవ యెందులకు? నా వ్యాపారరహస్యము లెందులకు? అదిగాక నే నీ రాత్రిఁ యేదో పెద్దలాభమును పొందఁదలచి మహోత్సాహమున సర్వసన్నాహము లను జేసికొనుచుండగా నపశకునపుముండా! తీతువా! యెక్కడికి? యెందుల కని యడిగెదవా? నేనెప్పుడు కత్తి నూరుకొన్నను నీవు కంటిలో నిప్పులు పోసికొనుటయే కదా? నే నెప్పు డుత్సాహమున నూరిలోనికిఁ బోయినను నీ వడ్డుతగులుటయే కదా! దరిద్రదేవతవు దాపురించినావు. నీమూలమున నేను గూటికిగుడ్డకు గతిలేకుండ నున్నాను. ఈసారి మాటలాడినయెడల ముక్కల క్రింద నఱకెదను. జాగ్రత్త" యని మగఁడు గద్దించెను.

ఈ మాటలకుఁగూడ రామలక్ష్మి జంకలేదు. ఔను, యెందులకు జంకును? దొంగ యనఁగ నింటివాఁడు జంకునుగాని చోరుని పెండ్లామున కేమిభయము? గొంతుకోతవాని భయము వీథిలో బాటసారికిఁగాని యింటిలో నున్న యిల్లాలికేమి? మనకు నబాబుగారు గాని, పెండ్లామునకు మామూలు పిల్లిగడ్డపుఁ మగఁడే కాదా! "నన్ను నఱకెదనంటివి కానీ! నీవూరివారల తలలు నఱికి ధనముఁ దెచ్చుకొనుట కంటె నా తల నఱికి నీకడ్డువచ్చుచున్న నన్నుఁ

బోఁగొట్టుకొనుట మంచిది కాదా! నా బాధ తీరును; నీ బాధ తీరు"నని రామలక్ష్మి నిర్భీతిగఁ బలికెను. అంతటఁ బండ్లుఁ గొఱుకుచు శివయ్య లేచి "ఏదీ కఱ్ఱ"యని మూలనున్న బడితెను దెచ్చి రామలక్ష్మి మూఁతిపైఁ బొడిచెను. "శివశివా" యని యఱచుచు నామె కన్నులు తిరుగఁ గొంతసేపు గూలఁబడియెను. నోటి వెంటవచ్చు రక్తమును నీటిని బుక్కిలించి యాపుకొనెను. "నీవు మంచియింటిలోనివాఁడవు. చదువుకొన్నవాఁడవు. ధనవంతుఁడ వని మాతండ్రి నన్ను నీకిచ్చినాఁడు. నేను నీ యింటికి రాకుండగనే ధనమంతయు వ్యభిచారవృత్తిలోఁ దగులఁబెట్టితివి. అంత జూద మారంభించితివి. అందులోఁ గిట్టుబాటులేక దొంగతన మారంభించితివి. అటుపై బందిపోటు దొంగవైతివి. ఎందఱి యిండ్లో దూరితివి! ఎందఱ తలలోఁ గొట్టితివి! తుదకేమి సంపాదించితివి! వీసమెత్తు బంగారమైన లేదుగదా, వింధ్యపర్వతమంత పాపము సంపాదించితి"వని రామలక్ష్మి పలికెను.

శివ: ఇంటిలో నెల్లప్పు డేడ్చుచున్న పెండ్లామున్న ముండకొడుకున కింత కంటె మంచిగతి పట్టునా? ఏదియులేకపోయెనని నీవింక మొత్తుకొన నక్కఱలేదు. ఈ రాత్రితో మనము కొన్నివేల కధికారులమగుట నిజము. ఆ ధనమంతయుఁ దీసికొని యేదో దూరదేశమునకుఁ బోయి యక్కడ సుఖముగ జీవింతము.

రామ: ఆ దూరదేశములో నిక్కడ నున్న భగవంతుఁడే యున్నాడా? అక్కడ వేఱొకఁడా? ఇక్కడ నున్న మంచిచెడ్డలే యక్కడనున్నవా? యక్కడ వేఱుగనున్నవా? మంచివాఁడు కాటిలోనున్నను గాశిలోనున్నట్లే. ఇక్కడినుండి స్థలము మార్పఁగలవుగాని బుద్ధి మార్పఁగలవా?

శివ: ఈ రాత్రి చేతిలోఁ బడవలసినదేదో వేసికొన్న తరువాతఁ దిరుగ నీ వృత్తి నవలంబింతునా? ధనముకొఱకుగాదా వృత్తి, డబ్బు చేతిలోఁ బడనీ? తిరిగి మడికట్టుకొని యింటిలో దేవతార్చన, వాకిట్లో వ్యవహారతీర్మానము, గ్రంథాలయములో నగ్రాసనాధిపత్యము, కాంగ్రెసులో రాజకీయోపన్యాసములు పెళ్లున జరుపకపోవుదునా? ఏమున్నది? అన్ని వన్నెలు చిన్నెలు ధనములో నున్నవి. అది లేక యిట్లుంటిని గాని నాకు మాత్రము ప్రాణనాశనము పంచదార యనుకొంటివా?

రామ: ఈ రాత్రి యెవరినైనఁ జంపక తప్పదా? ఆ మాట ముందు చెప్పుము.

శివ: అది బ్రహ్మదేవు డడ్డుపడినను దప్పునది కాదులే. ఎటువచ్చినను వాఁడు వ్యతిరేకింపకుండ మన సొమ్మేదో మనకుఁ బాఱవైచిన యెడల నాదౌడ నీదౌడ నాల్గు లెంపకాయలతో మాత్రము తీరును. ఊరిలో వాఁడెవఁడో చచ్చిన యెడల మనకు

విచారమెందులకు? మన సొమ్మేమ్రో మన చేతిలోఁ బడనీ! మనము చంపకపోయినను వాఁడేలాగో వాని కర్మానుసారముఁ జావవలసినవాఁడే. 'నిమిత్తమాత్రం భవ సవ్యసాచిన్' అని గీతలో లేదా? ఇందుకొఱకు విచారింపనేల?

రామ: నేనెందులకు విచారించుచుంటిననఁగా; మీ దుర్నయముచేతనే, మీ మహాఘోరపాపకృత్యముచేతనే మనకు ముగ్గురుపిల్లలు కొంత పెరిగి పోయినారు. ఇప్పటికి మిగిలియున్న యీ పిల్లవానినైన సత్ప్రవర్తనచేఁ దక్కించుకొనక తప్పదు.

శివ: చీచీ! వట్టి తెలివితక్కువ మాటలాడకు. నా కత్తివేటుకుఁ గుఱ్ఱవాండ్ర చావునకు సంబంధమేమి? పాశ్చాత్యదేశచరిత్ర నీకు దెలియకపోఁబట్టి నీవట్లను కొనుచుంటివి. ఒక్కొక్కదేశములో మతసంబంధములైన తగవులు వచ్చినప్పుడు (క్రూసేడ్స్) లక్షలకొలఁది జనులు హతులుకాక మానిరా? వారిని జంపినవారికిఁ బిల్లలు చచ్చిరా? భార్యలు చచ్చిరా? ఏమియు లేదు. వారు సర్వసౌఖ్యముల ననుభవింప లేదా? దేనిదారి దానిదే కాని ప్రపంచవ్యవహారములలోఁ గారణసాంకర్యము మాత్ర మెన్నడు జరుగదు.

రామ: నాకిన్ని తెలియవు. నీవు ముగ్గురి తలలు కొట్టినావు. మనకు ముగ్గురు పిల్లలు చచ్చినారు. నాలుగవ హత్యకు సిద్ధపడియున్నావు. ఈ పిల్లవానిని గూడఁ జంపుకోఁదలఁచితివా?

శివ: ఈ పిల్లవాఁడు సుఖముగ జీవించుట కొఱకే యీరాత్రి యింత ధనము సంపాదింపఁదలఁచితిని. నాయొక్కని నెత్తినే గట్టుకొనుటకుఁ గాదు. నీవు కిక్కురు మనకుండ నుండుము. నేను బోయెదను.

అని పలికి నల్లలాగు నల్లచొక్కా తొడుగుకొని మొగమునకుఁ బైభాగమున నుదుటి వఱకు నడుగుభాగమున ముక్కు క్రిందవఱకుఁ గప్పునట్లు నల్లని టోపీ పెట్టుకొని కాసె బిగించి కత్తి చొక్కా యెడమ చేతిలోఁ గ్రమ్ముదలగా నుంచి పట్టుకొని యాతఁడు బయలువెడలఁగ రామలక్ష్మి నడవ గుమ్మమున కడ్డుగ నిలువఁబడి "నేను నిన్నుఁ బోనీయ"నని యెదుర్కొనెను. శివయ్య యుగ్రుఁడై కుడిచేతితో నామె తలవెండ్రుకలను గ్రహించి మండువాలోఁ బడునట్లీడ్చెను. దభాలునఁ బడి శివశివా యని యామె గొంతెత్తి యేడ్వసాగెను. "నీ గొంతుక కోయ, గట్టిగనేడ్చిన యెడలఁ జుట్టుపట్టులనున్న యిండ్లవారు వినరా? నీవు ముండమోయ, నన్నల్లరి పెట్టెదవా? నాదారిని నన్ను బోనీయవా? ఏడ్చిన యెడల గొంతుక నులిమెదను" యని యామె గొంతుకపైఁ

జేయివైచెను. “శివరామా! శివరామా! నా తండ్రీ!” యని రామలక్ష్మి యడcగిన గొంతుతో నాక్రోశించెను. “అమ్మా, అమ్మా”యనుచు నొకబాలుcడు గదిలో నుండి యీవలకు వచ్చి మండువాలోcబడి యేద్చుతల్లిని గాంచి యేడవసాగెను. “నాయనా! నీవెందులకు వచ్చితివి? లోనికి బోయి పండుకొను”మని తండ్రి యాతని మందలించెను. కాలవసనధారియై భయంకరస్వరూపుcడైన తండ్రిని జూచి తల్లిని గౌగిలించుకొని మరింత యేడువసాగెను. “నాయనా! శివరామా! నన్నుజూచి భయమెందుకు? నేను నీ తండ్రినిగానా?” యని కొడుకును బుజ్జగింపుచు, నాతనిచేయి పట్టుకొని “రా నాయనా! లోనికిరా, పండుకొందువుకాని” యని పిల్లవానిని లాగెను. నేను రానననునట్లు పిల్లవాcడు తన కుడిచేతిని పైకెత్తి యడ్డముగ నూపెను. తల్లి పుత్రుని గట్టిగc బట్టుకొనెను.

పిల్లవాcడు మూcడేండ్లవాcడు. దృఢశరీరి. తల్లివలెనే గుండ్రనిమోము గలవాcడు. తల్లివలెనే దబ్బపండువంటి చాయగలవాcడు. తండ్రివలె గ్రద్దముక్కు కలవాcడే. కాని తల్లివలె రవంత పొడుగు గడ్డముకలవాcడు. అతనికి మాటలింకc దిన్నగవచ్చిన ట్లగపడదు. “పిల్లవానిని బట్టుకొందువేల? వదలు”మని శివయ్య భార్యతో ననెను. భార్య వదలలేదు. భర్తయు భార్యయు నిట్లు గుంజుకొను సమయమున శివయ్య చొక్కా యెడమచేతిలోనున్న పోటుకత్తి జాఱి పిల్లవాని తొడcపై బడెను. మొఱ్ఱోయని పిల్లవాcడేడ్చెను. తల్లి యేడ్పునకు హద్దేలేదు. పెద్దగాయము కాదుకాని రక్తము మెండుగ వచ్చెను. అంత శివయ్య తొందరతో నొకప్రాcతగుడ్డ కాల్చి యామసి గాయమున కంటించెను. నెత్తురు కట్టెను. పిల్లవాని నెత్తికొని తల్లి గదిలోనికిc బోయి యాతనిc బ్రక్కలో వైచుకొని పిల్లవానివంకc జూచుచుc గూరుచుండియుండెను. పిల్లవాcడు గొంతసేపటికిc దల్లితోcగూడ నిద్రించెను. ఆ పిల్లవాని నట్లే కొంతసేపు తండ్రి నిశ్చలదృష్టితోc జూచి యిండుపగింజలంతటి రెండు వెచ్చనిబాష్పముల విడిచెను. “పిల్లవానిని నిమ్మళముగ ముద్దు పెట్టుకొని లేచి తల్లికూడ నిద్రించినది. ఇంత గొడవ జరిగిన తరువాత నింతదెబ్బ పిల్లవానికిc దగిలిన తరువాత నేను వీధిలోనికిc బోవనని నిశ్చయముగా నమ్మి నిర్భయముగా నిద్రపోవుచున్నది కాని వెళ్లక తప్పదు. అదను రవంతయుc జెడగొట్టుకొన్నప్పు డాపైన నేడ్పు తక్క మఱి యేమున్నది? అనుకూలమగు గాలి విసరునప్పుడు చాcప యంకారింపక మానవచ్చునా? ఏమైన సరే? పోయెద”నని తనలోcదా ననుకొని లేచి పిల్లవాని వంక నార్ద్రమగు దృష్టితోc జూచి వంగియే యాతనిని నిమ్మళముగ ముద్దుగొని, గదియావలికి వచ్చి తలుపు దగ్గఱగc బెట్టి యిల్లు వెడలి వీధి తలుపునకుc బైన తాళము వైచి పోయెను.

2

గదిలో గంటవలె దీపము వెలుగుచున్నది. ఇనపపెట్టెపై గడియారము పండ్రెండు కొట్టుచున్నది. పట్టెమంచముపైఁ బండువంటి యొక ముసలియాతఁడు కూరుచుండి జపమాల త్రిప్పుకొనుచున్నాడు. ఓరగనున్న తలుపుసందునుండి శివయ్య దూరి యాతని యెదుటఁబడినాడు. "ఆ" యని పెద్దకేక యావృద్ధుఁడు వేయఁబోవగఁ బోటుకత్తిని శివయ్య చూపి నోరు మూసికొనుమని సంజ్ఞ చేసినాఁడు. ఇనుపఁబెట్టె తాళమిమ్మని శివయ్య యాతనికి సంజ్ఞ చేసెను. ఈయనని జపమాలాధారి తిరిగి సంజ్ఞ చేసెను.

ఆ దినమునందే యాతనిబంధువు లందఱు పొరుగూరికి వివాహమున కేగినారు. ఆతఁడొక్కడే యామేడలో నున్నాఁడు. క్రిందనున్న భటుని గికురించి శివయ్య మేడపై నెక్కినాఁడు. "ఈయవా? ఈయవా? ఈయకపోయిన నఱకెదను" అని శివయ్య నిమ్మళముగఁ బలికినాఁడు. "నేనీయను, నఱకు"మని ముసలియాతఁడు ప్రత్యుత్తర మిచ్చినాఁడు. "ధనముకొఱకుఁ బ్రాణములు పోగొట్టుకొనుట బుద్ధిలేని పని"యని శివయ్య పలుకగా, "ధనముకొఱకు వంశనాశనము చేసికొనుటకంటె మంచిదే" యని ముసలియాతఁడు ప్రత్యుత్తరమిచ్చెను. "ధనాహరణమునకు వంశనాశమునకు సంబంధ మున్నదని మూఢురాలయిన నా భార్య చెప్పినట్లే చెప్పితివే" యని శివయ్య యొక్కనిముస మూరకుండి "చావు"మని కత్తియెత్తి నఱకఁబోయెను. ఎత్తినచేయి యెత్తినట్లే యున్నది. పట్టిన కత్తి పట్టినట్టే యున్నది. తెఱచిన కన్నులు తెఱచినట్లే యున్నవి. ముందునకు వైచినకాలు వైచినట్లేయున్నది. రవంత వంగిన శరీరము వంగినట్లే యున్నది. ఆతఁ డట్టె ప్రతిమవలె నిలువఁబడినాఁడు. ఎందుచేతనో? ఆతనికన్నుల కేమైన నగపడెనా? ఇంతటో ముసలియాతఁడు "కత్తి యెత్తినవాఁడ వూరకుంటివేల, కాని" యని పలుకగ నాకస్మికముగ నదటిపడి యెడలట్లె ముడుచుకొని "హుహు" యని సకిలించి తిరుగ బిఱ్ఱబిగిసి "యీసారి చావు"మని కత్తి తిరుగనెత్తెను. ఎత్తి యేమి చేసెను? ఏడ్చినాఁడు. ఏమని? "నాయనా! శివరామా! నీవెందుల కిక్కడకు వచ్చితివి తండ్రీ! నఱకవలదని చేయి ఎత్తి యడ్డముగ నూపుచుంటివా? నఱకనులే; నీవు చిరంజీవివై యుండుము" అని యేడ్చి, కత్తి యావలఁబాఱవైచి, "శంకరశాస్త్రిజీ! నమస్కారము. క్షమింపుఁడు. సెల"వని పలికి వెనుకకుఁ బోవసాగెను. శంకరశాస్త్రి యాతని కడ్డుదగిలి "పోయెదవేల? నీకుఁ గావలసిన సొమ్ము తీసికొని పొ"మ్మనెను.

శివయ్య కన్నులు దుడుచుకొని తన పూర్వచరిత్ర మారాత్రి జరిగినంత వఱకుఁ జెప్పి, "మీ దర్శనమున నా పాపవృత్తి నశించినది. నేనింక నిష్పాపమైన వృత్తి

నవలంబించి బ్రదికెదను. భార్యను, బిల్లవానిని జూడఁ ద్వరగఁ బోవలయును. వారింటిలో నుండ నింటికిఁ దాళము వైచి వచ్చితినని చెప్పియుంటిని. ఈలోపల నా భార్యకు మెలకువ యగునెడల నెంత యేడ్చునో! ఏమియుపద్రవము సంభవించునో; నాకు వేగ సెలవిండు; అయిదుమైళ్లు పోవలయును" అని శివయ్య పలికెను. "అయిదువేల రూపాయలు నీకిచ్చెదను. నీవు వానిని దీసికొని సద్వృత్తి నవలంబించి బ్రదుకు"మని ముసలియాతఁడు పలికెను. "నాకక్కఱ లేదు. మిమ్మింత సత్రప్రవర్తకుని, సంపద్వంతునిఁ జేసిన శంకరభగవానుఁడే నన్నుఁగూడఁ గటాక్షింపఁగలడు. దయయుంపుఁడు" అని పలికి 'శివరామ, శివరామ' యని స్మరించుకొనుచు నింటికిఁ బోయెను.

(భారతి; సెప్టెంబర్, 1927)

భార్య అప్పమ్మతో పానుగంటి

హాస్యకథ

ఒకనాఁడు సాయంకాల మగుచుండగా నొకయూరి సత్రములోని కొక బాటసారి యశ్వారూఢుఁడై వచ్చి గుఱ్ఱపు లాయము నొద్ద నశ్వావతరణ మొనర్చి, యచ్చటి సేవకుని బిగ్గరగా బిలిచి, "ఇదిగో! ఈ గుఱ్ఱమును జాగ్రత్తగా నశ్వశాలలో గట్టివైచి దాని సంరక్షణమున నప్రమత్తుడవై యుండుము" అని పలికెను. "అయ్యా! లాయము, గుఱ్ఱములతో నిండియున్నది. ఎంతమాత్రమును స్థలములే"దని యా సేవకుడు ప్రత్యుత్తర మిచ్చెను. ఆ బాటసారి కన్నులను చిట్లించుకొని కుడియఱచేతిని గుడిచెవి వెనుకజేర్చి "ఏమి? ఏమనుచున్నా"వని బిగ్గరగా బలికెను. బాటసారికి జెవుడు కాఁబోలు నని, యా యశ్వసేవకుఁడు, "ఇక్కడ బొత్తిగా స్థలము లేదయ్యా!" యని గట్టిగా నఱచెను. "ఇప్పుడే బహుమతి నిమ్మనుచున్నావా? రేపు నేను వెళ్లునప్పు డీయఁగూడదా? యప్పుడే నీవేమి చేసినావని నీకీయవలసినది?" యని బాటసారి కోపపడి పలికెను. "అది కాదయ్యా! స్థలము! ఇక్కడ! ఏదీ? మీరే చూచుకొనుఁ"డని యాసేవకుడు గొంతు చించుకొని కేకవైచెను. "దానా *(గుఱ్ఱపుతిండి)* మాటయేనా? దానికిఁ బండ్లు లేవు, అందుచే గింజలు నమలనేర"దని యాబాటసారి ప్రత్యుత్తర మిచ్చెను. "నావలనఁ గాదు బాబూ! మీ గుఱ్ఱమును మీరే జాగ్రత్త పఱచుకొనుఁ"డని యాతడు గాడిదవలె నోండ్ర వెట్టెను. "సరి సరి, మంచిది, కష్టపడి యేదో తీసికొన వలయును గాని ముందుగాఁ దెమ్మన వచ్చునా? సరే! దీనిని జాగ్రత్తగాఁ జూచుచుండు" మని యాతఁడు వడివడి లోనికి నడచిపోయి, యాసత్రాధికారిణి యొద్ద జిరకాల పరిచితునివలె నవ్వుచు నిలువఁబడి, బసకు గదియొకటి కావలయునని పలికెను. "ఇంటినిండ బాటసారు లున్నారు, మీకిచ్చుట కొక గదియైనను లే"దని యామె మృదుమధుర కంఠస్వరముతోఁ బలికెను. "గదులు చిన్నవి, సదుపాయములుగా లే వనుచున్నావా? సదుపాయమున కేమి? సత్రములో నింతకంటె సౌఖ్యము వచ్చునా? నా కిబ్బందిగా నుండునేమో యని నీవు సందేహింపఁ బనిలేదు. యాత్రికుఁడనుగానఁ బ్రయాణకష్టమున కలవాటుపడినవాఁడనే" యని బాటసారి పలికెను. ఆతడు బధిరుఁడు కాఁబోలునని యామె యనుకొని "అయ్యా! మీకు బాగుగా వినఁబడదా?" యని గట్టిగా నఱచెను. "నేను వెనుక నిక్కడ కెప్పుడును రాలేదు. ఎవరిని జూచి నన్ననుకొను చున్నావో? మనుజునిఁ బోలిన మనుజు లుండవచ్చు"నని యాతడు తలవంచుకొని, యొకగది యొద్దకు నడిచిపోవుచుండెను. బాటసారికి బమ్మచెవుడని యాపడఁతి

నిశ్చయించుకొని, యాతని కడ్డుగా నిలువఁబడి, "అయ్యా! యీగదిలో నొకఁడు బసచేసి యున్నాఁడు. ఆ గదిలో మఱియొకఁడు దిగియున్నాఁ" డని యామె రయిలుబండి కూఁత వంటి యొక యఱపఱచెను. "సరే! యీ గది కంటె నా గదియే విశాలముగా నున్న యెడల నా గదియే తీసికొందు" నని గిఱుక్కునఁ దిరిగి యా రెండవగది యొద్దకుఁ బోయి, ద్వారము నొద్దనున్న పడుకకుర్చీపైఁ బండుకొని, యీలపాట పాడుకొను చుండెను. అప్పు డా యువతి యింత చెవిటివాని నెక్కడను జూడలేదని కాఁబోలుఁ, దెల్లపోయి స్తంభమువలె నిలువఁబడియుండెను. అంత నా బాటసారి "నీ దయవల్ల సదుపాయమునకు లోటేమియు లేదు. ఇఁక నా కిప్పుడు కావలసినదేదియు లేదు. కావున నీవు వెళ్లవచ్చు" నని పలికెను. అంత నామె చేయునదేదియులేక, యుడుకుఁబోతుఁదనము వలనఁ గలిగిన వెఱ్ఱికోపముతో "పో! పో! చెవిటి ముండకొడుకా!" యని యాకసమంత నోరుచేసికొని యఱచెను. "భోజనములోనికేనా? నీ యిష్టము వచ్చినది చేయవచ్చును. నాకొకటి యిష్టము, నొకటి యనిష్టముఁ గాదు. ఈ కాలపు నీరసులవలె నది కాఁక యని, యిది జలుబని దేవులాడువాఁడనుగాను. సాపాటు పుష్టియున్నవాఁడనుగాని చచ్చుపెద్దమ్మను గాను" అని పలికెను. అంత నా గృహిణి మహాకోపముతో "చంపినను పాపము లేదురా! నీ గొంతుఁ గోసినను బాపము లేదురా!" యని యెలుఁగెత్తి యార్చెను. "స్వగృహమువలెనే భావించుకొనుమని వేఱుగఁ జెప్ప వలయునా?" యని బాటసారి నవ్వుచు బలికెను. అంతనామెకుఁ గోప మేమయ్యెనో కాని, పక్కున నవ్వు వచ్చెను.

వీఁడు వదలు సాధనమేదని లోననాలోచించుకొనుచుఁ గొంతసేపు నిలువఁబడి "నీ యిల్లు వల్లగాడుగాను! నీ పీడ మాకెప్పుడు వదలునురా!" యని లోకాతీతమైన యొకకేక వైచెను. "నీరుల్లిపాయల పులుసు నీ కిష్టమేనా యని యడుగవలెనా? మాతల్లివి! దానితో నద్దసేరు బియ్యపుటన్న మవలీలగాఁ దినఁగలను! అన్నపూర్ణమ్మవు! ఎన్నో సత్రములలో భోజనము చేసితినిగాని యింత యాదరణము మాత్రము నేను మఱెక్కడను జూడలేదు. అమ్మా! పైస యెవరికి శాశ్వతము! మంచిమాట యొక్కటియే నిలుచునది" అని యాతఁడు పలికెను. అంత నామె గొంతు చించుకొనుట వలనఁ గలిగిన దగ్గుతోఁ గొంత బాధపడి నీ కీ రోజున నన్నము పెట్టిన యెడల నేను జానకమ్మను గానని తనలో నింకేమేమో గొణగుకొనుచు లోనికిఁ బోయెను.

అది యొక పూఁటకూటియిల్లు. గదుల కద్దెయిచ్చి బాటసారులక్కడనే పండు కొందురు. ఆ దినమున నా యింటిలో బాటసారులు పదుగురున్నారు. వారందఱుఁ దల కొకగదిని దీసికొనిరి. గదియొక్కటి యైన బాటసారి యుపయోగమునకు లేనిమాట సత్యమే. అయిన నేమి? ఈ సంగతి నాతనికిఁ దెలియఁజేయు టెట్లు? ఆతడు పడుక

కుర్చీలో నూరక పండుకొనుటేల యని, యా సత్రము నందు వంట యెక్కడఁ జేయబడు చుండెనో, వడ్డనసాల యేదో, స్నానపుగది యేదో వానివానికి మార్గము లేవో కనిపట్టుచు దనలోఁ దానేదో పాడుకొనుచుఁ దిరుగుచుఁ గాలక్షేపముఁ జేయుచుండెను. ఎనిమిది గంటలు కాగానే యాతఁడు స్నానముగదిలోనికిఁ బోయి స్నానము చేయుచుండెను. ఆతఁడు స్నానము చేయుచుండఁగానే యా సత్రములో నదివఱకు బసచేసిన పదుగురు బాటసారులు వచ్చిరి. వారిని గాంచి జానకమ్మ "సత్రములోని కొకచెవిటిబాటసారి వచ్చియున్నాడు. ఆతఁడు నా ప్రాణములు దీసినాఁడు. ఆతనికి నే నన్నము పెట్టనని యొట్టుపెట్టుకుంటిని. మీకు బదుగురికి మాత్రమే వంటఁజేసితిని. మీరు శీఘ్రముగా భుజియింపుఁడు. పాదప్రక్షాళనము నిమిత్తము స్నానపుగదిలోనికిఁ బోనక్కఱ లేదు. ఇచ్చటి గంగాళములో నీళ్లున్నవి. మీ యవశిష్టములఁ దీర్చుకొని వేగ విస్తరాకులయొద్దఁ గూర్చుండుఁడు. త్వరగ రండు. వడ్డనసాలతలుపు వేయుఁడు" అని వారితోఁ జెప్పఁగ, వారు మంచిదనిరి. ఇంతలో మన బాటసారి స్నానమొనర్చి దుస్తులను ధరించి వెలుపలికి వచ్చి వడ్డనసాలకుఁ దలుపువైచి యుండుటను గని తలుపుకన్నములో నుండి చూచెను. వడ్డన యగుచున్నది. పదుగురు గూరుచుండియున్నారు. వడ్డనసాల కెక్కడినుండి దారి యున్నదో యిదివఱ కాతఁడు బాగుగఁ బరీక్షించినవాఁడే కావునఁ జటుకున దొడ్డిలోనుండి వచ్చి, యచట నున్న మొండిగోడను గుబాలున దాఁటి వంటయింటిలో నుండి వడ్డనసాలలోనికి మెఱపు మెఱయునంత వేగముతో వచ్చెను.

ఆతనిఁ జూచి జానకమ్మ తెల్లబోయెను. బాటసారు లాశ్చర్యపడిరి. వారిలో నొక్కడు లేచి "నీవిక్కడకు రాఁదగదు. వెంటనే యావలికిఁ బొ"మ్మని కేకవైచుచు విస్తరియొద్ద నుండి లేచెను. "అయ్యయ్యో! నాకొఱకు నీవేల లేవవలెనయ్యా! వంటపూఁటింటిలో నింత గౌరవ మెందులకయ్యా! నే నొకయాకు వైచికొనలేనా?" యని పలుకుచు నాతడు లేచినచోట వేగ కూర్చుండెను. లేచిన బాటసారి మొరడై యట్టే నిలువఁ బడియుండెను. మొదటిపీఁటమీదఁ గూర్చుండిన బాటసారి లేచి "నీ వేల యిక్కడకు వచ్చితివి? నీ కేమి బుద్ధి లేదా?" యని గట్టిగ నఱచెను. "నన్ను మొదటిపీఁటమీఁదఁ గూర్చుండుమని యేల నిర్బంధింతువు? నేనేమి వియ్యంకుడ నయ్యా! కూర్చుండిన చోట నుండి లేవఁగూడదు. ఇక్కడ నాకు సుఖముగానే యున్న"దని మన బాటసారి పలికెను. అందఱును నవ్వసాగిరి. ఆతనికి భోజనము పెట్టక తప్పదని వారు నిశ్చయించుకొనిరి. నేను మాత్రము వడ్డింపనని జానకమ్మ భీష్మించుకొని కూర్చుండెను. విస్తరియొద్ద నుండి లేచిన యాతఁడు వారందఱకుఁ గావలసినదేమో వడ్డించెను.

మన బాటసారి యతిశీఘ్రభోజి యగుటచే భోజనకృత్యమును ద్వరగా ముగించుకొని లేచి యా జానకమ్మయొద్ద మూఁడణాలుంచెను. "మూఁడుపావులాల తిండి తిని మూఁడణాలిచ్చెదవా?" యని యా డబ్బు లాతనిమీఁద నామె పడవైచెను. "సరి! సరి! ఈ దినమున మనకు విందా?" యని యా డబ్బులను రొండిలో దోఁపికొని వద్దనసాల నుండి యాతఁ డీవలికి వచ్చెను. ఈతని యసాధారణ బాధిర్యమును గూర్చి నవ్వుకొనుచు బాటసారులు మెల్లగా భుజించి యీవలికి వచ్చి చావడిలోఁ జుట్టలు గాల్చుకొనుచుఁ, బాడుకొనుచుఁ, బేక యాడుకొనుచుఁ, కాలక్షేపము చేసిరి. మన బాటసారి వారికిఁ గనఁబడకుండుటచే నెవ్వఁడో కడుపుఁగక్కుఱితిచే వచ్చి, తిని పోయినాఁడని యనుకొనిరి. పండ్రెండుగంటలైన తరువాత నెవరిగదిలోనికి వారు పోయిరి. ఒక బాటసారి, యదిరిపాటుగఁ దనగదిలో నుండి వెలుపలికి వచ్చి "సోదరులారా! నా గదిలోఁ జెవిటివాడు పండుకొని పైకప్పెగిరిపోవునట్లు గుఱ్ఱుపెట్టు చున్నాఁ"డని గట్టిగఁ గేక వైచెను. మిగిలినవా రంద అచ్చటికి వచ్చి యాగదిలోఁ బ్రవేశించి యాతని గట్టిగ లేపిరి. ఆతఁడు లేచునా? అదిగాక మెఁలకువతో నున్నవానిని లేపుటెట్టు?అతని చేయి పట్టి గట్టి నూఁపి "పో! నీ విచట నేల పండుకొంటివి?" అని వారఱచిరి. అతడులేచి "దొంగలే! దొంగలే! డొక్కఁజీల్చి ఱాలుకొట్టెదను. ఈ ప్రాంతమున దొంగలున్నారని వినుచునే యున్నాను. నేనొక్కడ ననుకొనుచున్నారు. ఈ సత్రములో నేనుగాక పదుగురు బాటసారు లున్నారు. జాగ్రత్త! ఇదిగో, చిన్న తుపాకి" యని తలవైపున నున్న పిస్తోలును దీసి పైకిఁ బేల్చెను. బాటసారు లడ లొంది పరుగెత్తుకొని పోయిరి. ఆ గదిలో నాతఁడు తెల్లవాఱువఱకు హాయిగా నిద్రించెను.

తెల్లవాఱిన పిదప లేచి గుఱ్ఱపువానికిఁ గొంత బహుమానమిచ్చి, మొగము గడుగుకొనుచుఁ గూర్చుండిన జానకమ్మను జూచి "అమ్మా! నేను బోయెదను. నేను జెవిటివాఁడ నని మీరందఱనుకొని యుందురు. నేను జెవిటివాఁడను గాను. నీవు కోరిన మూడుపావులా లివిగో! గది కొకరూపాయ యద్దె యిదిగో! నా స్నేహితుఁ డొకడు నాల్గు రోజుల క్రింద నీ సత్రములోనికి వచ్చియుండె ననియు, నాతనికి బస యీయక నీవు వెడలఁగొట్టితివనియు నాతఁడు నాతోఁ జెప్పెను. నేనీ సత్రములోనికి వచ్చి భోజనము చేసి బస చేసిన యెడల నెంత పందెమని యాతని నే నడుగఁగా నిరువది రూపాయల పందెమని యాతఁ డనెను. అందుకొఱకిచ్చటికి వచ్చితిని. చెవిటివానివలె నటించితిని. పందెమును గెల్చితిని. పందెముకొఱకు నీవలన నెన్ని తిట్టులైనఁ దింటిని" అని చెప్పి గుఱ్ఱమెక్కి పోయెను.

(ఎనిమిదవ తరగతి ఆనందవాచకము, 1930)

స్వప్నకావ్యము

సంపాదకుని యుపోద్ఘాతము

నా మిత్రుఁ డొకదినమున నుదయముననే నాయింటికి వచ్చి "రాత్రి నాకుఁ జిత్రమగు స్వప్నము వచ్చినది. దానిని నీవు స్వప్నకావ్య మనునొక చిన్నగ్రంథము నేకాశ్వాసముగా వ్రాయవలయును. నేను నూతనముగ ఛందస్సు నేర్చుకొని యిప్పు డిప్పుడే గీతము లల్లుట కలవాటుపడుచున్నాను. గ్రంథరచనకు నాకింక సమర్థత తక్కువ. నాటకరచనయందు నీవు కొంతయలవాటు కలవాఁడ వగుటచే నుక్తిప్రత్యుక్తుల సందర్భము నీవెఱుఁగుదు వని నిన్నిట్లు కోరితిని" అని చెప్పి స్వప్నము నామూలాగ్రముగా వెల్లడించెను.

నేనిట్లంటిని. "స్వప్నములో మనస్సు హేతుబద్ధమై యుండదు. స్వచ్ఛందముగ ఉండును. నీ స్వప్నములోఁ గొంతభాగము సహేతుకమై సహజమై సందర్భసమన్వితమై యున్నది. నాకచ్చటమాత్రము సందేహముగ నున్నది."

ఈ మాటలు విని యాతఁ డిట్లనియెను. "కన్నెత్రాడు త్రెంపుకొని కాళ్లు గుదులుదీఱఁ బఱుఁగెత్తు నాఁదూడ, బొమ్మజెముడుకంపలవెంటఁ, బొలముల వెంటఁ బడుట యెంత సహజమో, రాజమార్గము వెంటఁ బాహాటముగా సూటిగాఁ బోవుట కూడ నంత సహజమే యగును. కావున నీవు సందేహింపవలదు."

అప్పు డాతని మాటల కీయకొని యిటులంటిని. "నీవు నాతో జెప్పిన మాటలనే వ్రాసెదను. గ్రంథమున నా సొంతమేమియుఁ జేర్పను. నీవు నాయొద్దఁ గూరుచుండుము. ఇప్పుడే వ్రాసెదను."

అట్లీ గ్రంథమును వ్రాసితిని. స్వప్నసంపాదకుఁడు నా మిత్రుఁడు. స్వప్నకావ్య సంపాదకుఁడను నేను. దీనిలోని యభిప్రాయముల మంచిచెడ్డల కాతఁడే బాధ్యుఁడు. పాపము! ఆతఁడు మాత్రమెట్లు బాధ్యుఁడు? స్వప్న మాతని కట్లు వచ్చినది.

భారతకవులలో నిద్ద తీస్వప్నకావ్యమునఁ బాత్రములుగా వత్తురు. వారి మాటల వలన, వారి నడువడులు పాఠకులు సులభముగా గ్రహింపఁగలరు. కాని వారెట్టి నడత కలవారో మన మెఱుఁగము. స్వప్నసంపాదకుఁడు మాత్ర మాకవు లట్టినడువడి కలవారని తలఁచినట్లు మనమెంచుటకు మాత్రము కొంత యవకాశ మున్నది. అది సత్యమో యసత్యమో యెవరు చెప్పఁగలరు? స్వప్నము మట్టునకు మాత్రము సత్యము. వ్యవహారమందైనను సత్యమనక తీఅని యీ జగత్తు స్వప్నమని మహాజ్ఞాను లుపదేశించుచుండఁగా, మహాజ్ఞానినైన *(మహా+అజ్ఞాని)* నేను స్వప్నము సత్యమని చెప్పవలసి వచ్చినందులకుఁ బాఠకులు నన్ను క్షమింతురు గాక.

20-3-1918 — పా. లక్ష్మీనరసింహారావు

పీఠికాపురము — సంపాదకుడు

ప్రథమాధ్యాయము

తొల్లి నిత్యమందాగ్ని బాధాసమాలబ్ధనిఖిలస్వప్నపరిపాటీవిచిత్రుం డగునా మిత్రుఁడు, నాకుపదేశించినరీతిగా నేను నా మిత్రులకు విన్నవించుకొను కావ్యకథా క్రమం బెట్టిదనిన –

రాత్రి పంద్రెండుగంట లయినది. తరువాతఁ బంద్రెండు దెబ్బల టొకాయింపై నది. కోటబురుజునుండి 'ధమధమధమ్, ధమధమధమ్' అని నౌబత్తు బజాయింపులు కప్పదాఁటులవలెఁ గర్ణములఁ బడుచున్నవి. వాని నడుమను సన్నసన్నగా, మెల్లమెల్లగా సన్నాయివాదము తీఁగ ప్రాఁకినట్లు ప్రాఁకుచున్నది. ఈ నాదద్వయమును సుతిగా, మద్దెలగా నంగీకరించి, గొంతు సవరించుకొని మోర మింటికెత్తి, వీథికుక్క పైస్థాయిలో ముఖారిరాగ మందుకొని చౌకపుధోరణితో సంగీతకాలక్షేప మారంభించినది. కంటికలక వలె గాన మంటురోగమగుటచేఁ బ్రక్కసందులలోని పాటగాంద్రు సరసకళాగానధోరణిని శక్తివంచన లేకుండ జబాబుసంగతులను శరపరంపరలుగ విడుచుట వింటిని. ఈ తోఁకనాటకుల పాటలనాటకము విని వెగటు చెంది కాఁబోలుఁ జిరకాలము నుండి ప్రక్కయింటిపాడుదొడ్డిలో నుండి తీతువొకటి "టిట్టిట్టీ' యని వెక్కిరించుచున్నది. ఆహా! ఒకరిపాటయన్న నొకరికి నచ్చదుకదా! ఆహాహా! ఒకరి కవిత్వమన్న నొకరికి మొదలే నచ్చదు కదా! ఈ యవకతవక లక్షణము–ఈ దిక్కుమాలినయసూయ–ఒక్క మనుష్య జాతికి మాత్రమేకాదా? పశువులలోఁగూడ నీ పాపమా? పక్షులలోఁగూడ నీ ప్రారబ్ధమా?

రవగాలి వీచుచున్నది. అదివఱ కాకాశముఖమునఁ బ్రకాశించు జలతారంచు నీలిమేలిముసుఁగీ గాలియూఁపున జాఱినది. నెత్తిపైనున్న చందురువంక నన్నుఁ జూడుమనుచున్నది. కొప్పులోని తారలు 'కనిపట్టితిరా చంద్రునియహంభావ'మని కన్నుగీటుచున్నవి. గదిలోని యాముదపు దీపము 'మీ లెక్క నాకే'మని తల కొంచమెగుర వేయుచున్నది. "వింటిరా? ప్రపంచమున సహన మెంత సౌభాగ్యముగ వర్ధిల్లుచున్నదో" యని నవ్యకవిత్వమున నుపాలంభగీత మొకదోమ సామగానము చేయుచున్నది.

దోమ కెంత పొగరు? మశక మెక్కడ? మహాజగత్తెక్కడ? తాను ప్రపంచ పరిపాటిని బరిహసించునంతటి ప్రజ్ఞ కలదా? ఏమి విరుద్ధత? అత్యల్పజంతు వెక్కడ? అధికవిజ్ఞానసంపన్నుఁడగు మనుజుఁడెక్కడ?

"మనుజుఁడు మహాఘనుఁడా? ఇంత మనుజుఁడు నాపైనున్నను నేను నలిగితినా? నాకు లేని ఘనత యాతని కెక్కడి నుండి వచ్చెను? ఆతఁ డొకయంశమున ఘనుడైన నేనొకయంశమున గట్టిదాన నగుదును. లోకమున ఘనుఁడు కానివాఁ డెవ్వఁడు? అందఱు ఘనులే! ఆతని దృష్టిచే నంద ఱల్పులే! అయినను నాయల్పత యెట్టిదో యాతని ఘనత యేదో కనఁబఱతు"నని చిటుక్కున నొకచీమ వీఁపుపై నంటఁబొడిచెను. "ఆహా! నల్లి కుట్టినది కదా" యని యదరిపడిలేచి ప్రక్కను దీపకాంతిచేఁ జూచుకొనఁగ నపరోక్షజ్ఞానసంపన్నమగు పిపీలిక కానబడెను. తానే బ్రహ్మమగుమానిసి, వీఁపుపైఁ బొడిచినది నల్లియో చీమయో తెలిసికొనలేకపోవు టెట్టిదని, 'టిట్టిట్టీ' 'టిట్టిట్టీ' యను ధ్వనితోఁ దీతువు తిరుగ వెక్కిరింప నారంభించెను.

అనేకకోటిభిన్న ప్రకృతిసమాహారమైన యీసృష్టి యంతయు నొక్క పరబ్రహ్మ పరిణామమై యుండునా? కోటలో టంగున నొంటిగంట కొట్టినారు.

నిద్ర రాకుండ నున్నది. పట్టఁబోవుచున్న నిద్రను చీమ తన పొట్టను బెట్టుకొన్నది. చాఁప పఱచుకొని మఱియొకచోటఁ బండుకొంటిని. పయ్యెర వీఁచుచున్నది. పనసకాయ కూరలో మోతాదైన యావ మేళవింపువలె హితమైన, సరసమైన రవంత చలి, చల్లగాలితోఁ గలిసి యున్నది. వేగముగా నిద్రపోయి తీరవలయునని నిశ్చయించు కొంటిని. కన్నులు గట్టిగ మూసికొంటిని. మనసు స్తంభింపఁజేయ నుద్దేశించితిని. ఏనుగుతొండమును గదలకుండఁ జేయఁగలమా? పాదరసమునుఁ జలింపకుండఁ బట్టఁగలమా? గాలి స్తంభించినను రావియాకు కదలక మానునా? మనస్సు నరికట్టు నుద్దేశము కూడ మనసులోని చలనమే యగుటచేత భావచలన నాటకమునకు భరతవాక్య మెన్నఁడు సిద్ధించును? అక్షినిమీలనముచేతనే యంతరంగ శాసన మగునప్పు డంధుఁ

డద్వైతపరబ్రహ్మము కంటె నన్యుఁడా! నిదురబోవనున్న నాకీ గొడవ యెందులకు? నా గొడవయే నాకక్కఱలేనప్పు డది యితరుల కెందులకు?

కనుఱెప్పలపై సరసమైన సహ్యమైన రవంతబరు వొక్కటి యనుభవములో నున్నది. కన్నులు దెఱచుట కూహము లేదు. యత్నము లేదు. శక్తియు లేదు. ఈ బరువు గురువైనకొలఁది లోపలి తిరుగులాడికాలు లఘువగుచున్నది కాఁబోలు. పైయాటలమారిభార్యకు బంధము హెచ్చిన కొలది కడఁద్రొక్కుట ఘనమగును గాదా?

మనసునకు మునుపటి కట్టుపాటు కనఁబడదు. మునుపటి క్రమమున్నట్లు కనఁబడదు. మునుపటి యాజ్ఞానువర్తిత్వ మున్నట్లు కనఁబడదు. గురునిభయము తీఱిన కుఱ్ఱనివలెఁ బలుపోకలు పోవుచున్నట్లున్నది. కళ్లెము తెగిన కంఖాణమువలె బహుభంగులఁ బోవుచున్నది.

మొండిచేఁటలో (ఎడారిజాతి మొక్క) దాఁబేలు కనఁబడినది. దానినిఁ బట్టుకొనుటకుఁ బోవఁగఁ గన్నులు గిఱ్ఱునఁ దిరిగినవి. ఒక్కత్రుటికిఁ గన్నులు విప్పుసరికి శూర్పణఖను గౌఁగిలించుకొని దాని భర్త కాఁబోలు బాఱెడు బాఱెడున కొక్కగట్టిముద్దు పెట్టుకొనుచున్నాడు. ఆహా! విశిష్టాద్వైతుల సాపాటు చూడఁగూడదు కదా యని ప్రక్కకు మఱలుసరికి 'టూలేటు' ముద్రతోఁ గూడఁ బదునొకండు ముద్రలను లేఖాలయములో పెడిపెడియని ముద్రించుచున్నారు.

గీరుగారనుచు నాకసమునఁ గొంగలబా రగపడినది. అంతలో దడదడ వడగండ్ల వాన గుఱిసినది. మింటిపైఁ గుంచముకంటె బెద్దతూటు పడినది. అంతలో నదేమొ యట్టెయట్టె యాకాశము క్రిందకు వ్రాలినది. ఆ రంధ్రములోఁ దలఁ దూర్చితిని. అంతలో రంధ్రము సన్నబడినట్లు కనబడినది. తల తప్పించుకొనుటకు బ్రయత్నించు చుండఁగా ధామనుధ్వని కాలిక్రింద నైనట్లుండెను. రప్పుమని యాకాశ మొక్కసారి యుబ్బెత్తుగాఁ బైకి లేచెను. నేనుగూడ దానితోఁ బైకిఁ బోయితిని.

ఓ! బంగారుభవనములు! పచ్చలతోఁటలు! వెండినీటినదులు, ఆహా! అద్భుతముగా నున్నది. మన సూర్యుఁ దంతకాంతితోఁ జంద్రుడై యట్టిచంద్రులు వేవురు పగలు రాత్రికాని సమయమునఁ బ్రకాశించిన నెట్లుండునో యక్కడనట్లున్నదని నేననుకొంటిని. దివ్యపుష్పపరీమళములు ఘ్రాణతర్పణ మొనర్చుచున్నవి. బంగారు తామరపువ్వులలోని పరాగమున నిండిన మందాకినీ నీరముపై నుండి వచ్చిన గాలి కాఁబోలును స్పర్శసుఖ మిచ్చుచున్నది. దేహమునకు మునుపు లేని పుష్టి, బుద్ధికి మునుపు లేని చాకచక్యము, కంటికి మునుపు లేని నైశిత్యము కలిగినట్లు కానవచ్చెను.

తిరుగదగునంత వఱకుఁ బట్టనములోఁ దిరుగుటకు నిశ్చయించుకొని యొకవీధి వెంటఁ బోవుచుంటిని. అక్కడఁ గొందఱు మునిబాలకులు గూర్చుండి ప్రాంత గోముఖములను దులుపుచుఁ రుద్రాక్షలను గ్రొత్తత్రాట గ్రుచ్చుచు 'నోన్నమశ్శివాయ' యను మంత్ర ముచ్చైస్స్వరమున బఠించుచున్నారు.

మఱియొకవీధిని బోవఁగ నొక్కయత్యంతసుందరభవన మగపడినది. దాని ద్వారము నొద్ద స్వర్ణవేత్రహస్తులై యిద్దఱు "జయా! అసురాంతక సార్వభౌమా! జయా! అమరావతీనాథా! జయా! అహల్యామానచోరా!" యని హెచ్చరించుచున్నారు. అప్పుడీ పట్టనమేదో తెలిసినది. అనేక పాపకర్మము లొనర్చిన నేను స్వర్గమున కెట్లు రాఁగలిగితినని సందేహించితిని. ఇది స్వప్నమేమో యని వెంటనే కొంత నిశ్చయించు కొంటిని. సకలవైభవసంపన్నమై మహానందదాయకమగు నా దివ్యదర్శనము ముందు పైఁబూర్వపక్ష సిద్ధాంతముల పరాకుపడితిని.

మఱియొకవీధిని బోవుచుంటిని. అక్కడఁ బెద్దద్రాక్షపందిరి కనబడినది. దాని క్రింద నొక్కదివ్యమంగళస్వరూపిణియగు ముప్పదియేండ్లకాంత కనబడినది. కాని దూరదృష్టి నామె బహుదురవస్థలో నున్నట్లు తెలిసికొని చేతనైన సాహాయ్య మొనర్ప వలయునని సమీపించితిని. ఇద్దఱు శ్వేతశరీరధారులు (జర్మను లని యనుకొంటిని), నిద్దఱుతురకలు గలిసి యాజంగమ జాంబూనద విగ్రహమును దెఱపిలేకుండ నూపిరి విడువకుండ మూతికి మూతికిఁ దలవెంద్రుక యంతయైన నెడము లేకుండ ముద్దు పెట్టుకొనుచున్నారు. అప్పుడొక తురక నన్నుఁజూచి "జారే!" అని కేకవైచెను. ఇంతలోఁ గొంచెము దూరమున బచ్చఱాతిబండపైఁ గూరుచుండిన యెవ్వరో నన్నుఁ జేసన్న చేయగ నాతని యొద్దకు బోయితిని. ఆతడు వృద్ధుడు. సోమపాన మొనర్చిన యాయజూకుఁడువలె గానఁబడినాఁడు. చంకను దర్భాసన మున్నది. చేత నుదక సహితమగు కొమ్ముచెంబున్నది. ఆతడు నాతో నిట్లనియెను. "నాయనా! నీవుగూడ రంభాపరీరంభమునకే వచ్చితివి కాఁబోలు. నేను బెద్దవాఁడను. చెప్పినమాట విని యిప్పుడు మాత్రము తొందరపడకు. ఈ గడ్డాలఘర్షణమేదో కడతేరిన తరువాత మనమిద్దఱము కలిసి దానియొద్దకుఁ బోవుదము. ఎవ్వరెన్ని చెప్పినాసరే ఆ రంభగారికి మాత్రము బ్రాహ్మణుని మీఁదనున్నభక్తి పరజాతిమీఁద లేదు. అయినను నాయనా, నీవెన్నిసారులు సోమపానము చేయుటచే నిక్కడకు వచ్చితివి?" ఆ మాటలు విని "అయ్యా! నే నేకర్మము నెఱుగను. రాత్రిభోజనములో దెలకపిండి చిక్కుడుకాయకూర రెండుమారులు కలుపుకొంటిని. ఆ కూర పరిమళ మిప్పటికి నోరూరఁజేయుచున్న"దని నేనంటిని. "చాలులే! చాలులే! ఇంక జెప్పకు. నాకు నట్లే యున్నది. దిక్కుమాలిన

సంస్కారాలు స్వర్గములోనికి వచ్చినను వదలవు గదా" యని నిట్టూర్పు విడిచి యాసోమయాజి పలికెను.

అంత నేను మఱియొక వీధికిఁ బోగ నక్కడ నొక్కచెట్టుక్రింద పాలఱాతి పలకపై నిద్దఱు గూరుచుండిరి. నేను వారియొద్దకుఁ బోయి చూచితిని. వారిని జూచుటతో మునిముఖ్యులకైనను నమస్కరింపనివాఁడను సాష్టాంగపడ మనసయ్యెను. వారు నన్ను దీవింపలేదు. నావంకఁ జూడలేదు. ఆంధ్రులవలెఁ బూజ్యులవలె వారు నాకుఁ గానఁబడుటచేత నక్కడఁ గూరుచుంటిని. వారిట్లు మాటలాడుకొనుచుండిరి.

ఒకఁడు: ఏలాగుననైన దైవకృతి దైవకృతియే; మనుజకృతి మనుజకృతియే.

రెండవ: నేనైనను భారతము రాజరాజనరేంద్రునకుఁ గృతిసేయకయే పోదును. ఆయన ప్రత్యాసక్తిగా నంత ప్రార్థించినప్పు డీయకుండుట బాగుగా నుండదని యట్లు చేసితిని. నేనీయకపోయిన మఱియెవ్వరైన నిచ్చియుందురు. ఆ ప్రభువునకు లోపము లేదు. ఆంధ్రభారతము పైకి రాకను పోదు. కాని నేను భారతకవి నన్నమాట నాకు మాత్రము దక్కియుండదని 'నా విష్ణుఃపృథ్వీపతి'యన్న న్యాయము చేత మనస్సును సమాధానపఱచుకొని యట్లు చేసితిని. నీవు నాకంటె నదృష్టవంతుఁడవు. నరకృతి బాధ లేకుండ దాటుకొని వచ్చితివి.

అప్పుడు వారిలో నొకఁడు నన్నయభట్టని, రెండవ యాతఁడు తిక్కన సోమయాజి యని నేననుకొంటిని.

తిక్కన: ఏది? నాకుమాత్రము నరకృతి లేనియదృష్టమేది? ఆ కక్కుఱితి నిర్వచనోత్తరరామాయణమునఁ దీరినది కాదా?

నేను: మహాకవులారా! ఆ విషయమున బమ్మెరపోతనామాత్యున కందినవా రెవ్వరు పూర్వులలో లేరు.

తిక్కన: ఆ సంగతి కర్ణాకర్ణిగా నిక్కడవారి వలన వినియుంటిమి.

నన్నయ: మీరెవ్వరు?

నేను: నన్నయభట్టుగారూ! మీరేనదీ పవిత్రోదకమును ద్రావితిరో యా నీరు నేనును ద్రావినవాఁడనే. నేనాంధ్రుఁడను. మీరేపట్టనమున భారతకృతి రచియించితిరో యాపట్టనమున నేను వసించువాఁడను.

నన్నయ: అలాఁగా! నాయనా! సంతోషమే.

తిక్కన: భూలోకములోని విశేషము లేమయినఁ జెప్పెదవా? విందుము.

నేను: అభ్యంతరమేమి? మొదటిది. ఇఁక మీ భారతము పైసకు మారదని నా నమ్మకము.

తిక్కన: ఎందుచేత?

నేను: సంస్కృతభారతమును నేనెఱిఁగినంత వఱకు ముువ్వురాంధ్రీకరించు చున్నారు[1].

తిక్కన: మావలెనే కొన్ని పర్వము లొకరు కొన్ని పర్వము లొకరు చేయుచున్నారా?

నేను: అట్లు కాదు. ఎవరి మట్టునకు వారు పూర్తిగనే చేయుచున్నారు.

తిక్కన: వారు మాకంటే గట్టికవులా యేమి?

నేను: ఘటములు పూర్తి యగువఱకు గట్టియో యోటియో యెట్లు తెలియగలము?

తిక్కన : అదేమి మాట? "మదమాతంగతురంగ కాంచన" యను నన్నయ భట్టారకుని పద్య మొకటి సర్వకవులకుఁ గవితా పరీక్షార్థమై పంపఁబడియుండలేదా? దానికి వర్ణము వేసి తిరుగ దానిని మేము పంపియుండలేదా?[2] కవిత్వఘనత కనిపట్టుట కొకపద్యము చాలదా? పదివేల పద్యములోనైన యథార్థకవిత యుండక పోవచ్చును.

---

1. 'స్వప్నకావ్యము' ప్రచురణకాలం క్రీ.శ. 1918. అప్పటికి సంస్కృతభారతాన్ని యథామూలంగా ఆంధ్రీకరిస్తున్నది 'కవిసార్వభౌమ' శ్రీపాద కృష్ణమూర్తిశాస్త్రి (1866–1960). 'శ్రీకృష్ణభారతము' పేరుతో పద్దెనిమిది పర్వాలను అనువదించి ప్రకటపరిచారు. తంజనగరం తేవప్పెరుమాళ్లయ్య, భ.తి.పం.రాఘవాచార్య తెలుగు భారతాన్ని వచన రూపంలో వ్రాసి ప్రచురించారు. 1918నాటికి మొత్తం వచన సంపుటాలు వచ్చాయి. 'శ్రీకృష్ణభారతము' అప్పటికి మూడుపర్వాలుకూడ పూర్తి కాలేదు. పైవారిలో ఒక్క శ్రీపాదవారే సంస్కృతం నుండి అనువదిస్తున్నారు. మిగిలిన ఇద్దరిదీ తెలుగుభారతానికి వచన అనుసరణ మాత్రమే. పానుగంటివారి వాక్యాలను బట్టి శ్రీపాదవారు కాకుండా ఇంకా ఇద్దరెవరో సంస్కృతభారతాన్ని అనువదిస్తున్నట్టు తెలుస్తున్నది. పూర్తియైనట్టు అచ్చుఐనట్టు వివరాలు నాకు తెలియలేదు.

2. తిక్కనగారి కాలంలో ఎవరో రాజుకు తెలుగుభారతాన్ని పూర్తి చేయిద్దామని తలంపు కలిగిందట. నన్నయగారు రాసిన "మదమాతంగతురంగ........" (సభాపర్వం, ప్రథమాశ్వాసం, 19) పద్యాన్ని రాజాస్థానాలకు, పండితమండళ్లకు పంపాడట. దానికన్నా మెరుగైన పద్యం రాసినవారిచేత భారతాంధ్రీకరణ అప్పజెప్తానని ప్రకటించాడట. ఆ

సహజకల్పనాసంయుక్తమై సందర్భశుద్ధిసహితమై తేజస్సమన్వితమై యొక్క పద్యమైన సరే, కాక యొక్కవాక్యమైన సరే కవిత్వమనిపించుకొనును. గణబద్ధమైన కావడిగ్రంథ మైనను రసహీనమైన యెడల గత్తరయనిపించుకొనునుగాని కవిత్వ మనిపించుకొనదు.

నన్నయ: తిక్కయజ్వగారూ! ఇన్ని మాట లెందులకు? ఈ కాలములోనైన భూమియందు గొప్పకవు లుండవచ్చును. కాని నా యధిక్షేపణ మేమనగా మంచియో చెడ్డయో మేము చిరకాలము క్రిందఁ గష్టపడి వ్రాసిన గ్రంథమును దిరుగ నొకరు వ్రాసిన వినియోగ మేమున్నది? మేమేమి లోపము లాచరించితి మని మఱియొకరు వ్రాయవలయును? ఇట్లు చర్వితచర్వణముగా గ్రంథములు వ్రాసిన యెడల సారస్వతాభి వృద్ధి యెట్లగును? ఒక్కొక్క గ్రంథము సరస్వతి కొక్క ముందడుగుగా నుండవలయును. అంతేకాని గ్రంథరచనయందీ గుడుగుడు గుంచము లెందులకు? కవితానది యసాధారణ వేగమున ముందునకు బ్రవహింపవలయును గాని, సుడిగుండములలో గిఱగిఱఁ దిరిగినయెడల దైర్ఘ్యమునకు వైశాల్యమునకు నవకాశమేది? కావున నాధునికుల యాంధ్ర భారతరచన నా మనస్సునకు బాగుగా లేదు.

నేను: భట్టోజీగారూ! మీ కాలములోనే పుట్టిన భారతమును మీరు సహింపలేని మహానుభావులు. ఇప్పటి భారతమును సహింతురా?

నన్నయ: అట్లనుచుంటి వేల?

నేను: అథర్వణాచార్యులవారి భారతము మీ భారతముకంటె బాగుగా నుండుట చేత దానికి బ్రభుకృతి గౌరవము గలుగకుండ దానిని ధ్వస్తపఱచిన వారు మీరే కారా?[3]

పద్యం తిక్కన వద్దకు రాగా, ఆయన మరొక పద్యం రాయకుండా, ఆ పద్యంలోని పదాలను కొన్నింటిని మార్చి ఇంకా సౌందర్యవంతంగా చేసాడని ఒక పుక్కిటపురాణం ఉంది. పంపిన రాజు ఎవరో, తిక్కన చేసిన మార్పులేవో కట్టుకథలో వివరాలు లేవు.

3. ఆంధ్రసాహిత్య చరిత్రలో ఉన్న మిథ్యాపవాదాలలో ఇది ఒకటి. నన్నయకంటే ముందే అథర్వణాచార్యుడు అనే కవి భారతాన్ని అనువదించాడట. అసూయతో నన్నయ దానిని నాశనం చేయించాడట. అథర్వణుడు నన్నయ తరువాతివాడని, విరాటపర్వం నుండి భారతాన్ని తెనిగించాడని, తిక్కన అనువాదం ప్రశస్తంగా ఉండటం వలన అథర్వణుని అనువాదానికి ఆదరణ లభించలేదని, అందుచేత కాలగర్భంలో కలిసిపోయిందని ఇంకొక కథ. అథర్వణుని రచనల నుండి లాక్షణికులు ఉదహరించిన కొద్దిపద్యాలు తప్ప అతని సమగ్రకృతి ఒక్కటి కూడ ఇప్పటివరకు లభ్యంకాలేదు. అథర్వణుడు 13వ శతాబ్దివాడు.

నన్నయ: అయ్యో! నాపై భూలోకమున నిట్టియపవాదమన్నదా? యథార్థము చెప్పెదను. వినుము. ఆ కాలమునాడు జైనమత మడుగంటుచున్నది. బ్రాహ్మణ మతము తిరుగ బైకి వచ్చుచున్నది. అప్పటి ప్రభువు బ్రాహ్మణపక్షపాతి. అథర్వణుఁడు జైనుఁడు. అందుచే జైనమతాసహనమునఁ బ్రభువే యాతనికృతి నందుటకు నిరాకరించినాఁడు. నేనే దోస మెఱుఁగను.

తిక్కన: అనవసరమైన యీ పూర్వగాథ లేల?

నేను: తిక్కన్నగారూ! మీరు మఱింత మహానుభావులు. పూర్వగాథలు వినుటకు మీకిప్పు డిష్టముండునా? నన్నయ్యగారు జైనమత గ్రంథమునే రూపు మాపెను, కాని మీరనేక జైనులను రూపుమాపినారు.

తిక్కన: ఔను. ఊరకేనా? వాదమునఁ-జావఁగొట్టి జయపత్రమంది-మా గంటమునకుఁ గత్తికి నొక్కటే వాడి. అయిన నీగొడవయేల? మా భారతమును ధ్వస్తపఱచుచున్నట్లు మా తాతగారి రామాయణమును గూడ నెవ్వరైన ధ్వస్తపఱచిరా?

నేను: ఒకరా? నల్గురు. రామాయణమంతయు దృశ్యప్రబంధముగా సాగదీసి సఫేదుపొట్లాలక్రింద, సవరాలక్రింద, తేటగీతలక్రింద, తెయితక్కల క్రింద లాగిన పెద్దమనుష్యుఁడు మఱియొక్కఁడున్నాఁడు[4].

నన్నయ: రామాయణము సంగతి వేఱు. అదియెందఱు వ్రాసినను వ్రాయఁ దగినదే. దాని మాహాత్మ్యమట్టిది. సోమయాజిగారూ! ఏ నిర్వచనమో యే యుత్తరమో వ్రాసి మీతాతగారిది మీరే కొంత ధ్వస్తపఱచినారు కాదా?[5] ఇఁకఁ బైవారి నధిక్షేపించుట

---

4. ఆ 'పెద్దమనుష్యుఁడు' ఎవరో కాదు, పానుగంటివారే. 1905లో పట్టభంగ రాఘవము (పాదుకాపట్టాభిషేకము), 1907లో విజయరాఘవము, 1908లో వనవాసరాఘవము, 1915లో కల్యాణరాఘవము పేర్లతో రామాయణాన్ని నాటకాల రూపంలో రాశారు.

5. తిక్కన తాతగారి పేరు భాస్కరుడు. ఆయన గుంటూరు పురాధిపతి. తెలుగులో రామాయణానికి తొలి అనువాదమైన "భాస్కరరామాయణము" కర్త భాస్కరుడని ఒక అపోహ ఉండేది. భాస్కరరామాయణం అయిదుగురుకవులు కలసికట్టుగా చేసిన తెనిగింపు. వీరిలో ప్రధానమైనవాడు భాస్కరుడు. అతనిపేరుతో భాస్కరరామాయణం అయింది. కాలం 14వ శతాబ్దం. తిక్కనతాత భాస్కరునికి, భాస్కరరామాయణానికి సంబంధం లేదు. తాతగారు రామాయణం రాయబట్టే తిక్కన ఉత్తరరామాయణం రాశాడని ఊహాశాలుర కల్పన.

యెందులకు? నేను మాత్రము రాఘవాభ్యుదయము వ్రాయలేదా?[6] దానిని ధ్వస్తపఱచుటకే మీ తాతగారు రామాయణము వ్రాసినారాయేమి? బాగున కెక్కడికి? ఓగునకెక్కడికి? బొత్తుగా బాగులేక మిక్కిలి తీసికట్టుగా నున్నప్పుడుగాని యే గ్రంథమును దిరుగ వ్రాయుటకు వేఱొకఁడు పూనుకొనఁగూడదు. ఏమి! సోమయాజిగారూ! నేఁజెప్పినమాట సత్యమే కాదా?

తిక్కన: మీరు సత్యము మాత్రమే చెప్పినారు కాని నేను మీరన్న సత్యమును దైవముఖమును జూచి యాచరించితిని. మీరు రెండు పర్వములనఱ వ్రాసి విడిచిన తరువాత విరాటపర్వము నుండియే నేను భారతమును వ్రాయలేదా? మీరు వ్రాసిన దాని నేమైనఁ దాఁకితినా? పదునైదు పర్వములు గ్రుక్కత్రిప్పకుండఁ జెప్పి వ్రాయించిన వానికి మిగిలిన మూడు పర్వములేమి లెక్క? మీరు వ్రాసిన భాగమునుగూడ నేను వ్రాసియుండిన యెడల మీ భారతమున కీ ప్రపంచమునఁ బ్రసక్తియుండునా?

నన్నయ: ఆ! ఆ! అంతమాటయెందులకు! నాయనా! ప్రసక్తియుండునో యుండక పోవునో – జరుగని సంగతుల పర్యవసానముతోఁ బనియేమి? నాకుఁ బ్రాప్తి లేకపోయినది. కాని మిగిలిన పర్వములు నేనుమాత్రము వ్రాయలేనివాఁడనా?

నేను: మహాకవులారా! మీరిద్దఱు సములే. మీకన్యోన్య మత్సరముతోఁ బనిలేదు. తిక్కన్నగారి కవిత్వములోఁ గొంచెము పెళుసుదనము, నన్వయకాఠిన్యము, శబ్దములబిగియు నుండును. నన్నయగారి కవిత్వములోఁ గొంచెము లఘుత్వము, వదలుతనము, అనవసర సంస్కృతపదభూయిష్ఠత గలవు. గుణము లిద్దఱకవితలోను సమానముగనే యుండును.

తిక్కన: నీవు మమ్ము భూషింపవలదు; దూషింపవలదు.

నేను: చిత్తము. చిత్తము. దూషణభూషణ విషయములలోఁ దరువాత మనవి చేసికొందును. నన్నయగారూ! మీరెక్కువవారా? నారాయణభట్టెక్కువవాఁడా? ఈ సందేహము కొంత బాధించుచున్నది.

నన్నయ: అట్లేల యడిగితివి?

---

6. నన్నయ భారతం కాకుండా ఆంధ్రశబ్దచింతామణి (నన్నయభట్టీయము), రాఘవాభ్యుదయము, చౌడేశ్వరీవిలాసం రాశాడని పూర్వపురోజుల్లో భావించారు. అది నిజం కాదని నన్నయరచన భారతం, రెండు శాసనపాఠాలు మాత్రమేనని స్థిరపడింది.

నేను: "పాయక పాకశాసనికి భారతఘోరరణంబునందు నారాయణునట్టు" అని యున్నది. కృష్ణుఁడే క్రీడిప్రాణము కదా! సైంధవవధ దినమున కృష్ణుఁడు చక్రమడ్డు పెట్టకుండిన యెడల క్రీడిపస యెట్టిదో తెలిసియుండును. పార్థసారథియే లేని యెడల పరశురామశాసకుఁడైన తాతగారొక్కదినముననే పార్థుని తలప్రాణము తోకవఱకు వచ్చునట్లు చేసియుండును. ఇంతయెందులకు? నరనారాయణులు రథము దిగిన వెంటనే యదివఱకుఁ గృష్ణభగవానుని మాహాత్మ్యమున నణపఁబడియున్న బాణాగ్నిచే నొక్కసారి రథమంతయుఁ గాలిపోలేదా? అదియటుండనిండు. కృష్ణ నిర్యాణమైన తరువాత నీ సవ్యసాచి గోపికల నేమాత్రము కావఁగలిగెనో యెఱుఁగరా? కృష్ణుఁడు లేనికవ్వడి గవ్వకన్న ఘనుఁడా? ఈ యుపమానము వలన నారాయణభట్టు ముందు మీరు కూడ నట్లేమోయని తోఁచుచున్నది. క్షమింపవలెను.

తిక్కన: (తనలో) వ్రాసిన యీ రెండు పర్వములనఱకే మఱియొకని సాహాయ్య మీకవికిఁ గావలసివచ్చియుండఁ బదునెన్మిది పర్వములు తానే వ్రాయఁగలనను ప్రతిభలేల?

నన్నయ: నారాయణభట్టు నా సహపాఠి. మహాబుద్ధిశాలి. నాయనా! ఒక్కమాట. మన సహపాఠిని, మిత్రుని, గ్రంథరచనయందు మనకు సాహాయ్యము చేసినవాని నెప్పుడు గూడ మనకంటె ఘనుఁడనియే వర్ణించుచుండవలయును. నాయనా! తోడికవి ప్రాణము సంతోషించుట కింతకంటె సురుచిరమైన మార్గమున్నదా?

నేను: సురుచిరమేమో నేనెఱుఁగనుగాని శుద్ధవైదికము మాత్రమగును, ఇందు వలనఁ గవితారతమ్యము కప్పుపడిపోవును.

తిక్కన: ఆ మాట యసత్యము. వివేచనాశక్తియున్న విమర్శకు డొక్క పద్యముతో నెవఁడు ఘనుఁడో కనిపెట్టఁగలడు. లక్ష చెప్పుఁడు, కోటి చెప్పుఁడు. ప్రస్తుతకవు లింకఁ బదునాలుగు భారతములు వ్రాయనిండు. అవియన్నియు మా భారతము ముందుఁ బ్రాణహీనములై పోవలసినవేగాని యన్యథా కాదు. మా భారత మొకటియే యాచంద్రార్కముగా నిలువఁదగినదని నా నిశ్చితము.

నేను: ఆ మాటయుఁ గొంతనిజమేకాని యథర్వణాచార్యుల భారతము దొఱికిన యెడల మీ భారతము మాత్రము తలక్రిందియెత్తుల కంటె నెక్కువ యుపయోగపడదేమో యని భయపడుచున్నాను.

తిక్కన: నీ మొగము చూడఁగా నీవు భారతమెన్నఁడు చదివినట్లే యగపడదు. నీబుద్ధికిఁ దగినట్లే మాటలాడుచుంటివి. చాలు! ఇఁక విశేషవాగ్వ్యయముతోఁ బనిలేదు.

నేను: మీకు నేను శ్రమమీయను. నన్నయతాతగారూ! నారాయణభట్టు శాసనము వ్రాసినవారు మీరేకారా? అతని కట్టియుపకృతికిఁగూడఁ గారకులు మీరే యైయుందురుకదా![7] ప్రభువు మీ కే యగ్రహారమిచ్చినట్లెక్కడ గనఁబడదేమి?

నన్నయ: కనఁబడదా? వెదకినవారేరి? వెదకించిన వారేరి? ప్రభువులలో నే మహానుభావు లిందునుగూర్చి విశేషోత్సాహముతోఁ బనిచేయుచున్నారో చెప్పు.

నేను: ఆంగ్లేయప్రభువు లిందునుగూర్చి శ్రమమొనర్చుచునే యున్నారు.

నన్నయ: నాయనా! ఆంగ్లేయప్రభువులెవ్వరో గొప్పవారేయైయుందురు. వారు పరరాజులని వినుచున్నాను. దేవతార్చన పేటికలో బెట్టికొని పూజించు శాసనములు, సద్గ్రంథములు దేశీయప్రభువుల కిచ్చెదరు కాని పైవారి కేలయిచ్చెదరు? స్వదేశప్రభువు లెవ్వరైన మహోదారులు, భాషాభిమాను లీ మహాకార్యమునకుఁ బూనుకొన్నచో భావిసారస్వతచరిత్రాంశములపై సూర్యప్రభానిభమైన దీప్తి పడుట కేమైన సందేహమా?

తిక్కన: నిజమే! దేహముబాసి యిక్కడ కప్పుడప్పుడు వచ్చుచున్న పండితులనుఁ, గవులను నేను గలిసికొని భూలోకవార్తలఁ గనుగొనుట నాకలవాటు. ఇప్పుడు కవులు తండోపతండములుగా నున్నారఁట! కవిత్వము చెప్పలేనివా డొక్కఁడును లేడఁట! వీరందఱు గ్రంథములు వ్రాయుచున్నారఁట. కాలమెప్పుడో యీ పనికిమాలిన గ్రంథములను నశింపఁజేయునని యూరకుండఁదగదు. పూర్వ కవులతో సమానులగు కవు లీ కాలమునఁ బుట్టుట యసత్యము. యథార్థకవిత్వపుఁ గాలము దాటిపోయినది. ఇది విమర్శకశకము. ఈ కాలపు ప్రభువులిప్పుడు కవులను బోషించుట కంటె విమర్శకులను బోషించుట మిగుల భాషోపయోగకరము. ఇప్పుడు బయలుదేరుచున్న పనికిమాలిన గ్రంథములను భంజించుటకు విమర్శకు లనేకులు కావలయును. ఎలుకలు విశేషముగాఁ బెఱిగి మహామారిని వృద్ధిచేయు కాలమున నెన్ని యెలుకలబోనులను జాగ్రత్తపెట్టిన నంతమంచిది కాదా? ఇది యిప్పటి ప్రభువుల కర్తవ్యము.

నేను: బాగుగానేయున్నది కాని మంచియెలుక యేదో మారియెలుక యేదో తెలిసికొనకుండ నన్నటినిఁ జంపిన యెడల బాగుగనుండునా?

తిక్కన: నేఁ జెప్పినది నీకు బోధయే కాలేదా? విమర్శకుఁడు చేయుపని యదియే కాదా?

---

7. రాజరాజనరేంద్రుడు క్రీ.శ. 1053లో నన్నయ మిత్రుడు నారాయణభట్టుకు 'నందంపూడి' గ్రామాన్ని (తూ॥గో॥ జిల్లాలో అంబాజీపేట సమీపగ్రామం) అగ్రహారంగా చేసి దానమిచ్చాడు. దానశాసన రచయిత నన్నయ. ఇదేకాక అంకయ్య అనే పండితునికి రాజరాజు దానమిచ్చిన మండపేట శాసనరచయిత కూడా నన్నయ్యే.

నేను: చిత్తము. చిత్తము. నన్నయ్యగారూ! మఱియొక్క సంగతి. నన్నయ భట్టీయము మీరు వ్రాయలేదని యిప్పుడొక్క సిద్ధాంతము క్రొత్తగా దలచూపినది. వింటిరా?

నన్నయ: ఆఁ! ఆఁ! నన్నయభట్టీయము నన్నయభట్టు వ్రాసియుండక పోవుటేలాగు? ఏమి నాయనా? నాకు బోధపడలేదు. జైమినిసూత్రాలు జాబాలి వ్రాసి యుండునా?

నేను: బ్రహ్మసూత్రములు వ్యాసుఁడు వ్రాసినట్లే – నన్నయభట్టీయమును – అదే యాంధ్రశబ్దచింతామణిని–ఎలకూచి బాలసరస్వతి వ్రాసెనని సిద్ధాంతీకరిం–చు–చు–న్నా–

తిక్కన: నంగినంగి మాటలాడెదవేల ? ఎవరా సిద్ధాంతీకరించుచున్నవారు? స్పష్టముగా విడఁగొట్టి చెప్పరాదా?

నేను: చెప్పినయెడల నేమిలాభము? మీరు వారినిఁ దిట్టఁగలరా? కొట్టఁ గలరా? మాననష్టమునకు వ్యాజ్యెము తీసికొనిరాఁగలరా?

నన్నయ: (నవ్వుచూ) నాయనా! నీకా సందేహ మక్కఱలేదు. మా తిక్కన సోమయాజిగా రీ నడుమ నంతపనియుఁ జేసినారు. సోమయాజిగారూ! చెప్పుమందురా?

తిక్కన: నాకేమియు భయము లేదు. సందేహము లేదు. నా నడతలోఁగాని పాండిత్యములోఁగాని కవిత్వములోఁగాని నలితొలి లేదు. నాకు టొంకెందులకు? కడుపులోఁ జల్లగదలకుండ నొకచోటఁ గూర్చుండఁదలఁచి గంటము చేతఁబట్టితినిగాని కత్తియే పట్టిన యెడల రణతిక్కన లిద్దఱుండియుందురు[8].

నన్నయ: అబ్బాయీ! నీ పేరేది?

నేను: రామనాథరావు. అయ్యా! మీరు పెద్దలైనను నఱువదియేండ్లవాఁడనైన నన్నుఁ గేవలమజ్ఞుని సంబోధించినట్లబ్బాయీ! యని పిలువ న్యాయమా?

---

8. ముద్రిత కాటమరాజు కథ ప్రకారం నెల్లూరి రాజు నల్లసిద్ధి సేనాని రణతిక్కన. కవితిక్కనకు చిన్నాన్న అవుతాడని, అన్న అవుతాడని రెండు సిద్ధాంతాలు ఉన్నాయి. కాటమరాజు కథ ప్రకారం రణతిక్కన తండ్రి సిద్ధన. కవితిక్కన తండ్రిపేరూ అదే. నలసిద్ధికి, కాటమరాజుకి జరిగిన ఎఱగడ్డిపాటి యుద్ధంలో బ్రహ్మరుద్రయ్యతో పోరాడి రణతిక్కన వీరమరణం పొందాడు.

నన్నయ: నాయనా! తప్పు లేదులే! నీవు నన్నుఁ 'దాతగారూ' యని పిలుచుట చేత ని 'న్నబ్బాయీ' యని పిలిచితిని. అదిగాక నీ కంటె నేనెంత వృద్ధుడనో నీ వెఱుఁగుదువా?

నేను: అదికూడ మీరే సెలవిచ్చెదరు గాక!

నన్నయ: ఇప్పటి శాలివాహన శకమేదో తెలియకుండ నేనెట్లు చెప్పగలను? మీ సంవత్సరపు లెక్కలిక్కడ మాకెట్లు తెలియును?

నేను: ఇప్పటి శకము 1839.

నన్నయ: అబ్బా! అట్లయిన నీకంటే నేను దాదాపుగా 850 సంవత్సరములు పెద్ద.

నేను: అలాగా! సోమయాజిగారు మీరు దాదాపు సమవయస్కులా?

నన్నయ: ఆయన నాకంటెఁ జిన్న.

నేను: ఏ మాత్రపుఁ జిన్న!

నన్నయ: అది నేనెట్లు చెప్పఁగలను? ఏమి తిక్కన్నగారూ?

తిక్కన: దాదాపు 225 సంవత్సరములు చిన్న.

నన్నయ: సరే! ఈ గొడవకేమి? రామనాథరావూ! ఇప్పటి వఱకు నాకా సంగతి తలచుఁకొనగ నవ్వు వచ్చుచున్నది. నాకు లౌకికము తక్కువయగుటచే నేనెవ్వరి తోడ విశేషించి భూలోకవార్తలఁగూర్చి ముచ్చటింపను. తిక్కన్నగారి యొద్దకుఁ దఱచుగా నిప్పుడు స్వర్గవాస్తవ్యులగు భూలోకపండితులు వచ్చువాడుక గలదు. ఆ నడుమను గ్రామ్యవాదియొకరు – బుద్ధిశాలియఁట – యిక్కడకు వచ్చిరి. నా యొద్దకు మొదట వచ్చి మీతోఁ గొన్ని సంగతులు ముచ్చటింపవలయుననిఁ గోరిరి. "నాయనా! నేను వైదికుఁడను. కుడిప్రక్కసందులోఁ దిక్కనసోమయాజిగా రున్నారు. వారియొద్దకుఁ బొమ్మని చెప్పితిని. ఆయన యక్కడకుఁబోయి "సోమయాజిగారూ! మీరు భారత మంతయు మొదట గ్రామ్యభాషలోనే వ్రాసినమాట సత్యము కాదా? తరువాత పండితులు తెలివితక్కువచేత శుద్ధమైన మీ వ్యావహారికభాషను దిక్కుమాలిన గ్రాంథిక భాషలోనికి మార్చిరి కాదా?" యని పలికెను. సోమయాజిగా రుగ్రులై "నేను భారతమును గ్రామ్యభాషలో వ్రాసితినా? నా భాషనుఁ దరువాతి పండితులు దిద్దుటకు సమర్థులా?" యని గంటముతో నొక్కపోటాతనిని బొడువఁబోవుసరికాతఁడు చల్లచల్లగ జారిపోయి తరువాత నెన్నఁడిక్కడకు రాలేదు. నేనైననుఁ దిక్కనగారిచ్చటనుంటచే నీతో నింతవఱకు మాటలాడుచున్నానుగాని మఱియొకటి కాదు.

నేను: ప్రస్తుత భారతకవులు ముగ్గురున్నారని నేనింతకుముందు మనవి చేసితినే. వారిలో నొక్కరు –

తిక్కన: గట్టిగఁ జెప్పరాదా? సందేహమేల?

నేను: వారిలో నొక్క రిప్పుడీ గ్రామముననే యున్నారు. వారు ఋషి విగ్రహులు. పరమయోగ్యులు, భారతము తెనిగించుట తలపుతప్ప వారికి మఱియొక తప్పేమియు లేదు. అట్టి తప్పైనను మీకు –

తిక్కన: వారు మనయొద్దకు రాకపోవుటయేల?

నన్నయ: ఈ భారతపుబాధచేతనే మమ్ముఁ జూచుటకు సందేహించి రను కొందును. సరే! ఎవరు? ఎలకూచి బాలసరస్వతియా నన్నయభట్టీయము వ్రాసినది? ఇంతటితో సరిపెట్టిరా? ఇబ్రహీంసాహెబు వ్రాసినాఁడని యనకపోయిరా? వారికేమి కారణములున్నవి?

నేను: ఒకటా? రెండా? ముప్పదిరెండు కారణములున్నవి.

నన్నయ: నాయనా! వినుటకుఁ గుతూహలముగానున్నది. కొన్ని చెప్పుము.

నేను: నాకేమియుఁ దెలియవయ్యా!

తిక్కన: ఇదిగో! ఇట్టి సగముసగము మాటలు చెప్పిన యెడల జాగ్రత్త!

నేను: విమర్శవిషయములు నాకేమియుఁ దెలియవు. ఆ విషయముల నా కభిరుచి లేదు. కాని లోకమున వాడుక యిట్లున్నదని చెప్పినాను. కోపమా?

నన్నయ: నాయనా! తిక్కన్నగారి హృదయము సుధాకలశము వంటిది. వాక్కులే కొంచెము కటువుగా నుండును. సందేహింపకుము. నీయిష్టానుసారముగఁ జెప్పఁదగినది చెప్పుము.

నేను: మీయొద్ద నెంతసేపైన మాటలాడవలయునని యే యున్నది కాని సోమయాజిగారినిఁ జూడ భయము వేయుచున్నది.

తిక్కన: నీకు భయమేల? నీపై నాకేమి వైరమా? నీవు నిస్సందేహముగా మాటలాడుము. నీ దూషణభూషణములను మేము గణించువారము కాము.

నేను: ఆ సంగతియే యిప్పుడు నేనుఁ జెప్పదలఁచియుంటిని. ఈ మాటనే మీరింతకుముం దంటిరి. మా దూషణభూషణములు మీకు లెక్కలేక పోవచ్చును.

తిక్కన: వచ్చునేమి? నిశ్చయముగా లేవని చెప్పుచుండలేదా?

నేను: లేకపోయిన మీ కీ వాద మెందులకు? భారత మెందఱు వ్రాసిన మీకేమి? ఇప్పటికవు లధములైన మీకేమి? మీ భారతము నిలువకపోయిననైన మీకేమి? న్యాయము చేత – పిష్టపేషణముగా వేలకొలఁది గ్రంథములు బయలుదేరు చున్నవి. తొమ్మిదాంధ్రశాకుంతలములు, ఆరునొకటి యాంధ్రోత్తర రామచరిత్రములు, పదమూడు తెలుఁగు మేఘసందేశములు. ఇటులే యెన్నియో! యిప్పటివారికి జంకు కొంకు లేదు. ఈ జలోదరబాధ, యీ బోదకాళ్ల సౌభాగ్యము, నీయుబ్బుకామిలలు సరస్వతీదేవికిఁ దగవు. ఈ వ్యాధి శీఘ్రముగా నివారణ కావలసినదే. మీరు చెప్పినట్లు విమర్శకభిషక్సార్వభౌముల శల్యతంత్రమాహాత్మ్యముననఁగాని తిరిగి యాంధ్రవాణికి రక్తశుద్ధి, పుష్టి, తేజము, బలము కలుగవు. కాని భూషణ తిరస్కారములతోఁ బొత్తిగాఁ బనిలేని పరమవేదాంతులైన మీ కీ గొడవలెందుకొఱకని నేనడిగినాను.

తిక్కన: నాకొఱకుఁగాదు. మీకొఱకు. భాషకొఱకు. దేశము కొఱకు. సర్వసంగ పరిత్యాగియైన సన్యాసిమాత్రము లోకసంగ్రహార్థము కర్మమాచరింపవలయుఁగాదా? ఇదియేమి? ప్రఖ్యాతపండితులగు బౌద్ధులతో, జైనులతోఁ బ్రబలవాదములొనర్చిన నాకు నిరక్షరకుక్షివగు నీతో నేఁడు రాద్ధాంతసిద్ధాంత ప్రారబ్ధము గలిగినదేమి? చాలు చాలు.

నన్నయ: రామనాథరావూ! నీవు చెప్పఁదలఁచినదేదో మానివైచినావు.

నేను: మా దూషణభూషణములు మీకు లెక్కలేకపోవచ్చును గాని మీ దూషణభూషణములే మాకు నిత్యము లెక్కగానున్నవి.

తిక్కన: అదేల?

నేను : పూర్వము నియోగి వైదిక వైరములు రాజకార్యములందేకాని యిప్పుడు సారస్వత కార్యములందుఁగూడఁ బ్రాకినవి. ఈ పుట్టిమునక మీవలనఁ గలిగినది.

నన్నయ: అయ్యయ్యో! మాకట్టి భేదము లేదే!

నేను: మీకు లేనివి మీ తరువాత వారికుండఁగూడదా? మీకించుగా గమయతి యున్నదా? తీసిక, కొట్టిక యని మీరు ప్రయోగించి యెఱుఁగుదురా? రేఫశకట రేఫములకు మైత్రి మీరంతగా నంగీకరించితిరా? ఇప్పటివా రవి పాటించు చున్నారా? లేదా? అట్లే మతములోఁ గూడ మీకు లేని భేదము లిప్పుడు కలిగినవి. వైదికుఁడైన నన్నయగారిని నియోగియని పిలుచుటకు నియోగులు దేవులాడుచున్నారు. అట్లు చేయుట మీయందు భక్తిచేతనే యగును. కాని యన్యోన్యవైరము ప్రధాన కారణమై యున్నది. నియోగులలో నిరక్షరకుక్షు లయినను వైదికుఁడైన నన్నయభట్టు గారిని సామాన్యకవియని తూలనాడుచున్నారు. వైదికులలో ప్రథమానంద వాచక పుస్తకమునుఁ

జదువనివాఁడైనఁ[9] దిక్కనసోమయాజిగారి కవిత్వములో రసము లేదని యధిక్షేపించు చున్నాఁడు. ఇంతవఱకంత విచారముగా లేదు కాని విమర్శకులు సంపాదింపనున్న నూతనగ్రంథజాలముల కర్తృత్వము నిర్ణయించుటలో నీ మతవైరుధ్యప్రాబల్యము కొంత వ్యత్యాసమును నిఁకముందుఁ గలుగఁ జేయునేమోయని నేను భయపడుచున్నాను[10]. కవులారా! నేను నిపుణముగా మాటలాడుశక్తి గలవాఁడను గాను. నాయభిప్రాయము మీకు స్పష్టమైనదా? లేదా?

తిక్కన: తెలిసినది. వైదికుఁ డొనర్చిన గ్రంథమును నియోగి రచియించిన దనియు, నియోగి చేసిన గ్రంథమును వైదికుఁ డొనర్చెననియు, నికముందు చెప్పుదు రేమోయని.

నన్నయ: అది యెట్లు సాధ్యమగును?

తిక్కన: తాళపత్ర గ్రంథములలో గ్రంథకర్తృవంశావతార వర్ణన ఘట్టము లాగివేయుట యీ యింద్రజాలమునకుఁ బ్రథమావస్థ.

నన్నయ: అట్టి మోస మెంతకాలము దాగును? ఆ భయమక్కఱలేదు కాని – రామనాథరావూ! అయ్యయ్యో! బ్రాహ్మణులలో నిట్టి వైరములు ప్రబలుచున్నవా?

నేను: వారు వీరనవలదు. అందఱిలోను వైరములు ప్రబలముగా నున్నవి. దినదినప్రవర్ధమానములై యున్నవి. కుమ్ములాట గ్రుద్దులాట తప్ప వేఱుపనియే లేదు.

తిక్కన: ఇది మిగుల శోచనీయము కదా! మాధ్వులేమి? నియోగులేమి? వైష్ణవులేమి? వైదికులేమి? అందఱుగూడ వైదికమతావలంబులే కాదా? ఈ వైరములు చాలఁ దప్పుగా నున్నవే. మా కాలమున నిట్లే యుండెనా?

---

9. పానుగంటివారు తమ ప్రాణమిత్రుడైన కూచి నరసింహంతో కలసి మొదటి తరగతినుండి అయిదవ ఫారము (10వ తరగతి) వరకు విద్యార్థులకు ఉపయోగపడే తెలుగువాచకాలను తయారుచేసి ముద్రించారు. ఈ వాచకాలకు వారు పెట్టుకొన్న పేరు ఆనందవాచకాలు. ఇవి మదరాసు గవర్నమెంటువారి ఆమోదం పొందిన పాఠ్యగ్రంథాలు. ప్రథమానందవాచకం అంటే మొదటి తరగతి విద్యార్థుల తెలుగువాచకం.

10. బ్రాహ్మణులలో సవాలక్ష ఉపశాఖలున్నాయి. అందులో ప్రధానమైనవి వైదిక, నియోగి శాఖలు. 1915–1930 వరకు వైదిక, నియోగి శాఖలమధ్య మేము గొప్ప అంటే మేము గొప్ప అని పెద్ద అంతర్యుద్ధం జరిగింది. ఎవరికి వారు పూర్వ కవులను మావాడంటే మావాడని నిరూపించుకొనే ప్రయత్నాలు చేశారు. వైదికకవుల కవిత్వాన్ని నియోగులు, నియోగికవుల కవిత్వాన్ని వైదికులు తూలనాడటం మొదలుపెట్టారు. అముద్రిత కావ్యాన్ని ప్రచురించబోయే ముందు ఆ కవి నియోగా, వైదికా అని చర్చించి తమవాడేనని రాసుకోవడం మొదలుపెట్టారు.

నేను: కవులారా! ఈ జాతివైషమ్యములఁగూర్చి నేనొక మూడు గీత పద్యములను వ్రాసితిని. వింటురా?

తిక్కన: నీవు పండితుఁడవువలెఁ గానఁబడుట లేదు. కవిత్వ మెట్లు చెప్పుచుంటివి?

నేను: ఇప్పటి కవిత్వాల వారి కెవ్వరికిఁ బాండిత్య మన్నమాట పనికిరాదు. అది లేకపోయినప్పుడే యిది.

నన్నయ: నాయనా! చదువుము, పాండిత్యమున కెక్కడికి?

నేను: గీ॥ తెల్లసుద్దకు మఱి విభూతికిని బడదు
సుద్దముక్కల రెంటికిఁ జుక్కయెదురు
పగిలిన విభూతిపండులోఁ బ్రబలతరము
లైన తెగల రెంటికిని షష్టాష్టకంబు.

బొగ్గుదారి బొగ్గుది సుద్ద బూడిదలకు
దానికెప్పుడు నైధనతారవరుస
అరవలకు నాంధ్రులకు గ్రుద్దులాటధాటి
పైఁగ బ్రాహ్మణాబ్రాహ్మణభండనంబు

ఇదియె మనజాతిరీతి నోరెత్త సిగ్గు
తలకు నొక్కొక్క మతమన్నఁ దప్పుగాదు
తలకుమూడేసి తత్త్వము ల్తలఁపులోన
నొకటి, మాటనొకటి, చేష్ట నొకటి, యకట!

తిక్కన: ఇదేమి కవిత్వమోయి! ఇదొక క్రొత్తధోరణిలోనున్నదేమి? అదిగాక శుభప్రదమైన కవిత్వములో బూడిదయేమి? బొగ్గేమి? సుద్దయేమి? నైధనతారయేమి? నా పిండకూడేమి? మొత్తుకొన్నట్లే యున్నది[11].

నేను: ఇంతకంటె మొత్తుకోఁదగిన కవిత్వము మఱియొకటి యున్నది. అది మీరు వినకపోవుట చేత నిట్లనుచున్నారు.

తిక్కన: అదేమి? అదేమి?

---

11. ఈ పద్యాలు పానుగంటివారి స్వంత కవిత్వమే. "సనాతనాధునాతన నాగరికతలు" వ్యాసంలో (సాక్షి, పుట. 290) రాసిన పద్యాలనే ఇక్కడా ఉదహరించారు.

నేను: నవ్యకవిత్వమని సరిక్రొత్తకవిత్వ మొక్కటి బయలుదేరినది.

నన్నయ: అదెక్కడి నుండి వచ్చినది?

నేను: అది తూర్పుగాలితో వచ్చిన తుపాను. ఏమి చెప్పుదును తాతగారూ! యతులు లేవు. ప్రాసలు లేవు. సంధులు లేవు. ఛందస్సులు లేవు. శబ్దశుద్ధి లేదు - చిట్టిచిట్టిపాటలు-పొట్టిపొట్టి పల్లవులు-పోనీ గానమర్యాదనుఁ జూతమన్న తాళము ధ్వస్తము. రాగము సంకరము.

నన్నయ: నాయనా! తూర్పని, తుపానని చెప్పినావు. మాకేమియు బోధపడలేదు.

నేను: తూర్పుదేశమున నొక్క మహానుభావులు, ఋషివంటివారు, భక్తులు, గానప్రియులు, కవిత్వధోరణిఁ గలవారు-కవిత్వము, గానము, మతము కలిపి గ్రామ్యాగ్రామ్యభేదము గణింపకుండఁ గొన్ని గీతములు పాడినారట. ఆయన మహానుభావుడని యాంగ్లేయ ప్రభువులామోదించిరి. అటుపైన మనవారందరు కన్నులు తెఱచి పూర్వపుధోరణులు-అనఁగా మీ ధోరణులు-మానివైచి యీ క్రొత్తపుంతలోఁ బడి గిజగిజ కొట్టుకొనుచున్నారు. అర్థము విడకపోవుటచేతఁ బాఠకులను గిజగిజ కొట్టుకొనఁజేయుచున్నారు.

తిక్కన: రచియించినవారికైన నర్థము తెలియునా?

నేను: ఆ సంగతి మీరడిగితిరి కావునఁ జెప్పవలసి వచ్చినది. ఆ ప్రశ్నము నొక రిదివఱకే యడుగఁ గవితాసమాధినిష్ఠాపటిష్ఠతలో నేమి చెప్పితిమో కాని యిప్పుడు మేముఁగూడ దాని కర్థము చెప్పలేమని యవతలివారనిరఁట!

తిక్కన: రామనాథరావూ! నవ్యకవిత్వమున నేవైన నొకటి రెండు గీతములు కాని పాటలు కాని పాడఁగలవా?

నేను: నాకు రావు.

తిక్కన: నీవు దానినెప్పుడు చూడకయే యుంటివా?

నేను: చూచితిని. నాకు జ్ఞప్తి లేదు.

తిక్కన: జ్ఞప్తి లేకపోవచ్చునులే. ఇదిగో! ఈ మచ్చుగా నుండునని యొకటి రెండు పాదములు కవిత్వ మెఱిఁగినవాడఁవు చెప్పలేక పోదువా?

నేను: చిత్తము. ప్రయత్నింతును.

గీ॥ చెంబుపై చుక్క అప్పున జారిపడఁగ
చిలుక కులుకుచు దిశలతో నేకమయ్యె.

కవులారా! వారి ధోరణిని నేనుఁ జెప్పలేను.

తిక్కన : ఏలాగు? ఏలాగు? దానికర్థమున్నదా?

నేను: ఇందులోనున్న సొగసేయది. చెంబు – అనఁగా ఘటము. ఘటమనఁగా నీ శరీరము; చుక్క యనునప్పుడు తేజస్వంతమైన పరమాత్మ. చెంబుపైఁ జుక్క అప్పున జారిపడఁగ ననఁగా మనుజునకు భగవత్కటాక్షము కలిగినప్పుడని యర్థము. చిలుక కులుకుచు దిశలతో నేకమయ్యె ననఁగా భక్తిచే నార్ద్రమై జీవాత్మ పరమాత్మలో నైక్యమైనదని భావము.

తిక్కన: విషయనిగరణమని యింతకంటె నసందర్భముగల కవిత్వము స్వల్పముగా మనలో నున్నదే. ఇది నవ్యకవిత్వ మెట్లగును? సరే కాని యేది యొక్క పాట.

నేను: 'సరసగీతము' పాడుదునా? కృష్ణుఁడితర గోపికల యొద్ద నుండి రాధ యొద్దకు వచ్చెను. ఆ గోపిక లాతనిచేతికి మల్లెదండనుఁ గట్టిరి. అది రాధ క్రీఁగంటఁ జూచెను. కృష్ణుఁడా చేతిని వెనుక నిడుకొనెను. ఈ ఘట్టము నుండి రసగీత మారంభము.

కుడిదగుచేతిని వెనుకకు నిడుకొన నేలర కృష్ణా!
ప్రియసతి! యేమనుకొనకుము వీఁపుమీఁద తామరే రాధా!

తిక్కన: చాలు చాలు! ఇకఁ బాడకు. హుఁ! ఇది కూడ నవ్యకవిత్వము కాదే. జయదేవుని గీతగోవిందాదులలో నీమాదిరి దివ్యకవిత్వమున్నదే.

బిలహరి – ఆది

జయ దేవగోవింద జయ దేవమాధవ
జయ సర్వజగదీశ జయ భక్తవరదా
జయ రమారమణ కాంచనచేల హరి హరీ ॥జయ॥

అమృతప్రవాహసన్నిభమైన యీ గానము చెవిఁబడుసరి కా మహాకవులు చేతులు జోడించుకొని యట్టె లేచి "ఆహా! నారదముని వైకుంఠము నుండి వేంచేయుచున్నాఁడు కాబోలు. ఓన్నమోనారాయణాయ" యని బిగ్గఱగఁ బ్రార్థించిరి. నాకు లేవవలెనని బుద్ధియున్నను లేచుటకేమో శక్తి లేకపోయినట్లుండెను. నిల్వుగ్రుడ్లు వైచుకొని నోరు తెఱచుకొని కవులవంకఁ జూచుచుంటిని. మెఱపు మెఱయునంత వేగమున నా కవి మొదట నీతనిలోఁ గలిసెనో యీ కవి యాతనిలోఁ గలిసెనో కాని యిద్దఱుఁ గలిసి చేయియెత్తు స్ఫటికలింగముగా మారిరి. ఈ వింత చూచుసరికిఁ గొయ్యయేయై పోయితిని. లోపల నేమూలనో చచ్చిచావకుండ మనస్సున్నది కావున "ఆహా! నియోగు

లేమి? వైదికులేమి? అంద ఱా శివస్వరూపములే కాఁబోలు"నని యనుకొంటి నేమో! నారాయణమంత్రము జపించుతోడనే శంకరుఁడు ప్రత్యక్షమగుటచే శివకేశవులకు గూడ భేదము లేదనుకొంటిని కాఁబోలు. ఇంతలో నెవ్వరో వచ్చి శంకరసన్నిధానమున నేను గూరుచుండి లేవలేదను కోపముచేతనో మహాలింగాభిషేకమందలి యాసక్తి చేతనో మహాదేవ శంభూయని యుచ్చైస్స్వరమునఁ బలుకుచుఁ గొబ్బెరకాయ యొక్కటి 'ఫర్లాంగు' ఱాయివలెఁ గూర్చుండిన నా తలపై బళ్లునఁ బగులఁగొట్టెను. హరహరా! యని యొక్క చావుకేక వైచి లేచితిని. ఇక్కడికి స్వప్నము సరి.

❖ ❖ ❖

లేచి గడగడ వడకుచుంటిని. నోటివెంట మాటలేదు. కంటి వెంటఁ జూపుకూడ లేదేమో - శి - శి - శివా - వా - వాయని లోన గొణుగుకొంటిని. మొగము వెంట నొడలి వెంట నీరుగారుచున్నది. అయ్యయ్యో! నిజముగాఁ గొబ్బెరకాయ తలపైఁ బగిలినది కాబోలునని తల తడిమి చూచుకొనఁగఁ గణతపైఁ బెద్దయుసిరిక కాయయంత బొప్పి యున్నది. అయ్యయ్యో! యని మఱింత సంభ్రమపడితిని. కాని మనస్సును గొంత కుదురు పఱచుకొనఁ బ్రయత్నించితిని. కొంతసేపటి కెదుటి యాముదపు దీప మగపడినది. ఆఁ! ఇక్కడకుఁ దిరుగ మనుజులలోఁ బడితిని గదాయని యూహించి యీ దెబ్బకు గారణ మేమని యోజించితిని. ఇప్పటివఱకు నాకు యథార్థకారణము తెలియలేదు. ఒక కారణమై యుండునేమో యని యూహించితిని. మొదటిప్రక్కపైఁ జీమకుట్టువలన నిద్రపట్టకపోవుటచేఁ దుంగచాప వైచుకొనినప్పుడు తలగడపైఁగూడఁ జీమయుండు నేమోయని యెంచి వాల్మీకి రామాయణకోశమునుఁ దలక్రింద బెట్టుకొని పండుకొంటిని. అది కఠినముగా నుంటచేఁ దలకెంత యొత్తిడైన నిచ్చినది. అదికాక నిద్రలో వొత్తిగిలునప్పుడు తల పుస్తకముపై నుండి జాఱి చాఁపయున్న నేలపైఁ బడియుండును. అందువలన బొప్పికట్టినదని యనుకొంటిని. ఇంతకంటెఁ దగిన కారణమును నేను జెప్పజాలను. కాలుసేతులుఁ గడుగుకొని స్వప్నమంతయు నామూలాగ్రముగ జ్ఞప్తిలోనికిఁ దెచ్చుకొని యిది నా మిత్రునిచే వ్రాయించి ప్రచురింపింతునని యూహించితిని.

స్వప్నకావ్యమున నేకాధ్యాయము సంపూర్ణము

శ్రీ శ్రీ శ్రీ

ఓం శాంతి శ్శాంతి శ్శాంతిః

కవి

సంపూర్ణచంద్ర సన్నిభమైన వదనపుండరీకమును, బిఱుఁదులపై జీరాడు తెగబారెడు నుంగరాల తలవెంద్రుకలును, జెవులఁ బొడుచునట్లు చెలరేఁగిన చేరెడు కన్నులును, సంపెఁగమొగ్గవలె సోగయైన ముక్కును, ముద్దులు మూటగట్టు గడ్డమును, నట్టెమందహాస మొనర్చిన సుందరములగు చిన్నగుంటలుగల నిద్దంపుజెక్కులును, మల్లెమొగ్గలవంటి దంతములును, స్వచ్ఛమై, ప్రేమరసపూర్ణమైన యంతఃకరణమును నడుచునపుడు, మాటలాడునపుడు, చూచునపుడు, నవ్వునపుడు, సాధారణమైన, యనిర్వచనీయమైన, యద్భుతమైనలావణ్యమునుగల పతివ్రతాతిలకమగు భార్యను సర్వోత్తమగుణయుతుఁడగు భర్త యెంతగాఁ బ్రేమించునో, బాహ్యప్రకృతిని, జంద్ర తారాది ప్రసవవిరాజిత నభశ్శిరోజబంధయైన యీ ప్రకృతిని, గిరినోర్వీధరోరోజ మండల ప్రభాడంబరయగు నీ ప్రకృతిని, దినమణి సిందూరతిలక లలితాలిక ఫలక యగు నీ ప్రకృతిని, మహానదీమందారమాలావిరాజితకంఠసీమయగు నీప్రకృతిని, యథార్థకవితా రసపూర్ణుఁడగుకవి యంతకంటె ననేకసహస్రాంశము లధికముగఁ బ్రేమించును.

ఈ ప్రకృతికాంత కన్నెత్తి చూచినచూపులకుఁ, గన్ను వ్రాల్చి చూచిన చూపులకు, నఱగన్నుగఁ జూచిన జూపులకు, నోరఁగఁ జూచిన చూపులకుఁ, జూచిచూడనట్లు చూచినచూపులకు, చూడకుండఁ జూచినట్లు చూచిన చూపులకు, గవి మహా మోదముతో మురిసిమురిసిపోవును. నటివలె నాకుపచ్చని 'మొకమాలు' చీరనొక వేళను, బెండ్లికూఁతువలెఁ గన్నులు మిఱుమిట్లుగొలుపుఁ బసుపురంగులుగల గాగరా యొకవేళను, సంకేతస్థలికిఁ బోవు స్వైరిణివలె బంగారు జలతారంచుగల నీలంపుఁ బట్టువసన మొకవేళను, గేవలమునికాంతవలెఁ గాషాయాంబర మొకవేళను, జిన్ని ముగ్ధవలె వర్ణసాంకర్యసంకలితమగు వస్త్రమొకవేళను, ధరించి వింతవింతమార్పులచే వింతవింతశోభలు గనఁబఱచుచుఁ దనయెదుటఁ బ్రకాశించు నీ మహామాయా తరుణీమణియొక్క యాడులేని నోటనాడలేని సౌందర్యమును మహానిశితములగు తన

నేత్రములఁ గ్రోలి యపరిమితానందమున మత్తెక్కినట్లుండును. మొగమున నొకపుడు చల్లని మందహాసము, నొకపుడు గుమగుమలాడుచుఁ బ్రాణము లేచి వచ్చునట్లు చేయు దివ్యతమ పరిమళభారము, నొకపుడు రొసరొసతో ధుమధుమతోఁ గూడిన బిగింపుగల ముడిబెట్టుతనము, నొకపుడు కలికికులుకు మొలకపలుకుల మొగము, మొత్తెఱుఁగని తియ్యఁదనము, నొకపుడట్టె బుడిబుడిదుడుకు నిట్టూర్పులతో నొదవెడు బాష్పధారలును, నొకపుడు రోషతీవ్రత్వముచేఁ గన్నుల నిప్పులురుల నొదవించు బడబడాడంబరయుతములగు హుంకారములు మొదలగు వివిధ హావభావలక్షణములు గనఁబఱచు నా మహాప్రౌఢవనితాశిరోమణి కధీనుఁడై, యధికానంద పరవశుఁడై, యడఁగియుండును. ఎట్టి దురవగాహమోహపాశాబద్ధుఁడగు కాముకుఁడైనను బ్రకృతికాంతాకాముకుఁడగు కవికందఁడు. వృద్ధు లందఱ కంటె మహావృద్ధయయ్యును, నిత్యయౌవనధారిణియగు నీ కాంతయందు నిష్కారణ నిరంతరాయనిర్వ్యాజప్రేమ మెవని మనసునుండి వెల్లివిరియునో యతఁడు కవి.

బాహ్యప్రకృతి యెంత విపులమో, యెంత విచిత్రమో, యెంత వివిధ భేదానుభేదాగాధమో, యాంతరప్రకృతి యంతకంటె విపులము, విచిత్రము, వివిధ భేద సహితమై యున్నది. బాహ్యప్రపంచమునఁ బ్రకాశించు సూర్యచంద్రాదులకంటె నాంతర ప్రాపంచిక సూర్యచంద్రమండలము లధికతేజస్సాంద్రములు. బాహ్యసముద్రములకు లెక్క కలదుగాని, యాంతరసముద్రములకు లెక్కలేదు. పైనఁగల యుప్పెనలు, గాలివానలు లోలోనఁగల్గు తుపానుల కీడురావు. పైనుండు నగ్నిపర్వత సంక్షోభములోని యరిషట్క సంక్షోభమున కందదు. పైనఁ బ్రకాశించు నింద్రధనువుల వైచిత్ర్య మాంతరశక్రచాపముల వైచిత్ర్యమునకు సరిరాదు. తేజముచే, విలువచే, పరిమాణముచే, బాహ్యప్రపంచము నందలి రత్నసంతాన మాంతరమణిగణమునకుఁ దీసి పోవును. అనిర్వచనీయమగు చిత్కళాసాన్నిధ్యముచే నాంతరప్రపంచ మన్నివిధముల నధికప్రభాదీప్తమైయుండును. ఈ ప్రపంచమును గవి యాంతర నేత్రములతోఁ జూచి యానందించుచుండును. ఈ రెండు ప్రపంచముల యన్యోన్య సంబంధమును, భేదమును, స్వభావసిద్ధమగువ్యక్తిచేఁ గనిపట్టఁజాలిన యాతఁడు కవి. ఆకారములచే, గతులచే, నసంఖ్యములగు భేదములుగల సర్వప్రపంచవస్తువుల కన్నిటికి వెలుపల లోపల నొకవిలక్షణవ్యక్తి యెడములేకుండ నిండియున్నదనియు, నీ వస్తువులన్నియు నా వర్ణనాతీతమగువ్యక్తిసంబంధమగు వన్నెలు, చిన్నెలు, విలాసములు, భావాదులే యనియు, నందుచే భేదము మిథ్యయనియు, సత్య మేకత్వమనియు, నావేశముచేఁ గనిపట్టఁదగిన యాతఁడు కవి. ఈ శక్తియందు మాత్రము

కవికి వేదాంతికి సామ్యము గలదు. అందుచేతనే "అరిస్టాటిల్" అను నాతఁడు కవిత్వము మహా వేదాంతమని చెప్పియున్నాడు.

కాలిక్రింద నణఁగియుండు గడ్డిపఱక మొదలు సర్వవ్యాప్తమగు నాకాశము వఱకును బ్రతివస్తువునందు నీతిని, శాసనమును, మతమును, గనిపట్టఁదగిన యాతఁడు కవి. అట్లు కనిపట్టి యూరకుండక యొకపుడు ఘంటానాదముతో, నొకపుడు విజయభేరీనినాదముతో, నొకపుడు కలమృదుల వీణానిక్వాణనముతోఁ దన యీ యనుభవములను లోకులకు వెల్లడించు నాతఁడు కవి. ఎదుటలేని వస్తువుల నెట్టి వస్తువులనైన నట్టికల్పనాశక్తిచే జుట్టు చేతఁబట్టి, యెట్టయెదుట కీడ్పించిఁ సానఁబెట్టిన చాయకత్తికంటె దీక్ష్ణమైన దృష్టిచేఁ బరిశీలించి, పరిశీలించిన వెంటనే తద్బహిరంతర స్వరూపముల నామూలాగ్రముగ గ్రహించి, గ్రహించిన వెంటనే యవి తన కెట్టు లగపడునో కొంచెము హెచ్చుతగ్గగ నట్టులే యితరులకుఁ గనఁబఱుపఁగల యాతఁడు కవి. ఇతరుల యవస్థాభేదము, లనుభవభేదములులోని (Emotions) భేదముల నన్నిటిని దాను గ్రహించి, తనవిగఁ జేసికొని, తన్ను మఱచి, యితరుల హృదయముల దూరి వారిలో దాదాపుగ నైక్యమొంది, వారు తదవస్థాభేదములచేఁ దదనుభవ భేదములచే నెట్లు మాటలాడుదురో, యెట్లు నవ్వుదురో, యెటులేడ్తురో, యెట్లుగా మఱి యింకేమి యాచరింతురో, యట్లాడి, యట్లునవ్వి, యట్టులేడ్చి, యట్లాచరించు నాతఁడు కవి. అంతరప్రపంచములోని వ్యాపారములు దృష్టిగోచరములు గాకుండటచే వానిని సులభ గ్రహణయోగ్యములుగఁ జేయుటకై బాహ్యప్రపంచముననుండు వస్తువులను జట్టుచట్టు సందర్భానుసారముగ నుపమలుగఁజేసి తెలియనివానిని దెలియునట్లు చేయుచుఁ జీఁకటిపై వెలుతురును బ్రసరింపఁజేయు తేజశ్శాలియగు నాతఁడు కవి. ఎవని పలుకు లొకపుడు చందనతుషారములకంటెను, బుత్రుని యాలింగనముకంటెను జల్లనివిగను; నొకపుడు కొఱకచ్చులవలెఁ, బిడుగులవలెఁ దీవ్రములుగను నుండునో; యొకపుడు పూలవానలుగ, నొకపుడు బాణఘాతములుగ నుండునో; యొకపుడు సుధారస నిధానములుగ, నొకపుడు హాలాహలకీలలుగ నుండునో; యట్టి లోకసమ్మోహినీకరణ వాణీవిశారదుఁడగు నాతఁడు కవి. మావిచిగురు తిని సుఖముచే మైమఱచి గానమొనర్చు కోకిలమువలెఁ, బద్మమరంద పానమొనర్చి మత్తెక్కి ఘుమ్మని పాడెడు బంభరమువలెఁ బ్రకృతిజ్ఞానస్వాదనశీలుఁడై పట్టఁజాలని యావేశమున దేవతాగానమొనరుపఁగల గాయకశిఖామణి యగు నాతఁడు కవి.

వైద్యుడు వివిధౌషధులఁ గలిపి యొక వింతమందు సేయునట్లు, చిత్రకారకుఁడు వివిధములగు రంగులఁ గలిపి యత్యంతాహ్లాదకరమగు నొక వింతవర్ణము

నొనరించునట్లు, రామాశుగ (రామబాణం) తీవ్రత్వముగల తనదృష్టి నొకసారి పదునాల్గు భువనములయందు నొక్కవిసరున ముందునకు వెనుకకుఁ బఱపి సర్వ వస్తుజాలమును బరిశీలించి యావస్తువులలో దేని దేని నే రీతిగఁ గలిపిన బాగుగ నుండునో యోజించి వానినట్లు గలిపి, నూతనవస్తువులుగఁ జేసి, వాని నొక్కతావు నుంచి, వానికి నూతననామముల సృజించి, వానిని వాగ్రూపములగు ప్రతిమలుగఁ జేసి మనయెదుటఁ బెట్టఁగలుగు సృష్టివైచిత్ర్యకళాధరీకృతబ్రహ్మ విశ్వామిత్ర బ్రహ్మయగు నాతఁడు కవి.

ఎట్టి పిచ్చిలో నేవిధమైన గటువు లేదో, యెట్టి యున్మాదము ప్రపంచోద్ధరణ పటిష్ఠమో, యెట్టి మతిమాలినతనములో జ్ఞానవిజ్ఞానములు దుర్నిరీక్ష్యతేజస్సుచే వెల్గునో, యెట్టి వెఱ్ఱికి వేయివిధములుగాక కోటివిధములయ్యును బరమార్థగ్రహణ విధానమను నొక్కటే విధము గలదో, యెట్టి వెఱ్ఱి వెఱ్ఱులన్నింటికంటెను వెఱ్ఱిదో, యట్టి వెఱ్ఱిని, నట్టి లోకాతీతమగు వెఱ్ఱిని, అట్టి వెఱ్ఱిలేని వెఱ్ఱిని గలిగి తాను ధన్యతఁజెంది, మనల ధన్యులఁజేయు నాతఁడు కవి.

(సువర్ణలేఖ పత్రిక, 18.03.1913)

పానుగంటి లక్ష్మీనరసింహారావు (సుమారు 45 యేండ్ల వయసులో)

(సాక్షి వ్యాసాలలో 'కవి' శీర్షికతో (పుట. 848) ఒక వ్యాసం ఉంది. రచనాకాలం 07.01.1928. ఈ రెండు వ్యాసాలలోని సారాంశం ఒక్కటే, పదజాలం కూడా రెండింటిలో ఒకే మోస్తరుగా ఉంది. కానీ నడిపిన తీరు మాత్రం వేరు. రెండు వ్యాసాలలోనూ చివరి పేరా ఒకే మాదిరిగా ఉంది. కవి అంటే పానుగంటివారికి ఎంత గౌరవమో! ఆయన వ్యాసాలలో, నాటకాలలో మాత్రం కవులమంటూ హడావిడి చేసేవారిని ఎంత ఎగతాళి చేయాలో, అంతా చేశారు.)

జంటకవులు

ప్రకృతిలో జంటపువ్వులరుదు. జంటకాయలరుదు. జంటపిల్లలు మిగుల తక్కువ. కాని జంటకవులు తఱచుగనున్నారు, త్వరగా వృద్ధినొందుచున్నారు. ఇరువది ముప్పది సంవత్సరములకుఁ బూర్వము నిట్టి వింత సన్నివేశ మార్యావవర్త దేశమున లేదు. ఆర్యావర్తదేశముననే యననేల? అఖిలప్రపంచమందుఁగూడ లేదనియే చెప్పవచ్చును. ఇంగ్లాండుదేశమున మాత్రమునఁ బూర్వమందొకటి రెండుజంట లిటులుండెనని తెలియుచున్నది[1]. వారైన నేదో యొక్కనాటకరచనయందో యొక్కశ్రవ్య ప్రబంధరచనయందో యన్యోన్యసాహాయ్య మొనర్చుకొని యుండిరి. వాఱిద్దరిట్లు రచియించిన గ్రంథము వారిలో నొక్కని పేరిటనే వెలువడుచుండెను. కాని యుభయకవి నామసమంచితమై యుండెడిదికాదు. కాని యిప్పటి కలి యుగములో నెవ్వరే గ్రంథమును వ్రాసిన నిద్దఱిపేరిటనే యాగ్రంథము వెలువడు చున్నది. ఒకఁడు కాశిలోనుండి డుంఠివినాయకుని బ్రహ్మచర్యవ్రతము నాటకము వ్రాసినాడనుకొందము. అతనితోడు కవియగు మఱియొకఁడు రామేశ్వరమునుండి "మళయాళ మహిళా కల్యాణ"మను నవలను వ్రాసినాఁడనుకొందుము. ఆతని నాటకమును గూర్చి యీతఁడెఱుఁగక పోవచ్చును. ఈతని నవలను గూర్చి యాతఁ డెఱుఁగకపోవచ్చును. కాని యీరెండు గ్రంథములుగూడ నీ కవిద్వంద్వము పేరిటనే బయలువెడలుచున్నవి. మఱికొందఱు జంటకవులు తాము వ్రాయదఁగిన గ్రంథములో నొక్కొక్కభాగము నొక్కొక్కఁడు వ్రాసి పూర్తిచేయుచున్నారు. మఱియొక్క జంటలోఁ బద్యములు వ్రాయఁదగిన యాతఁడు పద్యములు వ్రాయుచున్నాడు. వాని నంతబాగుగ వ్రాయనేరని యాతఁడు వచనమును వ్రాయుచున్నాడు. మఱియొక జంటలో నొకఁడు వచనమైన వ్రాయుటకుఁ జేతగాని యాతఁడు గ్రంథమును వ్యాకరణాదిదోషరహితముగఁ జేసి ముద్రాయంత్రశాలకు పంపుటకై సాపు వ్రాయుచున్నాడు.

---

1. ఆంగ్ల సాహిత్యంలో జంటకవులు అరుదు. షేక్స్పియర్ సమకాలికులు బోమా, ఫ్లెచర్ జంటకవులుగా ఏర్పడ్డారు. ఫ్రెంచి సాహిత్యంలో బీడ్, కీడ్మన్ జంటకవులు.

మేము సోదరకవుల నిద్దఱ నెఱుఁగుదుము. వారొక్క గురువునొద్ద విద్యాభ్యాస మొనర్చినవారు. ఒక్కయింటిలో నివసించి పాఠములఁ జదువుకొను చుండెడివారు. ఒక్కచో నిద్రించుచుండెడివారు. ఒక్క విధమైన దేహతత్త్వముఁ గలవారు. రుచిగ్రహణ గుణగ్రహణాదులయం దొక్కవిధమగుశక్తిఁ గలవారు. వారిలోఁ గనిష్ఠుడు జ్యేష్ఠుని యొద్దనే కవిత్వమును నేర్చుకొనెను. అన్నవలెనే కవిత్వముఁ జెప్పుటకుఁ దమ్ముఁడు యత్నించెను. తమ్ముని కవితాధోరణి తనదివలెనే యుండునట్లు చేయుట కన్న యెంతయో పాట్లు పడియెను. ఏమి చేసిన నేమి అన్నదమ్ములలిద్దఱ కవిత్వములలో విశేషభేదముండక తప్పినది కాదు. ఆ భేదము సామాన్యమనికూడఁ జెప్పుటకు వలనుపడదు. ఒకని కవితతోఁ గలసిన కవిత మఱియొక్కనికిఁ జెప్పుట కవకాశముండిన యెడల నట్టి యవకాశము వీరిద్దఱికంటె నెక్కువగ మరియెవ్వరికుండదు. ఇట్లున్నను వీరి కవితలకుఁ బరస్పరభేద మపారముగనుండి తీరినది. వీరుమాత్ర మొక్కమంచిపని చేసిరి. వీరు రచించిన గ్రంథములలో నెవ్వరు రచించినదానికి వారిపేరే పెట్టుకొనిరి. కాని యిద్దఱుఁ గలిసి సరస్వతిని గాళ్లవైపున నొకరు తలవైపున నొకరు పట్టి భూమికి దింపి యుండలేదు.

ఇంతకలయికఁగలఁ సోదరులకవిత్వములే కలియకపోయినప్పుడొక నియోగియు నొక వైదికుఁడును గలిసి కవిమిథునమై గ్రంథమునొనర్చినఁ గవిత్వములు కలియునా? ఒక మధ్వాచారియు నొక మహమ్మదీయుఁడుఁ గలసి కవిత్వము చెప్పిన నదుకునా? "గ్రంథములో గవిత్వములు కలియవలయునన్న మాట యేమి దేనికది వేఱుగ నుండఁ గూడదా" యని శంకింతురేమో? దేనికది వేఱుగ నుండునట్లుండునెడల రెండు కవిత్వము లొక్కగ్రంథములో నిడుకవలసిన యావశ్యకతయేమి? ఆ కవులిద్దఱు చెఱియొకగ్రంథము వ్రాసికొని యుండరాదా? ఒక్క గ్రంథములోని వీరికవిత్వములు శైలిలోనే కలియనప్పుడు రసవిజృంభణమున నేకీభవించునా? ఏకవిషయకమగు గ్రంథములో రసపరిపాక భేదముండవచ్చునా? సామాన్యమగు చేతిపనియైన నిద్దఱు కలిసి చేసినయెడల నది ధ్వంసము కాకుండ నుండఁగలదా? అత్తకోడలు గలిసిచేసిన వంట యింటివారి కెంగిలిలంఘనమువంటిది కాదా? ఆంగ్లేయవైద్యుఁడు నాయుర్వేదవైద్యుఁడు గలసి వైచిన పెసరగింజంతమాత్రకు ఫిరంగిగుండంత పనికాదా? "ఇద్దఱు కలసి యేచేతిపని యైన జేయఁకూడదా" యని యందురేమో? ఇద్దఱు కలసి తాడిచెట్టును దబ్బిచిప్పలు వైచి చీల్చవచ్చును; యిద్దఱుగలిసి యొకగోతిని ద్రవ్వ వచ్చును; ఇంకఁ బదుగురు కలసినను బాధలేదు; నూర్గురు గలసి రథము లాగవచ్చును. బుద్ధివైశద్యముతో సంబంధము లేని మొండిమోటపనులలో ననేకజనుల సాహాయ్య మావశ్యకమేకాని

కవులు చేయవలసిన పని గోయి త్రవ్వుట కాదు. వారట్లు కలిసి త్రవ్వుటయే సంకల్పించుకొనినయెడల నట్టి గోయి సరస్వతీ సమాధి కక్కఱకు కావలసినదే.

కవితాతత్త్వమును బూర్ణముగ గుర్తెఱింగి యుండుట బహుదుర్లభము. కవిత్వమును జెప్పుచుంటిమని యనుకొనువారిలోనే యాతత్త్వమును దెలియనివారు మిగుల నున్నారు. పద్యరచనయే కవిత్వమని యూహించువా రిప్పటికిఁ బాపమనేకులు గలరు. కవితాతత్త్వమిట్టిదని వెల్లడించుటకు మాకిక్కడఁ దావు చాలదు. దానిని గూర్చి మా పత్రికయందు వెనుకటిసంచికలో కవియను శీర్షికక్రింద వ్రాసియున్నాము. బాహ్యాంతరప్రకృతిచిత్రలేఖనమైన కవితా మహాకార్యము యొక్క యత్యధికతను గ్రహింపలేకయు సామాన్యకార్యమనుకొని - చేయి చేయిగలిపి యొకమూలనున్న కొయ్యపెట్టెను మఱియొకమూల పెట్టుటవంటి కార్యమనుకొని - మనవారు దేహశ్రమ నివారణార్థముగాఁ గొందఱు జంటకవులుగ నేర్పాటగుచున్నారు. ఇది సమంజసముగ గనఁబడుటలేదు.

ఒక్కకవికే యౌవన, కౌమార, వార్ధకము లనుసరించి కవితాశైలియు, రసోత్పాదనశక్తియు, పాత్రౌచితీవ్యక్తీకరణ పటిష్ఠతయు మొదలగునవి భేదించును. మనస్సు కేవలసంకల్ప వికల్ప సన్నిపాతము. రావియాకువలె, నేనుఁగుతుండమువలె, సముద్రమువలె సర్వదా చంచలమై యుండును. దేశభేదములఁబట్టి కాలభేదములఁ బట్టి, యాహారభేదములఁబట్టి స్థితిభేదములఁబట్టియు, బాహ్యప్రపంచమున గలుగు చున్న భేదములఁబట్టియు మనస్సు చిత్రచిత్రముగ ననిర్వర్ణ్యముగ మారుచుండును. ఇంద్రధనస్సురంగులవలె, నదిగో యనుసరికి మారుచుండును. ఈ మార్పులవలన నొక్కకవికే మార్పులభేదములఁబట్టి కవితాపరిపాకము భేదభేదముగ సిద్ధించును. ఇవియన్నియు కనిపెట్టి వానిని లోకమునకు వెల్లడించి కవికి ప్రాశ్యస్త్యముగాని యప్రాశస్త్యముగాని యివ్వఁదగినవాడు విమర్శకుడు. మనలో విమర్శకులు మిక్కిలి యరుదుగ నున్నారు. విమర్శకులసంఖ్య యభివృద్ధి నొందవలసియున్నది. వారు యథార్థబుద్ధితోఁ బ్రస్తుతగ్రంథ సమూహమును విమర్శింపవలసియున్నది. ఒక్కకవి వ్రాసిన గ్రంథమునే యెంతబుద్ధిమంతుఁడైన విమర్శకుడైనను విమర్శించుట పైనఁ జెప్పిన కారణమునఁ గష్టమయినప్పు డిద్దఱు గలిసి వ్రాసిన యిప్పటిగ్రంథములను విమర్శించుట యెవ్వరి తరమయిననగునా? ఆ యొక్కనికిఁ గాలానుక్రమముగఁ గలిగిన రసశైల్యాది భేదములును దత్కారణములను గనిపెట్టుటయే దుస్తరమైయుండ మఱియొక్క వెంపలికంపచిక్కు దానిపైన వేయఁదగునా? ఇంతకు నెవ్వరేభాగము వ్రాసిరో యెవరికిని

దెలియదు. ఇట్లనేక కారణములవలన కవుల యోగ్యతాయోగ్యతలు విమర్శించి లోకమునకు వెల్లడి సేయుట విమర్శకునికి యసాధ్యకార్య మగును. ఇప్పటి కవియుగ్మాచారము వలన స్వభావసిద్ధములగు స్వకపోలకల్పిత గ్రంథములు బయలువెడలుటకు వీలు లేకున్నది సరికదా, ముందుత్తమములగు విమర్శన గ్రంథములు బయలుదేరుటకుఁగూడఁ బ్రతిబంధకముగ నున్నట్లు కనఁబడుచున్నది.

(అవధానం, హరికథ తెలుగువారికే ప్రత్యేకమైన ప్రక్రియలని ప్రస్తుతిస్తుంటారు. ఇవే కాకుండా "జంటకవులు" పద్ధతినికూడా లోకానికి సమర్పించింది తెలుగువారే. కృష్ణదేవరాయల తండ్రి నరసానాయకుని ఆశ్రితులు నందిమల్లయ, ఘంటసింగన తొలి జంటకవులు (వీరికంటే ముందు ఇంకొక జంట వుందట). ఆ తరువాత 19వ శతాబ్ది చివరిపాదంలో తిరుపతి వేంకటకవులు "జంటకవులు ఫ్యాషన్"కు రంగు, రుచి కల్పించారు. వీరి ప్రభావంతో తెలుగుదేశంలో ఎన్నో కవిజంటలు పుట్టుకొచ్చాయి.

వెంకటరామకృష్ణకవులు, కొప్పరపుకవులు, వేంకటపార్వతీశ్వరకవులు, వెంకటవీరరాజకవులు, వేంకటకాళిదాసకవులు, సూర్యనారాయణసోదరకవులు, సత్యసుబ్రహ్మణ్యేశ్వరకవులు, జంధ్యాలవేంకటశివకవులు, వెంకటజగన్నాథ కవులు, బులుసుసోదరులు, శ్రీనివాససోదరులు, సత్యరాజకవులు, పిప్పర సోదరకవులు, రామకృష్ణ సత్యనారాయణకవులు – ఈ జంటకవి సమూహాలు పానుగంటి కాలంలో సందడి చేస్తున్నాయి. వీరి ఫోటోలను నాటి భారతి, సమదర్శని, శారద, ఆంధ్రపత్రిక ఉగాది సంచికలు, ఆంధ్రభారతి పత్రికలలో చూడవచ్చు.

పానుగంటికి జంటకవుల విధానమంటే మంట. అవధానమంటే గిట్టదు. ఆయన దృష్టిలో ఆశుకవిత్వం చెత్తకవిత్వం. కంఠాభరణం నాటకంలో (1917) రామలక్ష్మణులనే ఆశుకవిత్వం చెప్పే జంటకవులను ప్రవేశపెట్టి – నానాగత్తర చేయించి – జంటకవులంటే తనకుండే కసిని తీర్చుకొన్నారు.

ఎన్నో విషయాలలోలాగానే జంటకవుల విషయంలోనూ విధి పానుగంటిపట్ల వింతనాటకమాడింది. పానుగంటి మూడవ కుమారుడు చిరంజీవిరావు, దుగ్గిరాల పళ్లంరాజు (బాలాంత్రపు రజనీకాంతరావు మేనమామ) మంచిస్నేహితులు. ఇద్దరూ కలిసి కొంతకాలం జంటకవిత్వం వెలగబెట్టారు. ఒకట్రెండు అవధానాలూ చేశారు.)

కవుల కొకవిన్నపము

కలహకారణములలోఁ గాంతాకనకము లత్యంతప్రబలము లని పూర్వులు వచించియున్నారు. కాని వానికిఁగల యీ పూర్వప్రతిష్ఠ యిప్పుడు కొంత మాసినది. వారకాంతలలో నేమి, న్యాయవాదులలో నేమి, ప్రభువులలో నేమి, కొందఱు తమతమ కాలములలో నింద్రజాలమహేంద్రజాల విద్యలు, మారీచతంత్రములు, వీతిహోత్రస్పర్శ లేకుండ వేలకొలఁది కొంపలఁ గాల్చుటలు, కుబేరునిచేతికిఁ గుండపెం కిప్పించుటలు మొదలగు చిత్రవిచిత్రచర్యలతో వారి కథాకలాపములఁ దెగించి వినిపించి తెయితక్క లాడి మఱియెకపాత్రమునకుఁ జోటిచ్చుటకై తాము రంగస్థలమునుండి నిష్క్రమించిరి గదా! అటులే పూర్వయుగముల జనుల కాశలు కల్పించి, యసూయల వర్ధిలఁజేసి, యాహవముల సిద్ధింపఁజేసి కచాకచి – ముష్టాముష్టి – నఖానఖి – దంతాదంతిగఁ బోరాడునట్లుచేసి భూభాగమున శవపర్వతములు, రక్తనదులొనర్చి ప్రపంచమంతయు నట్టుడికినట్లు చేసి యాడ్చియాడ్చి కొట్టిన కాంతాకనకముల కీ యుగమున మునుపటి – 'వక' రున్నట్లు కనఁబడదు. పూర్వపుదాష్టికము లేదు. ఏలయన – కలహమును బనిలేనిదే పుట్టించుటయందుఁ, బెంచుటయందు, వ్యాపింపఁజేయుటయందు, వాని కంటె సమర్థతరయగు కవిత గజ్జెగట్టి, గరిటెభాగవత మాడుచుండఁగ దాని ధాటిని, దాని తాండవమును, దాని బుగ్గపోట్లను, దాని కుట్టుమాటలను, దాని బల్లెపుఁ బోటులను, దాని కొఱకచ్చువిసరులను, దాని పిల్లపిడుగులను, గాంచి యవి సిగ్గుపడి, యోడిపోయి, తెరమఱుఁగునకుఁ బోయి యచ్చట లోలోపలఁ ద్రాడు లాగుట, వెనుక యంగు చేయుట, తెర దింపుట మొదలగు నప్రధానకృత్యములకు లోనై యున్నవి. కల్లుపాకలోని కలహములు కవిత్వమును గూర్చిన కలహముల కాలిక్రింద దూరిపోవుటకయినఁ బనికిరాకున్నవి. గుడిసెవ్రేటుల కొంపలలోని గ్రుద్దులాటలు కవితావిమర్శకుల కాలితన్నులమీఁద దిగదుడుపులుగ నున్నవి. అపహరించిన సొమ్ములో భాగము తెగక కుత్తుకలు తెగఁజేసికొనఁ బ్రయత్నించు చోరుల కత్తివిసరులు కవిత్వప్రతిష్ఠను బంచుకొనుటలోఁ గలిగిన కటారివ్రేటుల ముందుఁ బటాపంచలయి పోవుచున్నవి. ప్రస్తుత మిట్టి దురవస్థలోఁ గవిత్వముండ వలసి వచ్చెను.

అందములోఁ దాను మన్మథుడు; బుద్ధిలోఁ దాను బృహస్పతి; కవిత్వములోఁ దాను గాళిదాసుడనని కొంచె మెచ్చుతగ్గుగఁ బ్రతిజనునకు నమ్మకము. "నీవు

రూపవంతుఁడవు కావు. నీవు బుద్ధిమంతుఁడవు కా” వని యొకని నొకఁ డధిక్షేపింప నది వైరకారణ మగును. కాని యిట్టి వైరము “నీ కవిత్వము బాగుగలే” దని యధిక్షేపించుటవలనఁ గలిగిన వైరములో సహస్రాంశమైన నుండదు. ఈ వైరము శాంతించునది కాదు. దీనికి క్షమ లేదు. ఇది దినదినప్రవర్ధమానము. ప్రాఁతదగు కొలఁది చేవలుదేరును. ప్రాఁతతాటియాకుకొంపపైఁ బెట్టిన యగ్ని పల్లెయంతయుఁ గాలిన పిమ్మటనైన నాఱును గాని, హృదయమునఁబడిన యీ యగ్ని యవిచ్ఛిన్న జ్వాలా జాజ్వల్యమానమై తాను మాడి, యనేకహృదయముల మాడ్చి, శాశ్వతముగ నుండును. కవితాసూయ యిట్టి భయంకరస్వభావయగునప్పు డొకదేశమున నిద్దఱు ముగ్గురు కవులకంటె నెక్కుడుగ లేకుండనెడల నంతబాధ లేదు. కాని యిప్పు డందఱును గవులే! కోటలోఁ గవులు - గుఱ్ఱపులాయములలోఁ గవులు, తురకగూడెములోఁ గవులు, అగ్రహారములోఁ గవులు, మాలపల్లెలోఁ గవులు, మంగలివీధిలోఁ గవులు. ఇంటి కిద్దఱుముగ్గు రీ విధముగఁ గవు లభివృద్ధి జెందినారు గాని, వీరి వ్రాతయంతయుఁ గవిత్వమనుట కవకాశము లేదు. నిరర్థకమైనధ్వని - స్వభావమారణ హోమము- అక్షరరూపకమగుతుక్కు-గణబద్ధమగు పెంట-ఇట్టిదైనను దనకవిత్వము రసపుష్టిగ నుండలేదని యెవఁడైన నదినట్లు తమకుఁ దోఁచిన యెడల, “ఆఁ!ఆఁ! ఆలాగా! అప్పుడే యంతవట్టునకు వచ్చినదా? తిట్టు! కొట్టు! ఱక్కు! పొడు! చంపు!” అను మాటలే కవినోట బయలువెడలును.[1]

---

1. ఇక్కడ ఒక స్వానుభవం చెప్పక తప్పదు. నా శిష్యులలో ఒకడిని మిత్రుడివలే పరిగణిస్తుండేవాడిని. ఒకటిరెండు సంవత్సరాలు తేడాగా మా వయసు కూడా దాదాపు ఒకటే. నన్ను ఎంతో గౌరవంగా చూసేవాడు. అతను వాట్సాప్ ద్వారా కవిత్వం పేరిట విరిచిన వాక్యాల పంక్తులు పంపుతుండేవాడు. కొన్నాళ్లు సహనంగా చదివి “ఇది కవిత్వమనుకొంటున్నావా?” అని వాట్సాప్ ద్వారానే అన్నాను. అంతకుమించి ఒక్కమాట కూడా అనలేదు. దానికి అతను మనసుని చలింపచేసుకొని ఒక సుదీర్ఘవివరణను పంపి, అంతటితో నా పరిచయానికి ఫుల్‌స్టాప్ పెట్టాడు. ఆ తరువాత నేను చేసిన ఫోనులకి, వాట్సాప్‌లకి స్పందన లేదు. ఒకరోజు బ్రాడీపేట, రెండవలైనులో నన్ను చూసి ఆ శిష్యమిత్రుడు-గిరుక్కున వెనక్కు తిరిగి వెళ్లటాన్ని చూసి, మా పరిచయం పునరుద్ధరింపబడుతుందని ఏ మూలో లవలేశంగా ఉన్న ఆశకి తిలోదకాలు యిచ్చేశాను. అప్పటినుండి జీవితులై ఉన్న కవుల కవిత్వంపట్ల అభిప్రాయాలు వెలువరించడంపట్ల జాగ్రత్తగా ఉంటున్నాను. “మౌనేన కలహం నాస్తి” అని పెద్దలు ఊరకే అన్నారా!

ఇప్పుడు కవులు కొన్నికొన్ని చోటుల జంటలుజంటలుగా నేర్పడియుండుట చేత నూపిరికి విరామమైనఁ గలుగకుండ, కలము మసిబుడ్డిలోనుంచి తీయునెడమైనఁ గలుగకుండ - వ్రాఁతలోఁ బత్రము ద్రిప్పునట్టి యవకాశమైన నొదవకుండ, ఒకఁడు విడిచిన వెంటనే రెండవవాఁడు సుతిలో సుతిఁ గలిపి-పై స్థాయిలో-పైసంగతులు-గల్లుమని-యాకాశవీధిని తారకము ముట్టునట్లు పల్లటీలు కావు-ప్రక్కవిసరులు కావు-ఊఁపులు కావు-ఈడ్పులు కావు-జారులు కావు-ఎదురెత్తులు కావు-ప్రయోగించి పడపడ పాడి, పాటకు బలవంతముగఁ దాళము ఖండచతురస్రాదిజాతులతో సవ్యావసవ్య ప్రభావములతో వైచుచున్నారు. దినమున కొక్కచిత్రగ్రంథము బయలు వెడలుచున్నది. శృంగభంగములు కావు, గార్ధభరోదనములుకావు, మార్జాలోపాఖ్యానములు కావు, శిరోముండనములు గావు, దంతఖండనములు కావు, కపోలచపేటికలు కావు-శివశివా-పల్కుటకర్హముకాని గ్రంథములు-పెంటలపైఁ బుట్టకొక్కులవలె-కుక్కగొడుగులవలె-మొండిచేతులవలె[2] దుర్వాసనలతో, దుష్ప్రతీతులతో, దుష్టరూపములతో బయలుదేరుచున్నవి. ఏకవి తన్నుఁ దిట్టెనో యా కవిని దానుదిరిగి తిట్టిన మంచిదే. అంతటితో నంద అదృష్టవంతులే. కొంపలు కూలకుండును. మర్యాదలు మాసిపోకపోవును. అట్లు కాదు. తన్నుఁ దిట్టినకవికి మొదట స్తుతివ్యాజమునఁ దిట్లు. పలుచపలుచఁగఁ దిట్లు. పైఁబాటునఁ దిట్లు. పడపడఁ దిట్లు. తండ్రిగారి తప్పుసాక్ష్యమునకుఁ జెప్పుదెబ్బలు. తాతగారి శవవహనమునకు బడితెవ్రేటులు. మేనత్తగారి వ్యభిచారమునకు బూతులు. అభము శుభమెఱుఁగని పుణ్యాత్ములగు పోషించు ప్రభువులకు నప్రతిష్ఠావాక్యములు. వారి పూర్వుల బుద్ధిహీనతలకు బూతులు. సర్వకారణుఁడగు బ్రహ్మకుఁ బడఁదీసి లెంపకాయలు! కవితాపీఠ మీ రీతిగ తుదుము మొదలు దేవతార్చనము వఱకు కుక్క ముట్టుకొని పోవఁగ ధ్వంసమైయున్నది.

ఓ కవులారా! ఇది యెట్టిస్థితియో యోజించితిరా? మీ కోపములఁ గట్టిపెట్టుకొని, మీయసూయల నివారించుకొని, గ్రంథకర్త వంశలోపములను దడవుట మానివైచి, లోకోపకారులగు మహాపురుషుల యంతఃపుర రహస్యములను వెలికిఁ దీయు దుష్టస్వభావమడఁచుకొని, శాంతిని సంపాదించుకొని, మీవలనఁ గవిత యెంత వ్యాకులత నొందుచున్నదో, యొక్క నిముసము నిమీలితలోచనులయి నిదానింపరా?

---

2. బ్రహ్మజెముడు కాండం అరచేతుల వలే వెడల్పుగా ఆకులను పోలి ఉండే విధంగా పెరుగుతుంది. పైన దట్టంగా ముళ్లు ఉంటాయి. బ్రహ్మజెముడు మొక్కకు 'మొండిచేయి మొక్క' అని పేరు.

అదిగో చూడుఁడు! ఎడమచేతిని నేలపై మోపి, తల నెడమమూఁపున నూన్చి యెట్లు దీనమూర్తియై యున్నదో చూడుఁడు! కొంచెము సమీపింపుఁడు! కన్నులవెంట నదిగో రక్త మెలుకుచున్నది చూచితిరా? ఏలనో కనిపెట్టితిరా? భగవద్గుణవర్ణనాక్షరమాలికా రచనకు, శ్రీరామచంద్రాదిమహావతారపురుషపరమపవిత్రకథావిధానసుధామధురాలాప విలసన విజృంభణమునకై సృష్టింపఁబడిన తాను కులకాంతల యభిమానములఁ గూల్చుటకును, పుణ్యపురుషుల మర్యాదలఁ దీసివైచుటకును, బూతు లాడుటకును, నిపుడు వినియోగపడుచుంటిని గదా యని కాదా! అటు చూడుఁడు! కాళులకు గుడ్డపేలికలు గట్టిగ బిగించుకొని మూల్గుచున్నదేమి? సరససంగీతసహిత నాటకరంగ స్థలములలోని దరువులకుఁ, గందార్థములకుఁ[3] బాటలకుఁ బారసీకపు మట్లులకుఁ బరవడులు ద్రొక్కఁ గాళ్లు నొచ్చినవి. కాఁబోలును. కవులారా! ఆ మహనీయురాలి పాదములపైఁ బడుఁడు. చేసినతప్పులకు మన్నింపుమని ప్రార్థింపుఁడు. ఇఁకనెప్పుడు గవిత్వమును దుర్వినియోగమును జేయమని ప్రమాణము చేయుఁడు! సాటికవులను సహోదరులుగఁ జూచుకొందుమని యొట్టు పెట్టుకొనుఁడు!

కవీంద్రులారా! లోకములోని జీవులలో మీరు పరమోత్కృష్టులని చెప్పిన నతిశయోక్తికాదు. సృష్టి మీ చేతిలో నున్నది. దైవసృష్టవస్తువు లశాశ్వతములు. మీచే సృష్టింపఁబడిన కథానాయకులుగాని తదితరులుగాని శాశ్వతజీవులు. తర్కమున మహాపండితుఁడైనఁగాని వ్యాకరణమున మహావిద్వాంసుఁడైనఁగాని యాతని ప్రయోజకత శాస్త్రములోని పంక్తులను తప్పులేకుండ నప్పఁజెప్పుటయందే కానఁబడు చున్నది. నూతన ప్రపంచనిర్మాణము మీది. సాక్షాద్భూలోకబ్రహ్మలగు మీరు మీ సృజనశక్తి సద్వినియోగ మొనర్చినయెడల లోకమున కెంతమహోపకార మగును! మీరెంతకృతార్థు

3. నాట్యం ప్రధానంగా వుండే యక్షగానాలు, వీథిభాగవతాలలో కందార్థాలను విరివిగా వుపయోగిస్తారు. ఒక కందపద్యాన్ని చదివి, ఆ పద్యంలోని భావాన్ని “దరువు” రూపంలో పాడుతూ అభినయిస్తారు. వీటిని కందార్థదరువులు అంటారు. ఈ మాటకు కుదింపురూపం కందార్థం. ఇది ఒక అర్థం. దీనిని నటరాజ రామకృష్ణ సమర్థిస్తారు. ఒక కందపద్యంలోని నాలుగుపాదాలలో మొదటి రెండుపాదాలను పద్యంగా చదివి, మిగిలిన రెండుపాదాలను పాటగా పాడతారు. ఇదే కందార్థమని ఇంకొకభావన. మల్లీశ్వరి చలనచిత్రంలోని “ఉషాపరిణయం” యక్షగానాన్ని గుర్తుకు తెచ్చుకోండి. చిత్రలేఖ “మగువా! నీ జనకుడు……” పద్యాన్ని, రెండుపాదాలు పద్యంలా చదివి తక్కిన రెండుపాదాలను అభినయంతో పాడుతుంది.

లగుదరు! మీ పేరు లెంతశాశ్వతముగ నుండును! మీ వంశము వారు వెనుకముందు తరించి యెంతధన్యాత్ము లగుదురు!

అదిగాక మీరంతగా నవమానించుచున్న కవితకు మఱియొకవైపునుండి వచ్చుచున్న మహాపదలను బరిగణించితిరా! ఒక్కసారి యోజింపుఁడు! గ్రీసుదేశమున 'సోఫోక్లిసు' 'యూరిపిడిస్' 'ఇస్క్యులస్' మొదలగు మహాకవు లొనర్చినట్టియు, నాంగ్లేయదేశమున 'షేక్సుపియరు' రచియించి నట్టియు, జర్మనీదేశమున 'గెయిటి' వ్రాసినట్టియు, నార్యావర్తనమునఁ గాళిదాసాదికవు లొనర్చినట్టియు రూపకరూపకమగు గ్రంథసామగ్రి గొని కొందఱు బుద్ధిమంతులు దూష్య మనుచున్నారు! ఆ నాటకములు వ్రాయఁగూడదు. చదువఁగూడదు. చూడఁగూడదు. వినఁగూడదు. తలపఁగూడదు. ఏల? అవి నీతిని బోధింపకపోవుటయే గాక యవినీతిని బోధించుటచేత - గంగా తరంగ నిర్ఘోషములచే నీతిని లోకమునకు వెల్లడించుటకు సృష్టింపఁబడిన కవితాకాంత యొక్క యీ నోటిలో మహానుభావులు మట్టిని గొట్టుచున్నారు. అడ్డముగ బొమ్మజెముడు కంపను గొట్టుటకు సిద్ధముగ నున్నారు. ఆహా! ఆహా! వింటిరా! మఱికొంద ఱేమనుచున్నారో! 'రసగంగాధరమేమి, సాహిత్యరత్నాకరమేమి, ప్రతాపరుద్రీయ మేమి, వేయుఁడి! చలిమంట వేయుఁడి! అలంకారశాస్త్రమంతయు వట్టిపిచ్చిమాటలు, త్రాగుబోతుల కూఁతలు. ఒక్క సహజోక్తియే అలంకారము. కావున నొలిపింపుఁడు - కవిత నెత్తిమీఁది రాగిడి తీయుఁడు - ముక్కున నత్తు పెఱుకుఁడు - మెడలోని హారములఁ ద్రెంపుఁడు- కాలిమంజీరములను, మట్టియల నూడ్చుఁ' డనుటయే కాక, పూచిన తంగేడుచెట్టువలెనున్న యాపుణ్యాత్మురాలిని ద్రెంపి పోసిన నూతన వితంతువు వలెఁ జేయుచున్నారు. ఇంకముందు కట్టుబట్టనైన నుంతురో లేదో! కవులారా! ఇంతటితో నామె యాపదలు పరిసమాప్తి నొందినవా! లేదు. నాయనలారా! లేదు. అలంకారములు లేకపోయిననేమి! ఐశ్వర్యము లేకపోయిననేమి! బ్రతికియుండిన నంతే చాలు నని కవితాకాంత విరాగస్థితి నుండగా మఱికొందరు మహాపురుషు లేమి చేయుచున్నారు. కత్తులు నూరుచున్నారు. అయ్యో! ఎందులకో? ఆమెముక్కుఁ గోసెదరట! కన్నులూడఁ బీకెదరఁట! కూడఁబుట్టిన యవయవము లగుయతిప్రాసము లను బీకించెదరఁట! నిజమేనా! అంతవఱకు చేయఁగలరా? ఏమో? ఎవ్వఁడెఱుగును! ఆమె యదృష్టమునకు వెనుకదీఁత యారంభించినప్పుడు డేమిజరుగక పోవును? ఏనిముసమున ముక్కిడి నగుదునో, ఏనిముసమున వికర్ణ నగుదునో యని యామె మహాందోళనమున నేడ్చుచు- వలవల నేడ్చుచు-నేడుపులో నోదార్పుగఁ గీడులో మేలుగ నేనెట్టి కురూపనైనను

బ్రదికియుండినఁ జాలునని కొంతఁ మొండితనమునఁ గాలక్షేపము చేయుచుండఁగఁ గవులారా! మఱియొక ధ్వని వినఁబడుచున్నది. ఇది మఱింత భయముగ నున్నది. 'చూచెదరేమి! ఈడ్చు! జుట్టు మెలతవేసి యీడ్చు! కవితయఁట! తానఁట! కొట్టు! మూతిపైఁగొట్టు! సంధు లఁట, సమాసములఁట, సుశబ్దములఁట! పొడు! ఆమె చేతిలోనున్న వ్యాకరణము వేయి కాఫిప్రొయిలో, ఈ చేతిలోనున్న లక్షణశాస్త్రముతోపాటు – చూచెదరేమి? ఏడ్చుచున్నను సుశబ్దములతోడనే యేడ్చుచున్నది. నొక్కు! గొంతుక నొక్కు! ఎక్కించు! మన గ్రామ్యకవితను ఎక్కించు పీఠమందు' అని చెవులు చిల్లులు వడ వినఁబడుచున్నవి కాదా! అయ్యయ్యో! చంపుదురు కాఁబోలును – కవులారా! దిక్కుమాలి ప్రాణావసాన సమయమున నున్న కవితను రక్షింపరా! రక్షింపరా! అయ్యో! గుటుకుమననున్నది కాఁబోలును! ఇప్పుడైనఁ బూర్వవైరములు మానరా! నడుము కట్టుకొనరా! దీక్షను వహింపరా! కలములను చేతఁ బుచ్చుకొనరా! కవితాబాధ తొలగింపరా! మీరు కాక యామెకు దిక్కెవరు? ఆమె ప్రాణములు మీయఱచేతులలో నున్నవి.

ఆమె దురవస్థఁ గాంచి కొందఱు మహారాజులు, కొందఱు మహాజనులు సంఘముగఁ జేరి యామెను రోగహీనఁగఁ జేసి యుజ్జీవింపఁజేయుటకు మహాకృపా స్వరూపులయి ప్రయత్నించుచున్నారు. అందుకొఱకు వారు కొన్నికొన్ని మార్గములను జూపినారు. అవి సరిగ నున్నట్లు మీకుఁ దోఁచిన యెడల నట్లవలంబించికాని, లేనియెడల వానిని నిరసించిగాని మీయిష్టానుసారముగఁ గవితా ప్రోజ్జీవనోపాయము లాలోచించి లోకోపకారు లగునట్లు మిమ్ము సవినయముగఁ బ్రార్థించుచున్నారము. మీరన్యోన్యము ప్రేమించి క్షీరోదకన్యాయమున నుండుఁడు! కవులలో సఖ్యమునఁగాని, వైరమున సద్గ్రంథజాల మెన్నఁడు వర్ధిల్లదు. కావున నచ్చటచ్చటఁ కొన్ని కవి సంఘములు స్థాపించి తఱచు కలిసికొనుచు నన్యోన్యాభివృద్ధికయి సంభాషణము లొనర్చుకొనుచు భాషాభివృద్ధికై తగు నేర్పాటులను జేయఁ బ్రార్థించుచున్నాము. మాకుఁ గవితాశక్తి లేని హేతువుచేత మిమ్ముఁ బ్రార్థించుట తక్క నంతకంటె చేయున దేదియు లేదు. మా ప్రార్థనము గట్టినోటిదై యున్నదని మీరాగ్రహింపక మా యంతఃకరణపారిశుద్ధ్యము గమనించి మమ్ము క్షమింపఁగోరెదము.

వచనరచన

పూర్వము సంస్కృతముననేమి యిప్పుడైన నాంధ్రముననేమి వచన ప్రబంధములు మిక్కిలి తక్కువగనున్నవి. వచనమును వ్రాయువాఁడు వట్టి తెలివితక్కువ వాఁడని సాధారణ జనాభిప్రాయమైయున్నది. కవితామణి కోటీరమును ధరించుట కర్హుడు కానివాఁడే యీ కట్టెలమోపు మోయఁదగినవాఁడని జనుల నమ్మకము. ఆఁడుది తాను మిగుల రూపవతి యని లోకులనుకొనుట కెంత యాత్రపడునో, పురుషుఁడు తాను మిగుల బుద్ధిమంతుఁడని జనులనుకొనుట కంత కంటె నెక్కువ యాత్రపడును. అగరునూనెల మెఱుఁగులు, నద్దమునెదుటి తిరుగులు, నాభరణముల హొరంగులు, మొగము పొడుముల తెఱఁగులు, కన్నుత్రిప్పుల వెరగులు మొదలగు సౌందర్యకళా సంపాదనసామగ్రి యాఁడుది యెంత యాచరించిన నంత యామెకే నష్టము. ఆపత్కాలములో నసురక్షణముకై పనికిరాఁదగు ధన మాస్యాళీకశోభకై సబ్బుబిళ్లల క్రిందనరిగి నురుగై కరగిపోవును. పోనిండు. అందువలన నితరుల కేమినష్టము. వంగని ముంగురుల వంచుటకై కాగిదములనో, కారులనో యుపయోగించి పడరాని పాటుల నామె పడనిండు. ముంగురులు వంగకున్నను నలుగురి నవ్వులాటచే నామె తలయే వంగనిండు. అందువలన నితరుల కేమి నష్టము! కాని బుద్ధిమంతుఁడని యనిపించుకొనఁదలఁచిన పురుషుఁడు వాఙ్మయమునఁ జేయు ప్రయత్నమట్టిది కాదు. బాహ్యప్రపంచజ్ఞానము లేక యాంతరప్రపంచజ్ఞానమంతకంటె లేక కవిత్వమనఁగనేమో మొదలే యెఱుఁగక యతిప్రాసబద్ధమైనదే కవిత్వమని నిశ్చయపఱచుకొని పామరజనుల నెట్లో యొకట్లు రంజింపఁ జేయుటయే ప్రధానోద్దేశముగఁ జేసికొని యేపాడుప్రబంధమో యేపాటల నాటకమో ప్రపంచమున నాతఁడు మెల్లగఁ జారవిడుచుటతోడనే – ఇఁక భాషకుఁ గల్గు ముప్పెంతోఁ జెప్పఁదరమా? దేశమునకుఁ గల్గు నపకీర్తియెంతయో నిర్వచింపఁ దరమా? జాతికిఁ గల్గు నగుబాటెంతో చెప్పవశమా? వాఙ్మయమున కింతకంటె పాషాణప్రయోగము మరియేది యుండఁగలదు! అతఁడు కవిశిఖామణియని యంతకుఁదగిన విమర్శకులు కొందఱాతనిని స్తుతులఁ జేయుచు నాతని యష్టావక్ర

శిశువు నభినందింపఁగనే జనులందఱాతని దారినే యవలంబింతురు. ఆతనికంటె లఘుతరముగఁ బ్రకృతిని బహిరంగముగఁ దలఁ బగులఁగొట్టి చంపుదురు. ఇఁక నెక్కడఁ జూచినఁ గవితాగళబంధములే. ప్రపంచజ్ఞానజలదజంఝామారుతములే. ప్రకృతికాంతాశిరఃకృతకములే!

ఇట్టిగ్రంథములు శీఘ్రముగ నశించిపోక నిలుచునా? నశించును-అట్లే నశింపకుండునెడల నరప్రకృతియట్టె వానరప్రకృతిలోనికి దిగిపోయి యదియట్టె చతుష్పాత్ప్రకృతిలోనికి జారిపోయి యదియట్టె యవయవశూన్యపిండప్రకృతిలోనికిఁ గరిగిపోయి జగత్తు వికాసశూన్యమగు ప్రప్రథమావస్థలోనికిఁ వచ్చియుండదా? అట్టి యుపద్రవ మేల సిద్ధింపఁగలదు? అందుచే నట్టి గ్రంథములు నశించును. కాని చేయఁదగినంత యపకృతి చేసినపిదపఁగదా? ఎల్లకాల మే కీడైన నుట్టిగట్టుకొని యూఁగులాడునా?

కవులు కానివారు కవితను జెప్పినందువలన గలుగు పుట్టిమునుక యిది! కవితాకాలము గడచిపోయినది. ఇప్పుడైన నట్టి యున్మాదముఁ గలవాఁడు లక్షకుఁగోటి కెవ్వఁడైన నుండిన నతఁడు కవితాగానము చేయవచ్చును. అంతేకాని కవిత్వమున ఘనతయున్నదని యాసించి యందుకై ప్రయత్నించు జనులసందర్భగ్రంథముల సృజించి యకాలపువెఱ్ఱులై ప్రకృతికాపత్తు తెచ్చిపెట్టుట న్యాయమా!

మనుజుఁడగువాఁడు తనయభిప్రాయములకుఁ గర్తకర్మక్రియలుగల సందర్భములగు సహేతుకములగు వాక్యములతో వెల్లడించుట యుచితము. అది యత్యావశ్యకముగూఁడను. అందుచేత వచనరచన యెక్కువ యుపయోగకారి కాదా? ప్రపంచమందున్న మహానాగరకదేశము లందెల్లడ వచనగ్రంథములే హద్దులేకుండ వృద్ధియగుచున్నవి. కవితాభివృద్ధికి ననాగరకత కెట్టిసంబంధమో గద్యాభివృద్ధికి నాగరకత కట్టిసంబంధము. కావున గాలానుసరణముగ గద్యగ్రంథములే మిక్కిలి యభివృద్ధి నొందవలసినది.

అట్లు వానిసంఖ్య యభివృద్ధినొందుచున్నదా? లేదని చెప్పుటకు లజ్జపడక తప్పదు. ఎందుచేత? వచనగ్రంథకర్త వట్టిశుంఠయను వెఱ్ఱి లోకము నావరించి యున్నది. వచనరచన వలనేకాని భాష యభివృద్ధినొందదు. దేశమున్నతదశకు రాదు. మనుజులు జ్ఞానయుక్తులుకారు. శాస్త్రములు వ్యాపింపవు. సత్యము ప్రబలదు. అట్టి వచనరచనను మనవారడుగు ద్రొక్కినారు. దాని ననుసరించిన వానిని దీసివేత మనుజుని క్రిందఁ

బరిగణించుచున్నారు. కుక్కమూతిపిందెపండితునిగ భావించి త్రుంచివైచుచున్నారు. అట్లు త్రుంపకున్న దల్లిచెట్టు నశించునని యాందోళన పడుచున్నారు. వెలుఁగుచున్న దీపము నార్పుచున్నారు. వెనుకకు నడుచుచున్నారు.

ఇట్లున్నను గాలమాహాత్మ్యముచే కొన్ని వచనగ్రంథములు బయలుదేరకపోలేదు. అవి చాలభాగము నవలలై యున్నవి. వానిలో నితరభాషలనుండి యాంధ్రీకృతము లైనవి కొన్ని యున్నవి. ఇప్పటి వచనశైలి తరచుగ నీరసముగను నిష్ప్రౌఢముగ నున్నదికాని మిగుల సంతుష్టికరముగ నుండలేదు. ఇంకను బలిష్టమై, ధారాళమై, పౌరుషయుక్తమై, ప్రాణధురంధరమైన శైలి బయలుదేరలేదు. క్రమక్రమముగఁ బయలుదేరఁగలదు. పదిపద్యములు సులభముగ వ్రాయవచ్చునుగాని యొకపంక్తి వచనము సుష్టుగ వ్రాయుట కష్టము. సందర్భశుద్ధియు, హేతుకల్పనమును, కార్యకారణ సంబంధజ్ఞానమునుగలవాఁడేకాని యుత్తమవచనగ్రంథమును వ్రాయఁజాలడు. అట్టి శక్తులను వన్నెఁబెట్టి యభివృద్ధిపరచుటయందు గణితముకంటె గద్యరచనయే యెక్కువశక్తి కలదియైయున్నది. ఉత్తమవచనగ్రంథము లింక విరివిగఁ బయలుదేరుట యావశ్యకమై యున్నది. అట్టిలోపమును దీర్చుటకు బుద్ధిమంతులు ప్రయత్నింతురుగాక.

షష్టిపూర్తి పానుగంటి

విమర్శనగ్రంథముల యావశ్యకత

ఈ కాలమునఁ గవులు కానివారు లేరు. కొంత యాంగ్లేయభాషాపరిచితిఁ గలిగిన వెంటనే ప్రతిమనుజుఁడును గవి యగుటకుఁ బ్రయత్నించుచున్నాఁడు. ఆంధ్రభాష మనకు స్వభాషయయినను దానియందుగూడఁ దగుమాత్రపుఁ గృషియైనఁ జేసినఁగాని మన మా భాషలో గ్రంథములు వ్రాయుశక్తిఁగలవారము కాము. భాగవతాదిగ్రంథములు బాగుగఁ జదువవలయును. పూర్వప్రబంధములు కొన్ని మాత్రమే చదువఁదగనవి. ఆధునికగ్రంథములలో నర్హములగువానిని జదువ వలయును. చిన్నయసూరి వ్యాకరణమైనఁ జదువవలయును. సిద్ధాంతకౌముది చదివి యుండునెడల మంచిది. సాంస్కృతిక భాషాపరిచయము స్వల్పమైన లేకుండా నాంధ్రగ్రంథరచన పనికిరాదు. అలంకారలక్షణములు కొన్నియైన నేర్చియుండవలయును. కావ్యదోషము లేవో గుర్తెఱిఁగి యుండవలయును. ఇక్కడకివి యన్నియుఁ జేర్చి కూర్చిన జ్ఞానసమూహ మైన గ్రంథకర్త కాఁదలఁచినవాని కుండకతప్పదు. అక్కడ కది మిక్కిలి తక్కువ. ఈ మాత్రపు స్వల్పజ్ఞానమును సంపాదించి యందఱు గ్రంథములు వ్రాయవలసినదని మా యభిప్రాయము కాదు. గ్రంథకర్త కాఁదలచిన యాతని కత్యధమసామగ్రి యామాత్రమైన నుండవలయును.

ఇప్పటి గ్రంథకర్తలు సామాన్యముగ సహజపాండితీసంపన్నులు. కాళికాదేవిచే నాలుకపై బీజాక్షరవిలేఖన మొందినవారు కాని పామరజనులవలెఁ గష్టపడి చదువుకొనిన వారు కారు. వారి పుణ్యవశమున వారికి గ్రంథకర్తృత్వము నిరాఘాటముగ సిద్ధించినది. అబ్బాయినాయుఁడు వ్యాకరణమయిన[1] ముట్టుకొనకుండ, విభక్తిచంద్రిక[2] పేరైన

---

1. నెల్లూరులోని ఆర్కాటు మిషన్ కళాశాలలో పాపినేని అబ్బాయినాయుడు అసిస్టెంట్ టీచర్. క్రీ.శ. 1868 – 1876 మధ్యలో యితను రాసిన వ్యాకరణం అచ్చుపడింది. ఆరోజులలో పాఠశాల, కళాశాల విద్యార్థులకు బాగా ఉపయోగపడేది. మిన్నికంటి గురునాథశర్మ 1912లో కొప్పరపు కవులను కలిసినప్పుడు, అబ్బాయినాయుడు వ్యాకరణాన్ని చదివి భాషాపరిశుద్ధతను పెంచుకోమని సలహా యిచ్చారు.

2. తెలుగులోని విభక్తుల ప్రయోగవిశేషాలగురించి కార్మంచి సుబ్బరాయలునాయుడు రచించగా, శబ్దరత్నాకరకర్త బహుజనపల్లి సీతారామాచార్యులు సరిచూచిన విభక్తిచంద్రిక 1895లో 17వ ముద్రణ పడింది. ఇది 2014లో వుయ్యూరు లక్ష్మీనరసింహారావుగారి సంపాదకత్వంలో ప్రచురించబడింది.

నెత్తకుండ, సుమతీశతకమును స్వప్నములోనికైన రానీయకుండ ననేక గ్రంథములు మనవారు వ్రాయుచున్నారు. ఆ గ్రంథములఁ జదివి మనలోని గుణగ్రహణ పారీణులు శిరఃకంపనము చేయుచున్నారు. వ్రాసిన గ్రంథకర్తల కేపాటి పాండిత్యమో విను రసికాగ్రణుల కామాత్రపు రసగ్రహణశక్తి. వీరి గ్రంథములు వారు కొనియాడుటచే వీరు గ్రంథకర్తలమని నిశ్చయ పఱచుకొనుచున్నారు. వీరి గుణగ్రహణశక్తియందు వారికి విశ్వాసముండుటచే వీరు విమర్శకులమని నిశ్చయపఱచుకొనుచున్నారు. ఇట్లన్యోన్యవిశ్వాసములు వీరు కలిగి యున్నారు. అందుచే గ్రంథకర్తలసంఖ్య వృద్ధియగు చున్నది. విమర్శకులసంఖ్య వృద్ధియగుచున్నది.

యథార్థముగ వారు గ్రంథకర్తలు కారు; వీరు విమర్శకులును గారు. సంధ్యావందనమైన రాకుండ సవనకర్మమునకుఁ బూనుకొనుట యుచితమా? సప్తాలంకారములైన రాకుండ స్వరకల్పనమునకుఁ బ్రయత్నించుట బుద్ధిలక్షణమా? 'అఆ'లు రాకుండఁ బాలబోధము[3] చదువఁబూనుట తగునా? గ్రంథకర్త యనిపించు కొని నందువలన నేమో ఘనతయున్నదని యందఱిట్లు శ్రమపడుచున్నారు. ఎప్పటికేమి వచ్చునోయని చిన్నతనముననే గ్రంథకర్త లగుచున్నారు. గ్రంథకర్తృత్వమునకుఁ గావలసినవి కల్పనములుగాని, శబ్దములు కావనియుఁ, గల్పనములు బుద్ధిలో నిదివఱకే యుండెననియు, శబ్దములు తమ యంతతామే సిద్ధించుననియు, నట్టి సన్నివేశము, మిగుల సహజమనియు వారెంచుచుఁ గలము నడచిన రీతినెల్ల గ్రంథములు వ్రాయుచున్నారు. వారు గ్రంథకర్తలని యనిపించుకొనక పూర్వమే మనము గ్రంథకర్తలని యనిపించుకొనవలయునను నాందోళనముతోఁ గొందఱు పూపమెదడునే పొడిచి పొడిచి గ్రంథరచన కుపయోగించుచున్నారు. మనకెవ్వరిపైఁ గోపముండెనో వారినెల్లఁ జమత్కారముగఁ దిట్టుట కిదియొక సులభమార్గమని యెంచి కొందఱుఁ గ్రంథరచనకుఁ బూనుకొనుచున్నారు. చిల్లరదుకాణము పెట్టి చింతపండు మిరపకాయలమ్ము కొనుటకంటే నేదో 'యగారమని' పేరుపెట్టి 'అహల్యా దేవీంద్రీయ'మను నాటకమునో 'అక్బరుసాహేబు' నవలనో యమ్ముకొనుట వలన సంతకర్చు జరిగిపోవుటయేకాక,

3. బాలబోధము విద్యార్థులకు ఆల్–ఇన్–వన్ లాంటి తెలుగువాచకము. పెద్దబాలశిక్ష లాగా అనేక రకాల అంశాల గురించి క్లుప్తంగా సమాచారం ఉండేది. పట్టణాలలోకన్నా పల్లెటూరి వీథిబడులలో బాలబోధమును విస్తృతంగా వాడుక చేసేవారు. ఆ రోజుల్లో కొంతమంది ధనికులపిల్లలు ప్రాథమికవిద్యను పాఠశాలలో చదవకుండా, ఇంట్లోనే శిక్షణ పొందేవారు. వీళ్లు మొదటిఫారమ్‌కు (6వ తరగతి) హైస్కూల్‌లో చేరేటప్పుడు ప్రవేశపరీక్షను రాయాలి. ఆ పరీక్ష ప్రశ్నాపత్రాన్ని బాలబోధమును ఆధారంగా తయారు చేసేవారు. ఘోషాలో ఉండి చదువుకొనే ఆడపిల్లలకు కూడా పాఠ్యపుస్తకం బాలబోధమే.

సభాపూజ్యతకూడ గలుగునని కొందఱు గ్రంథరచనకై యత్నించుచున్నారు. వారినిఁ జూచి వీరు, వీరినిఁ జూచి వారు నిట్లు బహుళ గ్రంథరచనాధురంధరత్వమునఁ బ్రకాశించుచున్నారు. గ్రంథములనేకములు బయలు వెడలుచున్నవి.

కాని యివి యన్నియు భాష నలంకరించుటకుఁ బదులుగ నసహ్యపఱచు చున్నవి. పరిశుద్ధి చేయుటకుఁ బదులుగ మైలపఱచుచున్నవి. పూర్వగ్రంథకర్తలు భాషాపాండిత్యమును సంపాదించి ప్రాపంచికజ్ఞానమును సంపాదించి, భవసంబంధము లగు ననేకకష్టనిష్ఠురతల కోర్చి తీర్థాటనశ్రమమున కోర్చి మనస్సును పరిపక్వ మొనర్చు కొని నడిమివయసు దాటిన పిమ్మటఁగాని గ్రంథరచనకు శ్రీరామ చుట్టకుండెడివారు. ఇప్పుడట్టి యభ్యంతరము లేవియులేవు. బాలకవులు, అతిబాలకవులు, చంటిపిల్లకవులు గూడఁ బయలుదేఱుచున్నారు. పదకొండు సంవత్సరములలో నాఁడుది గర్భవతియై పిల్ల నెట్లుగనుచున్నదో, యట్లే యీపిలకజుట్టుకవులు గూడఁ గ్రంథముల లోకమున నవతారమొందఁ జేయుచున్నారు.

పిల్లకానుపులచే నిల్లునిండినట్లే, యనర్హుల గ్రంథములచే గ్రంథనిలయములు నిండుచున్నవి. ఈ గ్రంథములలోఁ గొన్నియైన నుత్తమమైనయుండకపోవు. కాని యవి గంపెడూకలోని బియ్యపుగింజలవలె నెచ్చటనో యున్నవి. ముచ్చిబంగారమునకున్న తళుకు మంచిబంగారమున కుండదు. అభ్రకపురేకు కలిగించినంత కంటిమిరుమిట్లు హీరము కలిగింపలేదు. అటులే నిరుపయోగమగు గ్రంథమున కున్నంత జనాదరణము మంచిగ్రంథమున కుండదు. అసత్యమందున్న యాసక్తి సత్యమున కుండదు. జనుల రుచులిట్లు గ్రంథకర్తల బుద్ధులవలెనే చెడియున్నవి. దేహరోగము సిద్ధించునప్పుడు దానిని వైద్యుడు మానుపఁదగును. అట్లే జనుల మనస్సులలోని యీ దుష్టరుచులను విమర్శకుడు మానుపఁదగినవాఁడు.

అతఁడు విద్యాయుక్తుఁడై ప్రకృతిజ్ఞాన సంపన్నుఁడై యసూయారహితుఁడై, గుణగ్రహణపారీణుఁడై, నిర్భయస్వభావుఁడై, యాత్మలాభాపేక్షాశూన్యుఁడై యుండ వలయును. అట్టి యాతఁడెవ్వడైనఁ బూనుకొని యీగ్రంథములన్నియుఁ బరిశీలించి విమర్శింపవలయును. దేనికెంత విలువయో నిశ్చయపఱుపవలయును. నిరాకరింపఁ దగినవానినిఁ ద్రోచివేయవలయును. సుగుణభారమున నడుగునఁబడి పూడిపోయిన మంచిగ్రంథములను బైకిఁ దీయవలయును. అది విమర్శకుడు చేయవలసిన యుత్తమ మగుపని. అట్టి విమర్శకులు కొందఱు బయలుదేఱి భాష కీయుపకారము చేయఁ దగినది. క్రమక్రమముగఁ గాలమే చేయునని యుపేక్షింప వీలులేదు.

మతవిషయిక విద్యాభ్యాసము

ప్రాథమిక పాఠశాలలలోనేమి, తదుపరి పాఠశాలలలోనేమి, బాలురభ్యసించుచున్న విద్యలు కేవల మైహికజీవనోపాయోపయోగములుగ నున్నవి. కాని యంతకంటె భిన్నములుగ లేవని చెప్పుటకు విచారింపవలసియున్నది. మనస్సునకు విద్య-దేహమునకు సాధనము వంటిది. సాధనముచే దేహమున నుండు సర్వావయవములు సమముగా బలిష్ఠతఁ గాంచవలసియున్నది. అట్టిదే సత్సాధనము. అట్లుకాక కొన్ని యవయవములకు మాత్రమే బలమిచ్చి కొన్నిటిని దుర్బలములుగఁ జేయునట్టిది దుష్టసాధనము. అందువలన బ్రయోజనము లేకుండుటయేకాక ప్రమాదము కూడఁ గలుగును. అట్లే మనస్సును బలిష్ఠముగఁ జేయఁగల సాధనము విద్య. దాని నన్ని వయిపులఁ బలపరచవలయును గాని యొక్క వయిపునమాత్రము దృఢముగ నొనర్చి మిగులు వైపుల నీరసింపఁజేయఁదగదు. వడ్రముచేయువానికి నూర్ధ్వకాయము మాత్రమే బలిష్ఠమగుచున్నది. కుట్టుయంత్రము త్రొక్కువాని కధఃకాయము మాత్రమే బలపడుచున్నది. ఈఁదువానికిఁ, బరుగెత్తువానికి సర్వకాయము సమముగ బలాన్వితమగుచున్నది. ఇప్పటి విద్యలవల్ల మనసునందలి యైహికభాగమే బలపడుచున్నది. ఆముష్మిక భాగము క్రమక్రమముగ నశించి యిప్పుడు పరమపదించుటకుఁగూడ సిద్ధముగ నున్నది. ప్రపంచమందలి జన్మమే మనసులోని యైహికతత్త్వనిరాసనమునకు నాముష్మికతత్త్వ ప్రోజ్జీవమునకునని పెద్దలు వచియించియుండ నీ విద్యలవలన జన్మఫలమే నశించుచున్నది. ఐహికసుఖములఁ ద్యజింపనక్కఱయే లేదనుకొందుము. దానితోఁ గూడఁగొంత యైన నాముష్మికచింత లేకుండ నెడల విద్యరాని యితర జంతువులకు విద్యాన్వితులగు మనుజులకు భేదమేమి కలదు?

ఇప్పటి పిల్లలు చిత్రవిచిత్రములయిన గణితకల్పనలను జేయఁజాలియున్నారు. కాని కొందఱంతకంటెఁ జిత్రములయిన యసత్యకల్పనలను జేయఁజాలియున్నారు. వెల్లింగ్టనును, నెల్సనును స్తుతించుచున్నారు. రామకృష్ణులను దిట్టుచున్నారు. కాగిదముల

మీఁద చిత్రములను బాగుగ వ్రాయుచున్నారు. ఇంటిలోని పూజావిగ్రహములను నిరాకరించుచున్నారు. దేశక్షేమమని మాటలు చెప్పుచున్నారు. ఇంటియొద్ద దల్లిదండ్రులను నిందించుచున్నారు. ఎంతసేపు డ్రాయింగని, టెన్నిసని, కాంపోజిషనని యింకనేమేమో యవియేకాని సత్యమని, దేవుఁడని, మతమని, గురుజనవిధేయతయని యెంతమాత్రము నిప్పటిబాలుర హృదయములనున్న ట్లగపడదు. ఇట్టిస్థితి కడు శోచనీయము కాదా? "ఇప్పటినుఁడి తొందరయేల? పెద్దతనమున నివియన్నియు నేర్చుకొనఁగూడదా" యని యందురేమో, చిన్నతనము నుండియు నిస్సత్యముగ, నిర్దైవముగ, నవిధేయతగాఁ బెరిగినయాతఁడు పెద్దవాఁ డయిన పిమ్మట బాగుపడఁ గలఁడా? ఇప్పటి బాలురు బొట్టు పెట్టుకొన్నవానిని జూచి నవ్వుచున్నారు. మడి కట్టుకొనినవానిని జూచి వెకవెకలాడుచున్నారు. సిగరెట్టు కాల్చనివానిఁ జూచి నిందించుచున్నారు. రవంతసేపు ప్రార్థన జేసికొందునన్న వానిని జూచి "ఓల్డుఫూల"నుచున్నారు. బాలురయవస్థ యిప్పటికింతమట్టునకు దిగినది. ఇంకనొక్క యర్ధశతాబ్దమిట్టు లుండిన యెడల నందఱు కేవలోదరాదిపరాయణు లయిన నాస్తికులగుట కేమయిన సందేహ మున్నదా? పాఠశాల వదలివైచువఱకు ననఁగ దాదాపుగ నిరువదినాల్గు సంవత్సరముల వఱకు దైవచింతయే మనస్సునఁ బ్రవేశించకుంటయేకాక, దైవదూషణయే యభ్యాసముగాఁగల బాలకుఁడు తరువాత మతమునకు దైవచింతకుఁ దిరుగ నెట్లురాఁగలఁడు? ఇఁక నాస్తికత తప్ప మఱేదియు నుండదు.

ఇప్పటి బాలురను మేము నిందించువారము కాము. వారల విద్యాపద్ధతిని నిందింతుము. కొన్నికొన్ని పాఠశాలలలో మతవిద్యయని యొకటి నామమాత్రముగ నున్నది. మతగురువొక్కఁడు కూడనట్టివాఁడే యున్నాడు. కాని యావిద్యకు కాల మేర్పాటు లేదు. ఏర్పాటున్నఁ జదువుకొను బాలకులు లేరు. చదువుకొనని బాలుర శిక్షించువారు లేరు. చదువుకొన్నవారి నేమివచ్చినదని యడిగి ప్రోత్సహించువారు లేరు. ఇఁక నట్టివిద్య యెట్లు శోభింపఁగలదు! అదియుండుట మరింత హాస్యాస్పదము కాదా? ఒక పాఠశాలలో సంధ్యావందనపు క్లాసున్నది. ఉన్నది; పేరునకు మాత్రము. గురువులు చెప్పనిచ్చగించి నను బాలురు నేర్చుకొనరు. గురు డేమి చేయఁగలడు.

"ద్వైతాద్వైతవిశిష్టాద్వైతమతములని మూడు మతములున్నవి కదా. పరస్పర భేదములుగల ఈ మూడుమతములవారి కొక్క మతవిద్య యెట్లుచెప్పనగును?" అని కొందఱు ప్రశ్నింతురు. అట్లు మూడుమతములు లేవు. ఉన్నదొక్కమతమే. అది వైదికమతము. దానికర్థములు మాత్రము మూడున్నవి. ఆ అర్థభేదము లిప్పుడు బాలురకు

బోధింపుమని యెవ్వరును జెప్పుచుండుట లేదు. మూడుమతములకు సామాన్యము లయిన యంశములు కోటులున్నవి. ఆయంశముల నేల బోధింపఁగూడదు? ముక్త్యవస్థలో నెక్కడనో భేదములన్నవను కారణముచే మతబోధను మానివయిచెదరా?

మతవిషయము కావున సర్కారువారి పోషణములేని పాఠశాలలెన్నియున్నవి కావు? వాని యధ్యక్షులయిన నీ పని నేల చేయింపఁగూడదు? అట్లు చేసిన యెడల వారి నభ్యంతరపెట్టువారెవ్వరు! కావున నీ విషయమునఁ ద్వరలో వారయిన శ్రద్ధ తీసుకొని పనిచేయఁ బ్రార్థితులు.

పానుగంటివారి సప్తతిపూర్తి (1935) అభినందన సభకు అధ్యక్షుడు చిలకమర్తి లక్ష్మీనరసింహంతో...

మానసష్టపు దావా

ఈ నడుమఁ గొన్ని మాసములనుండి రాజమహేంద్రవరములోని జను లందఱి యుల్లములు సంభ్రమసంయుక్తములుగ నున్నవని చెప్పుట యసత్యము కాదు. రావుబహద్దరు వీరేశలింగము పంతులుగారి బాల్యయౌవన కౌమారదశలు చాలభాగము వఱకు రాజమహేంద్రవరములో జరిగియుండెను. వార్ధకమిప్పుడు జరుగుచున్నది. వీరి నడువడిని జనులు దాదాపుగా నేఁబది సంవత్సరములనుండి పరిశీలించుచున్నారు. వీరు వివేకవర్ధనియను ప్రతికను స్థాపించి తత్ప్రచనాసాధనమున నప్పటి నుండి జనులకుఁ గొంత నూతనమార్గజ్ఞానము నిచ్చుటకుఁ బ్రయత్నించినారు. ప్రహసనాదులు వ్రాసి యప్పటి జనులలోని దురాచారాదుల వెల్లడించి సదాచారములని వారికిఁ దోఁచినవానిని బోధించినారు. ఆ దినములలో వేశ్యకాంతాదరణము విశేషముగ నుండెను. వారకాంతలఁగూర్చి కొన్ని యుపన్యాసముల నిచ్చియు హాస్యవర్ధనులు వ్రాసియుఁ దజ్జాతియందు జనుల కసహ్యతను గలిగింప విశేషముగ వీరు పాటుపడిరి. వేశ్యలకు బహిరంగముగ నాకాలమున సభలో ముడుపులు చదివించువాడుక యుండెను. అట్టి వాడుక వీరిమూలమున నశించెను. వివాహాదుల యందు వేశ్యలను బిలుచు నాచారముఁ గూడ వీరి మూలముననే నశింప నారంభించెను. వేశ్యాకాంతలకు వీరేశలింగము పంతులుగారు బలవద్విరోధి యయ్యెను. వారు బహిరంగముగనే యీ సదాచార సంపన్నుని దిట్టుచుండెడివారఁట! ఇదిగాక లంచములు తీసికొను నుద్యోగులందఱుఁ గూడ వీరియందు బద్ధమత్సరులై యుండిరి.

తరువాత పునర్వివాహ సంస్కరణ ప్రయత్న మొనరించి శ్రీ పంతులవారు రాజమహేంద్రవరజనులకే కాక యుత్తరసర్కారులలోని జనులకు మహావిరోధి యయ్యెను. పునర్వివాహము శాస్త్రీయమని వాదింపఁదలఁచి యాంధ్రపండితు లందఱితోడను బలవచ్ఛత్రుత్వమును వారు కలిగించుకొనిరి. పర్యవసానమునఁ జెప్పఁ దలఁచిన దేమనఁగా; వీరు వీరి వయఃకాలమున సర్వజనశత్రుత్వమును సంపాదించుకొనిరి. వీరి ననేకవిధముల నవమాన మొనర్చుటకు, శిక్షించుటకుఁ గూడననేకులు పూర్వమునఁ బ్రయత్నించియుండఁగ వేదమార్గదూరుఁడని, దురాచారతత్పరుఁడని వీరిని చాలవఱ

కందఱు దూషించినవారే, కాని యట్టి మహాశత్రుత్వదినములలోనైన వీరు వ్యభిచార పరాయణత నొందియుండలేదు. అప్పటి జనులబుద్ధుల కీ కల్పనము గలిగియుండలేదని యనుకొనవలసి వచ్చినది. అట్లే కలిగియుండనెడల నా కాలపు శత్రుత్వసంపత్తికిని వీరి పడుచుండనపు స్థితికిఁ గొంచె మనుగుణముగ నుండియుండునేమో! కాని పూర్వపువారి లోపము నాధునికులు బూర్తి చేసినందులకు మనవారి పూర్వాదరణమును గణింపవలసియున్నది. కాని యపవాదారోపణ కార్యమందుఁ దగనియాలస్య మొనర్చి నారు. ఇంతకుఁ బదిపదునాఱు వత్సరముల క్రిందటనైన నిట్టినేరమును వారిపై వెల్లడించి యుండిన యెడల నేదో కొంచెము రక్తపటిమ యతిహీనముగనైన శేషించి యుండటచే నిట్టు చేసియుండిరని లోకమునకైన నొక కారణాభాస మగపడియుండును. మనవారు దఱచుగ నెప్పటి కార్యమప్పుడు చేయ నేర్పులేని యాలస్యపరులగుటచే నట్టి కృత్రిమసంతుష్టియైనఁ గలుగుట కవకాశము గలిగినదికాదు. కడుశోచనీయము.

శ్రీ పంతులుగారు కడువృద్ధులు. డెబ్బదికి సమీపించుచున్నారు. చిరకాల శ్వాసకోశరోగముచే బహుదుర్బలులైయున్నారు. రెండుమూడు సంవత్సరముల క్రింద వఱకు నేకపత్నీవ్రతుండను ఖ్యాతినొందినారు. అట్టివారిపై నిట్టి దుష్ప్రతీతి కలుగుట దేశమునకంతకు విచారకరముగ నున్నది. వారిపైఁ దేఁబడిన యభియోగము కొట్టివేయఁ బడినదను సంతోషమయిన నీ సంతాపమును గ్రమ్మివేయఁ జాలకున్నది. పూర్వమున రోముదేశము నొకన్యాయాధిపతి కలండఁట! ఆతనియొద్దకొక యభియోగ మొకనిచే నొకనిపైఁ దేఁబడినదఁట! ఎవ్వరి పైనభియోగము తేఁబడినదో యాతడు తనపక్షమున సాక్షి యొక్కఁడే యుండెనని న్యాయాధిపతితో మనవి చేసికొనెనఁట! అధమ మిద్దఱయిన సాక్షు లుండవలయునను పూర్వశాసనము ననుసరించి యాన్యాయాధిపతి "ఒక సాక్షి సాక్ష్య మంగీకరింపఁబడదు. ఆ సాక్ష్యము 'కేటో' యనునాతఁడిచ్చినను దానినంగీకరింప వీలులే"దని చెప్పెనఁట! కేటో యను పేరుగల సత్యవాది యొక్కఁడా కాలమున జీవించియుండెను. శాసనస్థితినిఁబట్టి పరమార్థ వాక్యధురీణుఁడగు కేటో మాటకూడ నెట్లు నిరాకరణీయము గావలసి యుండెనో యట్లే విధురుఁడయిన తరువాత నాతఁడు రోగపూర్ణుఁడైన సరే వార్ధక్య కంపమాన తనుఁడైనసరే యీ లక్షణములన్నియుఁ గల వీరేశలింగముగారైన సరే వితంతు సన్నిధానమున విజనస్థలినున్న యెడలఁ గాలస్థితిని బట్టి యపవాదమునకు లోనుగాకతప్పదు. సర్వసంగపరిత్యాగియగు వృద్ధయోగియు నట్టిదేయగు యోగినియు నొకచెట్టుక్రింద నడవిలో హృదయకశ్మలమైన లేకుండఁ బరమపవిత్రతాసంపన్నతచేఁ గాలము చేయఁగలరుగాని యపవాదను దప్పించుకొనఁ జాలరు. అది మాత్రము తప్పదు.

మేము శ్రీ పంతులవారిపై నేరముల మోపినవారిని నిందించువారము కాము. పంతులవారిపై నేరముల మోపినవారిని వృథగ స్తుతించువారము కాము. పంతుల వారెట్టి దోషమును జేసియుండలేదు. వారు దోషసహితులని వారిశత్రువులకుఁ బూర్ణమైన నమ్మకముగూడ నుండకపోవచ్చును. వీరి విరోధులందఱు దాదాపుగా వీరి శిష్యులే. వీరి పాదములయొద్దఁ గూరుచుండి విద్యనభ్యసించినవారే. వీరి నవతారపురుషునిగ గణించినవారే. వీరి వాక్యమును వేదవాక్యమువలె గౌరవించినవారే. వీరి యుత్తమగుణ సన్నిపాతమునకు శిరఃకంపనమొనర్చి వీరివలె నడచుకొనుటకుఁ బ్రయత్నించినవారే. వీరికి సంస్కరణ ప్రయత్నమున సర్వవిధములఁ దోడుపడినవారే. వీరగ్నిలో నుఱుకుడన్న నందరుఱుకుటకు సిద్ధపడినవారే. వీరి విగ్రహమును బూజించినవారే. అట్టి వీరి శిష్యులే యిప్పుడు వీరి కెదురుగ సాక్ష్య మిచ్చినవారు. దేశక్షేమమని తనకుఁ దోఁచినపనులందు నారతికప్పురమువలె హరించిపోవుచున్న శరీరము భార్యాలోపమున సగము జచ్చిపోయి యుండఁగ నిట్టి యపవాద మీయనపై రావలసినదా! వీరు దోషగంధలేశమైన నెఱిఁగిన వారని యెవ్వరైనను జెప్పఁగలరా! అట్టిచోనిట్టి సన్నివేశమేల సిద్ధింపవలయును? వీరి దోషము కాదు. వీరి పూర్వజన్మ కర్మదోషము! వీరి దుష్టదినమాహాత్మ్యము! అదియే కారణము. కాని మఱియొకటి కాదు. కానేరదు. ఇందువలన సంఘసంస్కర్తలయినఁ దెలిసికొనఁదగిన యంశ మొక్కటి యున్నది. అది యేదనఁగ :

మన ప్రయోజకతలు పనికిరావు. మనము స్వతంత్రులమని యనుకొనఁ దగదు. భాగ్యాభాగ్యములు మనచేతిలో లేవు. మన బుద్ధులు నిరుపయోగములు. మనము కర్మము చేతిలోని బొమ్మలము. ఎవనికెప్పుడేమి యవునో? యెవనికెవ్వఁ డేమి యగునో? యెప్పుడేది యెచట నెట్లు జరుగఁదగునో యెవ్వఁడెఱుంగు మనుజుతంత్రపాళి పనికిరాదు.

(రావుబహద్దూర్ కందుకూరి వీరేశలింగంపంతులుగారు అపరవయసులో ఒక అపవాదు ఎదుర్కొన్నారు. స్వయాన పంతులుగారి శిష్యులే - వారిని దేవునిగా కొలిచినవారే అయిన నాళం కృష్ణరావు, సత్యవోలు అప్పారావు, అయ్యగారి బాపిరాజు, టంగుటూరి శ్రీరాములు - వీరు పంతులుగారికి, మంగమ్మ అనే వితంతువుకు అక్రమసంబంధం అంటగడుతూ నీలివార్తలు ప్రచారం చేశారు. పంతులుగారి దృష్టి సంఘసంస్కరణ పైనే వుండి, స్వాతంత్ర్య సంగ్రామంపై, అందులో పాల్గొంటున్న

త్యాగధనులపై ప్రదర్శించిన అనాసక్తి ఆ యువకులకు ఆగ్రహం కలిగించింది. నాళం కృష్ణరావుగారు తమ మానవసేవ పత్రికలో పద్యరూపంలోనూ, టంగుటూరి శ్రీరాములుగారు తమ కార్లీలియన్ పత్రికలో వ్యాసాలరూపంలోనూ పంతులు గారిని అవమానపరుస్తూ రాశారు. దీనిపై పంతులుగారు రాజమండ్రి మేజిస్ట్రేట్ కోర్టులో పరువునష్టం దావా దాఖలు చేశారు. పంతులుగారు గెలిచి ప్రత్యర్థులకు శిక్షపడే అవకాశాలు మెండుగా వున్నాయి. టంగుటూరి ప్రకాశంపంతులుగారు తన తమ్ముడు శ్రీరాములుని కాపాడుకోవటానికి అప్పటికి కొన్నేళ్లక్రితం విడిచిపెట్టిన నల్లకోటుని మళ్లీ తొడిగారు. ఎంతో కష్టపడి, ఇంగ్లండులో జరిగిన ఏదో అడవా కేసుని ఉదహరించి తిమ్మిని బమ్మిచేసి తమ్ముణ్ణి రక్షించుకొన్నారు. తనకు ఎంతో ఆప్తుడైన వీరేశలింగం గారిపట్ల తన ప్రవర్తనకు ప్రకాశంగారు నొచ్చుకొన్నా తమ్ముడి కోసం అలా చేయక తప్పలేదు. చిలకమర్తి లక్ష్మీనరసింహంపంతులు కందుకూరివారి పట్ల ముందు కొంత అపోహపడి, అదంతా కూటసృష్టియని తరువాత తెలుసుకొన్నారు. పానుగంటివారికి కందుకూరివారిపట్ల అంతగా సౌమనస్యధోరణి లేకపోయినప్పటికి అంతటి పెద్దమనిషిని కుర్రవాళ్లు అలా బాధపెట్టడం అయనను కలచివేసింది. పర్యవసానమే ఈ వ్యాసరచన.

ఈ కేసు అక్టోబర్ 1913 నుండి మార్చి 1915 వరకు జరిగింది. కేసు రాజమండ్రి జాయింట్ మేజిస్ట్రేట్ కోర్టులో దాఖలయి, పెద్దాపురం డివిజనల్ మేజిస్ట్రేట్ కోర్టుకు బదిలీ అయి అక్కడే ముగిసింది.

పానుగంటివారు "లొట్టాబట్టీయం" అనే చిన్న ప్రహసనంలో గృహిణుల సంభాషణలో ఇలా రాశారు.

సుబ్బమ్మ : ఆఱవపడిలో మాఱుసమర్త యనునట్లు తుట్టతుద కా ముసలి యాయనపై నట్టివాదు పడినదేమి?

వెంకమ్మ : దుష్కాలము.

కామమ్మ : అది వాదు కానీ వాస్తవము కాదు. అట్టి సన్మార్గునిగూర్చి యన్యథా తలఁచుట తప్పు కావున నా ప్రశంస వలదు.

సాధారణగృహిణుల సంభాషణను ఇలా నడిపించడం ద్వారా పానుగంటివారు ఈ అపవాదుపట్ల తమ వ్యతిరేకతను వెల్లడిచేశారు.

ఈ సంఘటనకు సంబంధించిన వివరాలకు టంగుటూరి ప్రకాశం, చిలకమర్తి లక్ష్మీనరసింహం స్వీయచరిత్రలు, దిగవల్లి వెంకటశివరావు రచించిన "వీరేశలింగం – వెలుగునీడలు" చూడవచ్చు.)

దేశభాష

(పురాణపఠనము)

నవనాగరికతా ప్రభావమున మనవారు నిరుపయోగములని హేయములని త్రోచివైచిన పూర్వాచారములలో బ్రతిరాత్రి పురాణపఠన మొకటి. మన పూర్వులు– పూర్వుల దనుక నెందులకు – దాదాపుగా నిరువది సంవత్సరముల క్రింద వఱకు మనవారు సహితము భోజనానంతరమునఁ బ్రతిరాత్రి యందు నిట్టి పవిత్రాచారమును నిర్నిద్రదీక్షతోఁ బాటించెడివారు. అట్టిసమయమున నింటిలోని స్త్రీపురుషాదులు పురాణ పాఠకుని చుట్టునఁజేరి యాతఁడు చదువు కథాభాగమును శ్రద్ధాభక్తులతో వినుచుండెడి వారు. లోకమాతయగు సీతామహాలక్ష్మి లంకానివాసమున దుఃఖించినపుడు వీరు కూడా దుఃఖించుచు; శ్రీరామచంద్రభగవానుఁడు జగత్పావనియై తనయర్ధశరీరణి యయిన జానకిని గోలుపోయి యామైకై వెదకుచుఁ బంపాసరోవర తీరమునఁ గూర్చుండి తత్ప్రదేశ రామణీయకతను గాంచియు, సరోవర సరోజ సౌరభము నాఘ్రాణించియు, కలకలా రావము లిచ్చెడు జలవిహంగముల మధురధ్వనులు వినియు, “హా! జానకీ! యెచ్చట నుంటి”వని చుట్టునున్న పర్వతములట్టె కరగిపోవునట్లు బిగ్గఱగ నేడ్చినప్పుడు వీరుకూడా విలపించుచు; ధర్మరాజాదులు ద్యూతమున నోడి భార్యనుగూడ నొడ్డి పోఁగొట్టుకొని, యరణ్యవాసదీక్షాబద్ధులై పోవునప్పుడు, భీమార్జునులు కోపము పట్టఁజాలక దుర్యోధనాదులను దూషించినప్పుడు వీరుకూడ వారిని దిట్టుచు, భక్తశిఖామణియైన విదురుఁడు శ్రీకృష్ణభగవానుని బూజించినప్పుడు వీరు కూడా నా మహనీయునికిఁ జేతులెత్తి నమస్కరించుచు; యోగ్యతయందు, న్యాయమందు, సత్ప్రవర్తనమునందు నభిమానము, నాసక్తి, యాదరణమును గలవారగుచు; నయోగ్యతయందు, నన్యాయమందు, నసత్ప్రవర్తన మందు నసహ్యత, యనాదరణముఁ గలవారగుచుఁ బురాణపఠనమగు కాసంతసేపైన నుండెడివారు.

దుష్టులు శిష్టులు నెట్లుగా బాధింతురో, శిష్టులు వారు పెట్టుకష్టములు నెట్టి యోపికతో నెట్టి గాంభీర్యముతో సహింతురో, యసత్యమెట్లు పరాజయము నొందెనో సత్యమెట్లు దిగ్విజయ మొందెనో వీరు నిత్యమును వినుచుందురు. రాజనీతులు, వ్యావహారిక పద్ధతులు, సదాచారములు, పతివ్రతాధర్మములు, మత సంప్రదాయములు వేదాంతగోష్ఠు లనేకావృత్తులుగఁ దిరిగిపోవుటచే వాని సార మంతయు వీరి రక్తమునఁ

గలిసి ప్రవహించుచుండెను. సంసారమున నదిలేదు యిదిలేదని యేదియో యొక లోపముచే లేచినది మొదలుకొని తిరుగఁ బండుకొను వఱకు నేడువవలసిన గంటలలో నీ పురాణశ్రవణపుగంటయే మిగుల సార్థకమైనదిగ వారెన్నుకొనుచుండెడివారు. పురాణమును వినుటకుముందు వారి చిత్తము లెంత కలఁగియుండినను తచ్ఛ్రవణానంతరమున స్వచ్ఛములై నిష్కల్మషములై యుండెను.

మహామహుల మహాపదలముందు తమ స్వల్పాపదలను మఱచిపోవుచు వారట్టి కష్టావస్థలయందుఁ గనఁబరచిన సంభ్రమరాహిత్యమును గాంచి తమ తొందరపాటును దూరుకొనుచు నవతారపురుషులకే యటులైనప్పుడు మనలెక్కయేమి యని యొకవిధమగు నైచ్యమును బ్రాపంచికవిరాగతయు దృఢమగు దైవభక్తియు మనస్సున గుదురుపఱచు కొనుచుండెడివారు. ఇట్టియవస్థ వీరి కొక్కదినమునగాదు. కొంచెము హెచ్చుతగ్గుగ జీవించియున్న దినములన్నిటియందును - ఒక్కటైన పురాణపఠనమునగాదు-అనేక పురాణపఠనములందు-ఒక్కసారి పఠనమునగాదు-అనేక రువ్వులుదీరిన పఠనమందు[1] ఇట్లు వీరు నిర్మలహృదయములతో-దైవభక్తిపూర్ణహృదయములతో-రాత్రులు సుఖముగఁ బండుకొనునప్పుడు రాజకార్యధురంధరశిఖామణియగు నాంజనేయుఁ డమ్మవారికి శ్రీరామముద్రిక నిచ్చుచున్నట్లో, బాలకృష్ణుడు మోకాళ్లు భూమిపైనాని చేతులు ముందునకు బింకముగనుంచి చిన్నబొజ్జ కదలుచుండ ఱోలీడ్చుకొని ప్రాకుచున్నట్లో జన్మసార్థక మగునట్లు స్వప్నములఁ గాంచెడివారు. ఇట్టి బహుళోపయోగపావనమగు నీ ప్రాచీనాచారమునకును మన వారిప్పుడు "ప్రాచీనావీతి"[2] చెప్పినారు. మనవారి

---

1. వేదం నేర్చినవారు గురుకులవాసం ముగించిన తరువాత వల్లన చేసుకోవడానికి వీలుగా తాటాకుమీద బుక్కులను (వేదమంత్రాలను) రాసుకొంటారు. వేదాన్ని లిపిలో రాయడానికి పూర్వం నిషేధం వుంది. అందుకని బుక్కుల తొలిపదాన్ని, చివరిపదాన్ని గుర్తుగా రాసుకొనేవారు. అన్ని మంత్రాల తొలిపదాలను కలిపి రాసుకోవడంగాని, ధారణ చేయడంగాని చేసేవారు. దీనివలన మంత్రాల వరుసకూడా సరిగ్గా గుర్తుండేది. పూర్తిబుక్కునికాకుండా గుర్తుకోసం రాసుకోవటాన్ని 'రువ్వ' అంటారు. 'అనేకమార్లు చదువుట' అని యిక్కడ అర్థం.

2. యజ్ఞోపవీతాన్ని ఎడమభుజంమీదనుండి కుడివైపుకి వేలాడినట్లుగా వేసుకొనేపద్ధతి సవ్యం. మలమూత్ర విసర్జన సమయంలో యజ్ఞోపవీతాన్ని మెడలో వేసుకొని చెవికి చుట్టుకొంటారు. ఇది నివీతి లేదా తావళం. శ్రాద్ధకర్మలలో జంధ్యాన్ని సవ్యానికి వ్యతిరేకంగా అంటే కుడిభుజంమీదనుండి ఎడమవైపుకు వేలాడేటట్లు వేసుకొంటారు. ఇది ప్రాచీనావీతి. మంచివైన పూర్వపుఆచారాలను చంపేశామని పానుగంటివారి భావం.

కిప్పుడెట్టి స్వప్నములు వచ్చుచున్నవో వింటిరా? ఇంగ్లీషు వార్తాపత్రికలో టర్కీ బాల్కను యుద్ధవార్తలు చదివిచదివి పరుండుటచేఁ దనకొంప కాలినట్లే Reynolds నవలలు చదివి చదివి యుండుటచేఁ దనప్రక్కలోని భార్య నెవ్వఁడో యెత్తుకొనిపోయినట్లే స్వప్నములు గాంచుచున్నారు. కాంచి యేడ్చుచున్నారు. Sound Sleep లేదని సల్ఫోనెల్ (Sulphonel) పుచ్చుకొనుచున్నారు. ప్రాతయాచార మేలయుంచవలయునను పట్టుదల తప్ప వీరికి మరేమియు లేనట్టు కనఁబడుచున్నది. ఇట్టి పురాణపఠనమును బూడిదఁ గావించుటకంటె కర్తవ్యమేదియు లేదు కాఁబోలును? ఐహికాముష్మిక ఫలసాధకమగు దీనిని విడుచుకంటెఁ బురుషప్రయత్నము మేదియుఁ గానఁ బడదయ్యెఁ గాఁబోలు! ఈ యాంగ్లేయవిద్యాధురీణులలోఁ జాలమందికి నాంధ్రభాషాపాండిత్య మెటులున్న దనిన సుమతీశతకార్థభేదనమునకు బ్రౌణ్యనిఘంటువు సాహాయ్యము కావలసియున్నది. పోనిండు! ఉగ్గుపాలతో నలవాటయిన భాషలలో వీరి వాగ్ధోరణి యెటులున్నదనిన, “Life లో ups and downs మహ inevitable సుమండి” యనునట్లుగా నున్నది. వీరు దేశభాషాదూరులై చెడనేచెడినారు. వీరికై విచారించువారులేరు. విచారించిన లాభమును లేదు కాని వీరిపిల్లలను వీరు దేశభాషాజ్ఞానశూన్యులగునట్లు పాడుచేయు చున్నారు. ఇది మిగుల సంతాపకరము. ఇది మిగుల పాపకరము. “అబ్బే! తెలుగు ల్యాంగ్వేజిలో నేమున్నది. పురాణములన్నియుఁ బూటకములు బూతులండి” యని వీరు వీరిపిల్లల యొద్దననఁగ – వీరిపిల్లల భాషాభిమానమెటులుండును! తండ్రిచాయయే కొడుకుదికదా? కోతి కిచకిచలాడఁగ కోతిపిల్ల “కృష్ణకృష్ణా” యనునా? ‘అమ్మ’ ‘తాత’ యని యేభాషలోఁ బ్రప్రథమమున మాటలాడ మొదలుపెట్టితిమో ‘రామయ్యతండ్రి’ యని యేభాషలో నవసానదశయందాడి ప్రాణముల విడుతుమో యట్టిస్వభాషయందు మనకున్న గౌరవము, ప్రేమము, భక్తి యీలాగున నున్నప్పు డితరులకు దానియం దెట్లుండును? కావున మనతప్పు మనము తెలిసికొని మనపిల్లలనైనఁ గాపాడుదము. బుట్టదాఖలు చేయఁబడిన పురాణపఠనమును తిరుగ నుద్ధరింతము. ప్లాసీయుద్ధమున విజయమొందిన సేనాధిపతిపేరు చెప్పఁగలిగి కర్ణుడెవఁడో చెప్పలేని మన బాలురచే మన పురాణేతిహాసములను దఱచు చదివించి వారి కాంధ్రభాషాభిమానము, నాత్మగౌరవము, నన్యాయవర్తనపరాఙ్ముఖత్వము, నాపత్సహనపాటవము, నాత్మీయ మతాచారావలంబనాభిముఖ్యము ననంతకల్యాణగుణపరిపూర్ణపాదారవిందలగ్ననిశ్చల భక్తియోగమును గలుగఁజేయఁ బ్రయత్నింతము.

అది లేదు

(అనీబిసెంట్ (01.10.1847–20.09.1933) ఐరిష్ వనిత. మేడం బ్లావట్స్కీ రాసిన "ది సీక్రెట్ డాక్ట్రిన్" చదివి 1889లో థియోసాఫికల్ సొసైటి (దివ్యజ్ఞాన సమాజం) సభ్యురాలిగా చేరింది. 1907 నుండి 1933 వరకు ఆ సమాజానికి అధ్యక్షురాలు కూడా. భారతీయతత్వచింతనవైపు ఆకర్షితురాలై భారతదేశాన్ని స్వదేశంగా భావించింది. బ్రిటిష్‌వారు భారతీయులను అణచివేసే క్రూరవిధానాలకు చలించిపోయి, రాజకీయ ఉద్యమంలోకి ప్రవేశించి, భారతీయులకు స్వయంపాలనాధికారాన్ని యివ్వాలని హోమ్ రూల్ ఉద్యమాన్ని ప్రారంభించింది. ఇందుకోసం 'హోమ్ రూల్ లీగ్' అనే సంస్థనూ ప్రారంభించింది. జాతీయోద్యమంలో ఆమె నిర్వహించిన పాత్రకు కృతజ్ఞతగా భారత జాతీయకాంగ్రెస్, ఆమెను 1917లో జరిగిన కలకత్తా కాంగ్రెస్ మహాసభకు అధ్యక్షురాలిగా ఎన్నుకొని గౌరవించారు. అప్పుడే దేశమంతటా ఆమె గౌరవార్థం బిసెంట్ రోడ్లు, బిసెంట్ నగర్లు వెలిశాయి.

దివ్యజ్ఞానసమాజంవారు ' జగద్గురువు' అవతరించి, లోకాన్ని ఉద్ధరిస్తాడని నమ్మేవారు. దివ్యజ్ఞానసమాజ అగ్రనాయకులలో ఒకడైన లెడ్‌బీటర్ 1909లో జిడ్డు కృష్ణమూర్తిని జగద్గురువుగా గుర్తించాడు.

జిడ్డు కృష్ణమూర్తి (11.05.1895 - 17.02.1986) చిత్తూరు జిల్లా, మదనపల్లెలో నారాయణయ్య, సంజీవమ్మ దంపతుల ఎనిమిదవ సంతానం. లెడ్‌బీటర్ జి.కె.ని జగద్గురువుగా గుర్తించడంతో బిసెంట్ జి.కె.ని, అతని తమ్ముడు నిత్యానందనీ దత్తత తీసుకొని, లెడ్‌బీటర్ పర్యవేక్షణలో ఉంచింది. జగద్గురువు కార్యకలాపాలకు ఉపయోగపడే నిమిత్తం అపారధనరాశిని, ఆస్తులను విరాళాల రూపంలో ఆమె సేకరించింది.

లెడ్‌బీటర్ పర్యవేక్షణలో జి.కె. పెరుగుతున్న తీరుపై వదంతులు బయలు దేరాయి. అతడిని లైంగిక దురభ్యాసాలకు బీటర్ వినియోగించుకొంటున్నాడనే పుకార్లు గుప్పుమన్నాయి. నారాయణయ్య తన యిద్దరు పిల్లలను తిరిగి యిచ్చెయ్యమని బిసెంట్‌ను కోరాడు. ఆమె, ఆ వదంతులన్నీ గిట్టనివారు కల్పించిన దుష్ప్రచారంగా కొట్టిపారేసి,

పిల్లలను తిరిగి యివ్వటానికి అంగీకరించలేదు. నారాయణయ్య కోర్టు కెక్కాడు; గెలిచాడు. బిసెంట్ ప్రీవీ కౌన్సిల్‌కు అప్పీలు చేసింది. ఈ మధ్యకాలంలో పిల్లలకు మైనారిటీ తీరింది. కోర్టు పిల్లల అభిప్రాయాన్ని కోరింది. వారిద్దరూ బిసెంట్ సంరక్షణనే ఎంచుకొన్నారు.

ఈ గొడవ అనీబిసెంట్ గౌరవమర్యాదలను కొంత భంగపరిచింది. మత, రాజకీయరంగాలలో ఆమెప్రభ తగ్గనారంభించింది. ఆమెను మహామహిళగా పూజించిన వారే బాహాటంగా తిట్టనారంభించారు. 1911 నుండి 1917 మధ్యకాలంలో అనీబిసెంట్ ఎదుర్కొన్న గడ్డుకాలాన్ని, కోర్టుకేసుల సందర్భంగా జరిగిన అల్లరి నేపథ్యంగా పానుగంటివారు 1917లో సువర్ణలేఖ పత్రికలో రాసిన వ్యాసమిది.

1923లో జి.కె.ని జగద్గురువుగా ప్రకటించటం, 1925లో తమ్ముడు నిత్యానంద మరణం, 1929లో తాను జగద్గురువును కానని, సామాన్యమానవుడినని జి.కె. ప్రకటించటం, విరాళాల రూపంలో వచ్చిన స్థిరచరాస్తులను ఎవరివి వారికి తిరిగి యిచ్చెయ్యటం, ఆయన ఒక సంపూర్ణఆధ్యాత్మికచైతన్యవాదిగా, తత్వవేత్తగా పరిణమించడం - యీ వ్యాసరచన తరువాత జరిగిన సంఘటనలు.)

ఉత్తమమైన వివేచనాశక్తి మనుజులకుండుకున్న శక్తులలో స్తోత్రపాత్రమైనది. ఇప్పటి మనవారలలో నీ శక్తిఁగలవారు మిక్కిలి తక్కువగా నున్నారని చెప్పవలసి వచ్చినందులకు మిగుల విచారించుచున్నాను. నూటికట్టివారు పదుగురుండిన నుందురు గాక. మిగిలినవారు దానిని లేనివారు, దాని నుపయోగింపనివారునై యున్నారు. వీరు బుద్ధిహీనులని చెప్పవీలులేదు. వీ రనేకాంగ్లేయపరీక్షలలో దిగ్విజయపత్రికలను సంపాదించినవారే! ఉపన్యాసపీఠముల నిర్భీతిగ నిలువఁడి శార్దూలగర్జనమున జాముల కొలది నెట్టియెట్టి కఠినాంశములనైనఁ బూర్వపక్షరాద్ధాంతము లొనర్పశక్తిఁగలవారే! ఉపాధ్యాయపీఠముల నలంకరించి లొడితెడు బుడుతలను లోకోపకారక విద్యాపారీణతా సమన్వితులఁ జేయఁజాలిన మహాధీశాలురే-న్యాయసభలఁ గాలాంబరకవచధారులై, కాకిని గ్రద్దను, గ్రద్దను కాకినిఁ జేయఁజాలిన కర్కశతర్కవాగ్వాహినీ మహామంత్ర కలాపకళాగరిష్ఠులే! మహారణ్యమును భేదించి మార్గమును దీసినట్లు పరస్పరాసందర్భ వివిధసాక్షి వచనరచనాప్రచయమునఁ బరమార్థమును దీయఁజాలిన ప్రాథమిక న్యాయస్థానాసనాధిష్ఠాతలే! కోటులకొలఁది రాఁబడి రాఁగలుఁగు గొప్పగొప్ప సంస్థానము లందు పరిపూర్ణరాజ్యతంత్రనిర్వహణప్రబలపాండితీపటిష్ఠులగు ప్రధానులే! ఆంగ్లేయ దినపత్రికారాజములఁ జెరఁగి చెరఁగి చెలరేగి చిత్రచిత్రవ్యాసానువ్యాసవాదములఁ

జిత్తజల్లుగ వర్షింపఁజాలిన ధారాధరలేఖినీచాలనధురంధురులే! అయిననేమి? వీరిలోఁ జాలమంది వివేచనవిభవాభావులయియుండుట వింత. ఒక్క నిదర్శనము మాత్రమే యాలోచింతము.

శ్రీ యానిబిసెంటు దొరసానిగారు మనదేశమున నందఱకుఁ గృతపరిచయలు. తాతపేరు మరచినవారైన నీ తరుణీమతల్లిపేరు మరువరు. తండ్రి తద్దినకాలమందైన నొక పావుగంటసేపు పవిత్రాగమమంత్ర శ్రవణభారమును సహింపలేని సంభ్రమ సంయుక్తస్వభావులయిన నామెయుపన్యాసకాలమందు భోజనసౌఖ్యముల మఱచి గంటల కొలఁది యామె "పృధులప్రాంచన్మనోరంజనా యత గంభీర నిరర్గళక్రమసుధా భాత్యద్భుతాస్తోకవా। గ్వితతోనిర్మప్రచయోద్ధఘుంఘు మఘుమో ద్వేలాయతోద్ఘోషలన్॥" దేహమంతయు నొక్కటే చెవిఁజేసికొని కదలకుండ మెదలకుండఁ జచ్చినట్లు గూర్చుండి వినెడివారు[1]. ఇండ్లలోని రాధాకృష్ణప్రతిమలకు సంజీవాంజనేయమునకు[2] సంవత్సరమున కైన నొక్కమొక్కు మ్రొక్కిన పాపమెఱుఁగని విగ్రహారాధన విద్వేషులయిన నామెవిగ్రహము నకు సాష్టాంగనమస్కారములు పదేపదే చేసినారు. ఆనిబిసెంటుగారి వాక్యమునకున్న ప్రమాణగౌరవ మాగమవాక్యమున కీ యార్యావర్తమున లేదు. ఇట్లీమెను మన్నించి, గౌరవించి, ప్రార్థించి, పూజించినవారు సామాన్యజ్ఞానసహితులగు పామరజనులా? కాదు. ఋష్యశృంగునివలె తలలకుఁ గొమ్ములు వచ్చినవారు. గౌతమమహర్షికివలె నఱకాళ్లగన్నులున్నవారు[3]. కార్తవీర్యార్జునిఁవలె సహస్రబాహులుగలవారు. ఆర్యావర్త మహారత్నములు! భరతఖండ తేజోనిధులు! బుద్ధివైశద్యబృహస్పతులు! ఈమె శారదాపరావతారమని యీమెకాళులఁ గన్నుల కద్దుకొనిన వారిప్పటికున్నారు. ఈమె భరతఖండవర్ధనమునకై యవతరించిన పరమతేజస్సని కొలిచిన వారిప్పటికున్నారు.

---

1. పానుగంటివారి ప్రాణమిత్రుడు, పిఠాపురం హైస్కూలు ప్రధానోపాధ్యాయుడైన కూచి నరసింహంకు అనిబిసెంటు ఉపన్యాసధోరణి చాలా యిష్టం. మద్రాసు అడయారు క్లబ్బులో ఒకసారి ఆమె ఉపన్యాసాలను ఐదురోజులపాటు ఏర్పాటుచేశారు. కూచివారు పానుగంటివారిని వెంటబెట్టుకొని ఐదురోజులూ ఆమె ఉపన్యాసాలకు హాజరయ్యారు.

2. హనుమంతుడు సంజీవనీ పర్వతాన్ని అరచేతిలో పెట్టుకొని, ఆకాశమార్గాన వస్తూ ఉన్నట్లుండే సంజీవాంజనేయ పటం ఆస్తికులైనవారి యిళ్లలో ఒకప్పుడు కనబడుతూ ఉండేది. ఈ పటం ఉంటే వ్యాధులు దరిచేరవని నమ్మకం. సంజీవని అన్ని శారీరక రుగ్మతలకు విరుగుడు. ఆంజనేయుడు భూత పిశాచ రాక్షసాదులకు భయంకరుడు. అందుకే ఆ పటాన్ని యిళ్లలో ఉంచుకొనేవారు.

సీతామహాదేవి పాదముల యొద్ద మారుతి గూర్చుండునట్లు మహాభక్తితత్పరులై యొడలు ముడుచుకొని తలలు వంచుకొని యర్ధనిమీలితనేత్రులై యొదిగి యడఁగిమడఁగి నిరంతరధ్యాననిష్ఠాగరిష్టతాపరవశత్వమున నీమెపాదములయొద్దఁ దదుపన్యాస కాలమందు గూరుచుండిన వారిప్పటికున్నారు. తమ్ముల కన్నముపెట్టక, యక్కసెల్లెండ్ర నాదరింపక యొక్కపైస పోయిన హోరుహోరున నేడ్చు కృపణశిరోమణులును, గాశీపాఠశాలానిర్మాణమహాపుణ్యకార్యమునకుఁ గాసులసంచులు వర్షించిరి[4]. ఆమె నార్యావర్తాదృష్టదేవతగ భావించి బ్రహ్మరథమును గూడఁ బట్టిరి.

వారే-అట్టివారే-అట్లు చేసినవారే-ఆమె పూజారులే-ఆమె దాసానుదాసులే-యిప్పుడు-శరపరంపరలుగ వడగండ్లవానలుగ బుంఖానుపుంఖములుగ-ఓ! హద్దు పద్దు లేక-విచ్చలవిడిగ-వచ్చిన కల్పనలురాని మనోద్దండతతో దూషించుచున్నారు. “She has got only the gift of the gab but in other respects she is nothing" అని యొక్క మహానుభావులు పలికిరి. గంగాతరంగనిర్ఘోష నీకాశమని మొన్నమొన్నఁ

---

3. షడ్దర్శనాలలో న్యాయదర్శనకర్త అయిన గౌతమునికి కాళ్లల్లో కళ్లు ఉన్నాయని అక్షపాదుడని పేరు. ఆ పేరు రావడానికి మూడు కథలు ఉన్నాయి. 1) నిరంతరం న్యాయదర్శనాన్ని చింతిస్తూ ఉండే గౌతముడు అలా ఆలోచిస్తూ నడుస్తూ చూసు కోకుండా పల్లంలో పడిపోయాడట. కాళ్లకి కూడా కళ్లు ఉంటే అలా పడేవాడిని కాదుకదా అనుకొన్నాడట. అందుకని నిక్‌నేమ్‌లాగా అక్షపాదుడు అని పేరు వచ్చిందట. 2) ఎప్పుడూ ఆలోచనలో నిమగ్నమై తలవంచుకొని నడుస్తుండేవాడట. చూపు ఎప్పుడూ పాదాలపైనే ఉండటంతో అక్షపాదుడని పేరు వచ్చిందట. 3) ఒక శిష్యుడు ఏదో అపరాధం చేయగా “నీ మొహం చూడను” అని కోపంతో పలికాడట. శిష్యుడు అనుగ్రహం చూపుమని వేడుకోగా, గౌతముడు పాదాలకు కళ్లు కల్పించుకొని, ఆ కళ్లతో శిష్యుణ్ణి చూసేవాడట. అందుకని అక్షపాదుడని పేరు. గౌతముడు కాకుండా భృగుమహర్షికి అరిపాదంలో కన్ను ఉందని పురాణకథనం.

4. 1893లో చికాగోలో జరిగిన సర్వమత సమ్మేళనానికి హాజరైన అనీ బిసెంట్, అక్కడి నుండి నేరుగా భారతదేశానికి వచ్చి కాశీలో నివాసం ఏర్పరచుకొన్నది. 1896 నుండి ప్రయత్నం మొదలుపెట్టి 1898లో కాశీలో ‘సెంట్రల్ హిందూ స్కూల్’ని స్థాపించింది. సెంట్రల్ హిందూ కాలేజ్ పేరుతో యిప్పటికీ ఆ విద్యాసంస్థ బెనారస్ హిందూ విశ్వవిద్యాలయం ఆధ్వర్యంలో పనిచేస్తున్నది. విద్యలో భారతీయత ఉండాలని అనీ బిసెంట్ ఉద్దేశం. బ్రిటిషిండియా నలుమూలల నుండి ధనికులు యీ పాఠశాల నిర్మాణం కోసం విరాళాలు యిచ్చారు.

జెప్పఁబడిన యామె వావదూకాతావైభవమిప్పుడు "Gab" క్రిందదిగినది! దివ్యజ్ఞాన నిధియనియు, సత్యావతారమనియు, దేశోద్ధరణబద్ధకంకణయనియు, నమృతస్వరూపిణి యనియు, నఖిలజనాజ్ఞానవిధ్వంసినియనియు, జన్మతారకజంగమమోక్షలక్ష్మియనియు, ననేకసహస్రముఖముల నాసేతుహిమాచలపర్యంతము స్తుతిపాఠములను బ్రార్థనా శ్లోకములను బడసిన యామె నాల్గురోజుల క్రిందట "Nothing" లోనికి జరజర జారినది. ఎందుచేత? ఆమె యేదియో తప్పు చేయబడినట్లు భావింపఁబడుట చేత. ఆమె తప్పుజేసియేయుండినయెడల నేలదానిని జేయవలసివచ్చెను? ఆమె మనమందఱ వలెనే మనుజజన్మమెత్తిన దగుటచేత. మనుజులమగు మనమందఱ మసత్యమాడని వారమేనా? ఆమె యసత్యమే యాడియుండినయెడల నంతయామెయే యసత్యమేల యాడవలయునని మీరంద ఱామెను దూషించుచున్నారా?" "అంతయామె యింతయామె" యని ముందేల యనుకొనవలయును? ఆమె యపరోక్షజ్ఞాన నిక్షేపమని ముందు మిమ్మనుకొని గంతులువేయుమన్నవారెవ్వరు? ఇప్పుడు మనయందఱవలెనే మాయాతిరోహితాత్మ జ్ఞానశూన్యయని కత్తులు నూరుమన్నవారెవ్వరు? అసత్యమాడినదని యిప్పుడామెను గలపుపోటులు పొడవుమనినవారెవ్వరు? దేవతాంశసంభూతయని ముందు తెయితక్క లాడుమనినవారెవ్వరు? మానుషికప్రమాదదోషసహితయని యిప్పుడు కొఱకొఱలాడు మన్నవారెవ్వరు? ఆమె తప్పేచేసియుండిన యెడల నామె తప్పుచేయుట గాదు. ఆమె ప్రమాదరహితమైన పరమస్వచ్ఛమైన పరబ్రహ్మతత్త్వమని మనమనుకొనుట తప్పు. ఆమె వేదాంతవిద్యావిగ్రహమని యామెబండిని బుజముల మీఁదఁ బెట్టుకొని మీరు లాగినప్పుడు - నామె సర్వమానవులవలెనే ప్రమాదయుక్తయగు కేవల మనుజకాంతయే. మిథ్యావాదినియని యాయెవిగ్రహమును సహితము మీగోడల నుండనీయక వీథిలోఁ బారవైచినప్పుడుకూడ నామె కేవల మనుజకాంతయే.

లోపము మనదైయుండ దూషణ మామె కేల? మనలో రూపాయకుఁ బదునైదణాలవంతు జనమునకు వివేచనశక్తి లేదు. ఎవ్వరో విదేశమునుండి వచ్చి చకచకలాడించిన యెడల మన మెంత విద్యావంతులమయిన సరే! వెకవెకలాడుచు వెఱ్ఱిమొగములతో వారి ననుసరింతుము. ఇది మనస్వభావములో స్తంభప్రతిష్ఠనొందిన ప్రధానలోపము. మనము జదివినవిద్యలు కేవల ముదరపోషణార్థమై యుపయోగింపఁ బడుచున్నవి. కాని బుద్ధిస్వాతంత్ర్యవృద్ధికై యుపయోగింపఁబడుట లేదు. అధీతవిద్యా కలాపముతోఁ దలలు నిండినవి కాని హృదయములు నిండలేదు. ఈతను గూర్చిన పాఠము ముఖస్థమైనది కాని యీత కరస్థము కాలేదు. కాళిదాసు షేక్స్పియరు మొదలగు

కవులగ్రంథములలోని పాత్రముల ప్రకృతులెట్టివో నిద్రనుండి లేపి మనల నడిగినట్లైనఁ జెప్పఁగలము కాని యనుదినమును గన్నులు దెరచి మనము చూచుచుండు జనుల ప్రకృతుల నిర్ణయింపలేము. విద్యాజ్ఞానతీర్థము విద్యాజ్ఞానతీర్థముగనే–అనుభవప్రసాద మనుభవప్రసాదముగనేయున్నది. జ్ఞానము లేదు. అనుభవము లేదు. చదువు లేదు. చర్య లేదు. నేర్చినవిద్య ననుభవములోఁబెట్టి రాపాడించి రాపాడించినఁగాని వివేచన (Judgement) కలుగదు. అంతవఱకు మనలోఁ జాలమంది కోపిక లేదు. వేళ లేదు. సప్లిమెంటల్ ప్రతివాది జ్ఞానముతో న్యాయవాదికి సంతఖర్చు జరుగుచుండఁగా "కాస్‌తీటా సైన్‌తీటా" చిలుకపలుకులతో గణితశాస్త్రజ్ఞునకుఁ గడుపు నిండుచుండఁగా "సల్ఫ్యూరెట్టెడ్ హైడ్రొజను"తో సయిన్సు బియ్యే క్షామబాధను దప్పించుకొనుచుండగా, "బర్బారాసిలారెంటు"తో న్యాయశాస్త్రబ్రహ్మచారికిఁ బ్రక్కలోనికిఁ బెండ్లాము దొరుకు చుండగాఁ జదివినవిద్యల ననుదినమును నెమరునకుఁ దెచ్చుకొని యాజ్ఞానమును జర్యలో నుపయోగపరచి నడువడినిఁ గట్టుదిట్టపరచుకొని అధీతస్వల్పగ్రంథజన్యజ్ఞాన సహాయ్యమున నత్యంతవిపులమైన బాహ్యప్రపంచగ్రంథమును నంతకంటె విపులతరమైన యాంతరప్రపంచగ్రంథమును బట్టుదలతోఁ జదివి బుద్ధికి స్వాతంత్ర్యమును, వెన్నెముకను నిర్ధారణశక్తిని సంపాదించుకొను మహాకష్టమును జనులు పడవలసిన యావశ్యకత యేమున్నది? మన కిదివఱకుఁ గలిగిన విద్యలవలన గ్రొత్తయంశములు గ్రొత్తపద్ధతులు గనిపెట్టుట లేకపోయినఁ బోనిండు. గుంటయేదో, లొడు గేదో; తులసి యేదో, కుక్కపొగా కేదో; గృహదీప మేదో, కొఱవిదయ్య మేదో నిర్ణయించుకొనుటకుఁ దగినంత బుద్ధిస్వాతంత్ర్యమైన సంపాదించుకొనకపోయిన పిమ్మట స్వభాషల నెంగిలి లంఘనములచే పస్తుపెట్టి యితర విద్యల నీనాములనమ్మి నేర్చుకొనిన లాభమేమియో బోధపడకున్నది. గ్రంథస్థజ్ఞాన మెంతయైన మనకున్నది. మనలోఁ జాలమందికిమాత్ర ముండఁ దగినదేదో - అది లేదు. ఎందుకొఱ కీవిద్యలో–అది లేదు. "Our present grievance does nto seem to be the want of taste but of common sense" అని అడ్డిసను చెప్పినట్లు కొంచెము హెచ్చుతగ్గుగ మనస్థితి యున్నది.

పురాణపఠనము

ఆంగ్లేయభాష నేర్చిన హేతువుచేత నాంగ్లేయపద్ధతులు నాంగ్లేయ మర్యాదలు హృదయమందు నాటుటచేత నాంగ్లేయనాగరకతాప్రభావ మాపాదశిరఃపర్యంతము రక్తమందుఁ బ్రవహించుటచేత నాంగ్లేయస్వరూపస్వభావచేష్టానుకరణమే మహోఘనత యనుకొనుటచేత మనము చిరకాలమునుండి బుద్ధిపూర్వకముగ నిరాదరించి తృణప్రాయముగ విసర్జించిన మన పూర్వాచారములలోఁ బురాణపఠన మొకటి. కొలఁదికాలము క్రిందట ప్రతిగ్రామమమందు రామభజన చేయు చావడిలోనో, మఱ్ఱిచెట్టు క్రింద వేయఁబడిన మట్టితిన్నెపైననో, మునసబుకరణముల రచ్చసాలలోనో రాత్రి యెనిమిదిగంటల సమీపమున బ్రాహ్మణులు, నబ్రాహ్మణులు, వృద్ధులు, బాలురు, పురుషులు, స్త్రీలు, సావకాశముగాఁ గొంతసేపు కూరుచుండి నిష్కల్మష హృదయములతో నిశ్చలదీక్షతోఁ బురాణము వినుచుండెడివారు. ప్రత్యక్ష బాహాట పాంచాలశయ్యలతోఁ బౌరాణికుఁడు గంభీరకంఠస్వరముతో నట్టి నిశ్శబ్దసమయమున భారతమో రామాయణమో భాగవతమో సార్థముగాఁ బఠించుచుండఁగా నాయాకథా సందర్భముల ననుసరించి నవ్వువారు, నేడ్చువారు, వీరావేశమొదవువారు, దుష్టులను దూషించువారు, శిష్టులను భూషించువారు, కృష్ణాకృష్ణాయని తాత్కాలికభక్తితో నఱచువారునై పురాణసభ యంతయు నొడలు తెలియని పవిత్రానుభవములో నోలలాడుచుండెదిగదా! అట్టి దినములేవి? అట్టి గ్రామములేవి? అట్టిపురాణకథకులేరీ? అట్టి మనఃస్థితులేవీ? మన పూర్వనాగరకతతోబాటుఁ మన సుదినములతోఁబాటు నవికూడఁ బూర్వపక్షములైనవా? అవికూడాఁ బూర్ణానుస్వారములయ్యెనా? ఆహా! ఎంతకష్టము!

ఉదయము మొదలు సాయంకాలమగువఱకుఁ బ్రతిజనమునకేదో కాంక్ష. ఏదో దేవులాట. ఏదోచిక్కేకద! ఒక్క గడియసేపైన నిశ్చలముగ నీశ్వరధ్యానము చేసికొనుట కవకాశము లేదుకదా! కుండలో బియ్యము నిండుకొన్నవనియో, పరిపాలకుఁడగు ప్రభువుమొగ మెఱ్ఱఁబడినదనియో, కన్నపుత్రునియొడలు వెచ్చఁబడిన దనియో, పరశురామకటాక్ష మింటిపైకి వచ్చినదనియో[1], విడిఖైదుకై యప్పులవారు తనపైకి "వారంటు" తెచ్చిరనియో, యెందులకో – మఱెందులకో – జాగ్రదవస్థలో

1. పరశురామ కటాక్షం, పరశురామప్రీతి అనే జాతీయాలకు యిల్లు తగలబడటం, అగ్ని ప్రమాదం అని అర్థం.

నందఱు పాదుషా మొదలుకొని పకీరు వఱకు – లోలోపలనో, కూనురాగముతోనో బావురుమని పైస్థాయిలోనో యేడువవలసినవారేకద! వారిని గొట్టియో, వీరిని దిట్టియో, హస్తలాఘవముచేతనో, కనుకట్టుచేతనో, దౌర్జన్యముచేతనో, దైన్యముచేతనో, యేలాగు ననో యొకలాగునఁ బగలెల్లఁ గాలక్షేపమగుచున్నది. బ్రదుకునకై ప్రాకులాడు టిట్లందఱకు సహజముగా నున్నదేకద !

ప్రాణయాత్రకొఱకు పడుచున్న యీపాటులతోఁ బగలు వ్యర్థమైనట్లే రాత్రికూడా వ్యర్థమైన యెడల బ్రతుకంతయు వ్యర్థమగునని యెంచి మనపూర్వులు పవిత్రమైన నీ పురాణపఠనమర్యాదను స్థాపించిరి. ఇందువలన నొక్కసారి సారూప్య సామీప్య సాలోక్య సాయుజ్య మోక్షములు కరతలామలకములగునని వారి యభిప్రాయము కాదు. అసంతుష్టమగు మనస్సునకు–సంతతాశోపహతమగు మనస్సు నకు–కష్టపరంపరలందు గడగడలాడు మనస్సునకు – పుణ్యకార్యములందు దీక్షలేని మనస్సునకు–దుర్నీతిపైఁ గప్పదాటులు వేయు మనస్సునకు–ఒక గడియ సేపైన–పురాణకాలక్షేపము జరుగు రవ్వంత సేపైన–సంతుష్టి–శాంతి–ధైర్యము–సత్కార్యాచరణాభిలాష–దుష్కార్యచింతా దూరత–కలుగుటకై యిట్టి సదాచారము పూర్వులచే నియమింపఁబడి యుండవచ్చును. ఏడవమాసము చూలుజాఱిపోయిన యిల్లాలు పురాణపుఁజావడికిఁబోయి కన్ననూర్గుఱు కొడుకులు కాటఁగలిసిపోయిన గాంధారిచరిత్రమును విని కాసంత శాంతినొందదా? పొఱ్ఱుతెగక కఱ్ఱయొకరు రోఁకలి యొకరు చేతఁబుచ్చుకొని యొకరి పైనొక్కరుంకింప సమకట్టిన సోదరులు కురుక్షేత్రయుద్ధగాథ ప్రత్యక్షముగా జరుగుచున్నట్లున్న మఱ్ఱిచెట్టు తిన్నె పైకిఁబోయి యీర్ష్యలను వదలి కఱ్ఱలను కత్తులను మూలఁబాఱవైచి యంతకంటె హానికరములగు 'కోర్టులను' విసర్జించి సమంజసముగా సామరస్యముగఁ దగవులను జక్కఁగఁ జేసికొనుట కూహముగలవా రగుదురుకదా! చక్కనిచుక్క నెక్కడనో చూచి దానినెటులైన సంగ్రహించుకొనివచ్చి సౌఖ్యవారాశి నోలలాడవలయునని యుఱ్ఱూట లూరుచుండు కాంతాలోలుఁడు రావణాసురునిగతిని రచ్చచావడిలో విని రవంతసిగ్గును బుద్ధిని, నీతిని దెచ్చుకొని ప్రవర్తింపఁ బ్రయత్నించునుగదా! ఇటులే–ఇటులే తామే గొప్పవారు కారు, తమకంటె గొప్పవారనేకులున్నా రనియుఁ, దామే బుద్ధిమంతులు కారు తమకంటె బుద్ధిమంతులనేకులున్నారనియుఁ దమవే కష్టములు కావు తమకష్టముల కంటె సహస్రగుణము లధికములగు కష్టములు పూర్వులకుఁ గలవనియు, నట్టివారట్టి కష్టములలోఁ దమవలె డిల్లపడక, పేలిపోక, యేడ్వక, సహనబుద్ధితో, శాంతితో, ధైర్యముతో, బుద్ధినిశ్చలత్వముతో నా కష్టముల నెదుర్కొని వానితో నూపులాటలు,

రాపిళ్లు పడిపడి పౌరుషమును వదలుకొనక తనువు ప్రపంచమునందు, మనస్సు భగవంతునియందు లగ్నము చేసి కష్టములను బాసి కృతార్థులైరనియు బురాణ శ్రవణమున జనులు నేర్చుకొందురు ఇదిగాక రాజనీతులు, సేవకనీతులు, వ్యవహార నీతులు, పతవ్రతాధర్మములు, వైరాగ్యపద్ధతులు, మతసంప్రదాయములు, కర్మభక్తిజ్ఞాన రహస్యములు, మోక్షమార్గములు–ఇఁకనెన్నో వారి హృదయములఁ బ్రవేశించును గదా! స్వల్పములగు తమసంసారకష్టములను మఱచిపోయి గుడుగుడు గుంచములాడు తమచిత్తములను విశాలము చేసికొని సత్యాసత్యములనడుమఁ దప్పటడుగులను వేయు తమబుద్ధులను దిద్దికొని హృదయశాంతిని గొంతవహించి యాపదలలో సహనబుద్ధి యుంచుకొనవలయునని స్వల్పదీక్షనుబూని సంతుష్టమనస్కులై ప్రశాంతముగాఁ గొంత ప్రాపంచిక వైముఖ్యము నొందిన హృదయములతోఁ బురాణమైన పిమ్మట యింటికేగి సుఖముగా నెడఁజేయివైచికొని వారు నిద్రింతురు. అమ్మవారికి హనుమంతుఁడు శ్రీరామముద్రిక నిచ్చుచు రామభక్తిచే నా భక్తశిఖామణి యొడలు తెలియక తాండవించు చున్నట్లో – ఆగడము నివారించుట కమ్మకట్టిన ఱోలీడ్చుకొని పోవుచున్న శిఖిపింఛ శిరోభూషణుఁడైన వెన్నముద్దకృష్ణునో, ఆహా! జన్మములు కృతార్థములగునట్లు వారు స్వప్నములఁగాంచి మహానందమున దైవనామస్మరణతో మేల్కాంతురుకదా!

మనలోని పూర్వవిద్యావంతులు నాగరకతకలవారు కారనియు, నెంతసేపు స్వలాభమునకై విద్యనేర్చినవారేకాని, పరోపయోగమునకై విద్యాప్రదానము చేసినవారు కారనియు, నసూయాపరులనియు, నధమజాతులవారి యజ్ఞానమును బోఁగొట్టుటకుఁ బ్రయత్నించినవారు కారనియు నిప్పుడొక్కనింద వారిపైఁ గలిగినది. రాత్రిపాఠశాలలు పెట్టి యిప్పుడట్టిజాతులవారి యజ్ఞానమును బోఁగొట్టఁ గొందఱు ప్రయత్నములఁ జేయుచున్నారు. రాత్రిపాఠశాలలను క్రొత్తయేర్పాటిప్పుడు కల్పించితిమని మనవారను కొనుచున్నారు కాఁబోలు! మన పూర్వులకుఁ బురాణపఠనశాలలే యామినీపాఠశాలలు. ప్రతి గ్రామములోనున్న సర్వజనులే–జాతివయోలింగభేదము లేకుండా పాఠశాలలోని శిష్యులు. పౌరాణికులే గురువులు. పురాణములే పఠనగ్రంథములు. కాని యిప్పటి నిశాపాఠశాలలోవలె, ఏ, బి, సీలు పూర్వపాఠశాలలో మనవారు బోధింపలేదు. ఏబిసీలే చెప్పవలెనన్న మాటయేమి? అవి చెప్పిననేకాని విద్యకాదా? మనదేశస్థితి కనువైన విద్యను మనవారు బోధించిరి. మన జాతీయమహావీరుల చరిత్రలు మనకు బోధించిరి. మన జాతీయమహాపతివ్రతల కథలను మనకు బోధించిరి. ఇంతకంటె నేమి యుపదేశింపవలయును? సంతుష్టికంటె సౌఖ్యము లేదని చెప్పిరి. ధర్మమే జయించునని

యుపదేశించిరి. సత్యవ్రతముకంటె వ్రతము లేదని యుద్ఘాటించిరి. వ్యసనసప్తకమును వివర్జింపుమని చెప్పిరి. అంతరశత్రువులను నిర్జింపుమని శాసించిరి. ప్రపంచము మిథ్యయని సూచించిరి. ఇంద్రియనిగ్రహమునకుఁ సాధనముల నుపన్యసించిరి. భక్తివలనఁగాని జ్ఞానమువలనఁగాని మోక్షము ప్రాప్తించునని యానతిచ్చిరి. ఇంతకంటెఁ గావల్సిన బోధమేమున్నది? ప్రపంచమున సద్గుణ గరిష్ఠుడై యుండవలసిన వానికిఁగాని ప్రపంచమును వదలి యోగనిష్ఠుడై యుండవలసినవానికిఁగాని యింతకంటె బోధనమేమి కావలసియున్నది? ఇఁక నాంగ్లేయభాష రాని లోపమేమున్నది? వారి సారస్వతముఁగాని తదితర మహాజాతుల సారస్వతములలోఁగాని యింతకంటెఁ బ్రబలబోధము లేమున్నవి? ఇంతకంటె మహత్తరాదర్శము లేమున్నవి? ఒక్కయసత్య మాడలేక రాష్ట్రమును వదలి యడవులపాలై యష్టకష్టములఁబడి లేనిఋణము తీర్చుటకై భార్యను దాసిగా నమ్ముకొని తన్నుఁ జండాలునకు విక్రయించుకొని యేకపుత్రమరణమును లక్ష్యపెట్టక తప్పెఱుఁగని భార్యను జేతిమీఁదుగ ఖండించుటకుఁ సిద్ధపడిన సద్గుణనిధియైన సాహసఖనియైన సత్యావతారమైన హరిశ్చంద్రునివంటి మహాపురుషుఁ డితరప్రపంచసారస్వతము లన్నిఁటిలో నెందఱున్నారో యెఱుఁగరా? ఏకాదశీవ్రతమున కొక్కదినమైన భంగము వచ్చుట కిష్టపడక కన్నయొక్కకొడుకును గత్తితో గఱక్కున వ్రేయుటకు సిద్ధపడిన సాహసశాలి, ప్రబలదీక్షాదక్షుఁడు భగవత్పాదారవిందనిశ్చలభక్తియుక్తుఁడగు రుక్మాంగదునివంటి మహామహుఁ డుద్భవించుటకు మన యార్యావర్తదేశమే తగును గదా! అట్టి దేశమునఁ బుట్టిన మనము–అట్టిజాతిలోఁ బుట్టిన మనము–ఇప్పుడేమిటి చేయుచున్నాము? పురాణపురుషులు వట్టి Fools అనుచున్నాము. తత్పవిత్రచరిత్రములు తలతోఁకలేని తప్పుడుకథ లనుచున్నాము. పురాణములు కట్టుఁగట్టి మూలఁ బాఱవైచినాము. వానిని జదువఁదగదు. విశ్వసింపఁదగదు. స్పృశింపఁదగదు. ఇంతతో స్వదేశాభిమానము, స్వభాషాభిమానము, స్వజాత్యభిమానము సంపూర్ణదశకు వచ్చినవి. ప్రాఁతపీఁచుకాకితములపైఁ బరువడివ్రాసిన 'పరమదయాకర' యను పద్యమునకు 'బ్రౌను' నిఘంటువు సాహాయ్యమునైన నర్థము విడకున్నది. ఎవరికి? షెల్లీకి బ్రౌనింగు నకు సునాయసముగా వ్యాఖ్యానమొనర్పఁగల యాంగ్లేయ శారదావతారములకు – క్లైవెవ్వరిని యడుగ నాతనిచరిత్ర మామూలాగ్రముగఁ దెలుపఁగల చరిత్రజ్ఞాననిధులైనఁ గర్ణుఁడెవ్వరని యడుగఁ గ్రిందుమీఁదగుచున్నారు. 'మార్లో' వ్రాసిన నాటకములేవనఁగ గ్రుక్కద్రిప్పక చెప్పఁగలవారైన మాలతీమాధవీయ మెవరు వ్రాసినారని యడుగ మాటలాడ లేకున్నారు. ఆంగ్లేయభాషాసారస్వతములోఁ బాండిత్యము సంపాదించుకొనఁగూడదని నాయభిప్రాయము కాదు. సంపాదించుకొనవలసినదే. శక్తివంచనము లేకుండా

సంపాదించుకొనవలసినదే. ఎప్పుడు? మన జాతీయమహాపురుషుల చరిత్రములు మనము తెలిసికొనిన పిమ్మట–మన జాతీయమహాకాంతామణుల మహోత్కృష్ట చారిత్రములను మనము తెలిసికొనిన పిమ్మట - ఐహికాముష్మిక సౌఖ్యప్రదములైన మన యితిహాసములలోని, పురాణములలోని, కావ్యములలోని జ్ఞానామృతమును గ్రోలిన తరువాత - అంతేకాని అరుంధతిమగఁడెవరో మన మెఱుఁగకపోయిన తరువాత "హెన్రీ ది యైతు" కెందఱు భార్యలో దెలిసికొననేల? చిత్రకూటపర్వతమున జాబాలి చేసిన బోధమునకు శ్రీరామచంద్రమూర్తి యెట్లు ప్రత్యుత్తరమిచ్చినాఁడో మనకుఁ దెలియక పోయినప్పుడు Plato's Dailogues తలక్రిందుగ నప్పజెప్పిన నేమి వినియోగము? శ్రీకృష్ణుఁడు ధృతరాష్ట్రసభలో రాయబారపుఁబలుకు నెంత సందర్భముగా, నెంత సమీచీనముగా, నెంత మధురముగా, నెంత యుక్తియుక్తముగాఁ బలికెనో యెఱుఁగని మనకు పార్లమెంటులో Gladstone గారి Budget speech వచోవిధేయమైయున్ననేమి? మనపూర్వదేశస్థితినిగూర్చిన గ్రంథములు మనకు మొదటఁ గావలయును. మన పూర్వనాగరకస్థితినిగూర్చిన గ్రంథములు మనకు మొదటఁ గావలయును. మన జాతీయ తత్వముతోఁ జేరిన గ్రంథములు మనకు శాంతి, శమము మొదలగునవి బోధించు మన జాతీయసారస్వతమును వదలినపిమ్మట జాతిలో నైకమత్యముండుట కవకాశ ముండునా? ఆత్మగౌరవాదిసద్గుణపరంపర యధికముగనుండుట కవకాశ ముండునా? ఆత్మగౌరవము తగ్గినప్పుడు పరగౌరవము తగ్గుట యాశ్చర్యమేమి? జాత్యైకమత్యమునకు జాత్యభివృద్ధికి దేశాభిమానమునకు పురోభివృద్ధికిఁగావలసి యున్నది పురాణపఠనము.

అట్టి పవిత్రములగు పురాణములఁ జదువక రాత్రి భోజనమైనపిమ్మట Mail పత్రికారాజమును దీసికొని దానిలోని యుద్ధవార్తలను దీక్షతోఁ జదువుచున్నాము. లేనియెడల మిగులనాత్రముతోఁ జలింపనిదృష్టితో Reynold's Novels జదువు చున్నాము. చదివి చదివి నిద్రించుచున్నాము. పక్కలోని భార్యను దొంగలెత్తుకొని పోయిరనియో, పైనుండి 'బాంబు' పడుటచే నిల్లు కాలిపోవుచున్నట్లో కలలఁగని యేడ్చుచు లేచుచున్నాము. పురాణశ్రవణమైనపిమ్మట శాంతచిత్తులమై సౌఖ్యముగ నిద్రించి స్వప్నములో జానకీజానిచరణారవిందములఁ జూడవలసిన మనము దిక్కుమాలిన జర్మనుల శవములను జూచుచున్నాము. దురదృష్టము! పురాణశ్రవణ పఠనాదులను మానివైచిన మనకింతకంటె మంచిగతి కలుగునా? మన దేశమున కింతకంటె నున్నతదశ గలుగునా? మన భాష కింతకంటె మహాపదవి కలుగునా?

ఆంధ్రోద్యమము ప్రబలియున్న యీ దినములలోనైన స్వరాజ్యపరిపాలన విషయకములగు నధికారము లవి కావలయు నివి కావలయునని వాదులాడుకొను నీ దినములలోనైన భాషాభివృద్ధిమాట నెవ్వరు తలపెట్టకుండనున్నారే! జాతీయభాషా గ్రంథపఠనమునుగూర్చి యెవ్వరును ముచ్చటింపకుండనున్నారే! వింత! భాషాభివృద్ధి యైనఁగాని దేశాభివృద్ధి యెక్కడిది? భాషాగ్రంథపరిజ్ఞానము బహుళముగా నధమ జాతుల కందఱకు వ్యాపించినఁగాని పరిపాలనాతంత్ర మేమిసొగసు? అట్లొనర్చుటకుఁ బురాణపఠనముకంటెఁ బ్రబలతరసాధన మేమున్నది? కావునఁ బ్రతిగ్రామములో వీథి పురాణము లారంభింపవలసియున్నది. ఆ స్థలమున కన్ని జాతులవారు రావలసి యున్నది. వ్యాసవాల్మీకివసిష్ఠవిశ్వామిత్రాదిఋషులు మనకిచ్చిన యమూల్యధన నిక్షేపమును సోదరులమగు మనమందఱము విచ్చలవిడిగాఁ బంచుకొనవలసియున్నది. 'పంతులుగారూ! మీ కుమారుఁ డేమిచదువుచున్నాఁ'డని యడుగ '1st Form ప్యాసయినాఁ' డన్నమాట యనక 'భారతము చదువుచున్నాఁ'డని ప్రత్యుత్తర మెప్పుడు వచ్చునో యప్పుడు దేశమున కదృష్టదినము లారంభమైనవని గ్రహించుకొన వలయును. భాష యడుగంటిన నేదేశమునకైన నిదివఱకదృష్టము పట్టినదా? ఇఁకముందు పట్టునా! వీథిపురాణములకుఁ బోలేనివారింటిలోఁ బురాణశ్రవణ మొనర్పవలయును. అప్పుడు దేశమునకుఁ బూర్వమహోన్నతదశ గలుగును. అప్పుడు పూర్వసంపదలు సిద్ధించును. పూర్వసంపదలు వచ్చుట సందేహమందురా? సంపదలను దలపైఁ దన్నిన సంతుష్టి వచ్చును. ఎటులైననేమి?

పురాణపఠనము

పెద్దన తరవాతి ప్రబంధకవులు

పెద్దన ప్రథమ ప్రబంధనిర్మాత. తరువాతి ప్రబంధకవులలో రామరాజ భూషణుని మొదలుకొని పెద్దన ననుసరింపని వారెవ్వరును లేరు. మనుచరిత్ర పిల్లలు కొన్ని, పిల్లలపిల్లలు కొన్ని, మేనల్లురుకొన్ని, మేనమామ బిడ్డలు కొన్ని, ప్రతిబింబములు కొన్ని బయలుదేరినవి. పెద్దనకు కొడుకుండెనట. అతడు జీవితకాలమున నేమి చేయునని రామరాజభూషణునిభార్య పెద్దనభార్య నడిగెనట. శ్లేషకవిత్వమునైన చెప్పుకొని బ్రతుకునని పెద్దనభార్య ప్రత్యుత్తర మిచ్చెనట. రామరాజభూషణుని భార్య సిగ్గుపడెనట. ఇట్లుండగా వసుచరిత్రములోని శ్లేషలు అనేకు లనుకరించిరి. అది కవిత్వ మనియే యిప్పటికి అనేకుల యభిప్రాయము. రసగ్రహణము కలిగి కవితాస్వభావ మెఱిగిన కొందరి యభిప్రాయము మఱియొకలాగున నున్నట్లు వినుచున్నాము. ఎటులైన నేమి పిల్లవసుచరిత్రలు, పిల్లపిల్లవసుచరిత్రలు తుపాకిరవ్వలవలె, అచ్చుగ్గుద్దిన ప్రతులవలె బయలుదేరుటవలన నెంత గందరగోళమైననైనది.

ప్రబంధములలో దప్పకుండ యిరువదిరెండు వర్ణన లుండవలెనని కొందర మతము. పందొమ్మిదితోనే సరిపుచ్చవచ్చునని మరికొందరు. ఎటులైననేమి ఈ వర్ణనలన్ని యుండితీరవలసినవి. బ్రహ్మవిష్ణుశివమూర్తులయు, వారిభార్యలయు వర్ణన, వినాయకుని వర్ణన, బ్రహ్మక్షత్రియవైశ్యశూద్రులవర్ణన, పుష్పలావికలవర్ణన, కుకవినింద, షష్ఠ్యంతములు, సతివిరహవర్ణన, చంద్రమన్మథవాయుమధుపాదులవర్ణన, వేటవర్ణన, నాయికానాయక సమావేశము, విదూషకునిచే సమావేశపరుపబడుట, వారిద్దరు చేసిన సంభోగవర్ణన, ఒక్క సంభోగము సరిపోవుననుకొంటిరా? చాలదయ్యా, పునారతివర్ణన, అక్కడ నుండి నిత్యవిధిసంభోగవర్ణన, సుతులు గలిగినయెడల సుతవర్ణన, తరువాత మంగళము, తరువాత గద్య, ఇది ముందు, అది వెనుక, అది వెనుక ఇది ముందు - ఇటుల యీ వర్ణన లన్నియు నుండవలెను.

వసుచరిత్రకారుని కవితను గూర్చి: ఇతని పద్యములు కొన్ని చిత్రమైన శ్లేషలు గలిగియున్నవి. ఇతడు మంచిగాయకుడు. ఇతని పద్యముల నిప్పటికి తాళములు వైచుచు, కీర్తనలవలె పాడువారు కొందరున్నారు.

ఆ జాబిల్లి వెలుంగు వెల్లికల డాయన్ లేక రాకానిశా
రాజశ్రీసఖమైన మోమున బటాగ్రం బొత్తి యెల్గెత్తి యా
రాజీవానన యేడ్చె కిన్నరవధూరాజత్కరాంభోజ కాం
భోజీమేళవిపంచికారవ సుధాపూరంబు తోరంబుగన్[1]

సురభి మాధవరావుగారు[2] వసుచరిత్రకు దాసులు. ఈయన వసుచరిత్రకారుని పద్యములకు పద్యములు వ్రాసినాడు. 'ఆ జాబిల్లి'యను పద్యమునకు పాఠాంతర పద్యమును జెప్పినాడు. "నాయిక యేడ్చె భూపాలరాగంబునన్" అని చెప్పినాడు. అనగా తెల్లవారగట్ల పాడు భూపాలరాగమని యర్థము. భూపాలుని యందలి నిర్వ్యాజమైన ప్రేమయని భావము. అందుచేత వెనుకటి పద్యముకంటె మాధవరావుగారు బాగుగా మెరిగించినాడని కొందరి యభిప్రాయము. కవికూడ నట్లే సంతోషించి యుండెను. అట్లు మెరిగించుట లేదుగాని తరిగించుట మాత్రమే జరిగినది. ఏల యందురా, కాంభోజీరాగము ఏడ్పున కర్హమైనరాగము. పద్యమున రోదనవర్ణనార్హమైన రాగము నాత డుంచినాడు; కాని మాధవరావుగా రీయంశమును తెలియలేక భూపాలరాగమని ఫిరాయించారు. అది ఏడ్పురాగము కాదు. భూపాలరాగము తెల్లవారగట్ల పాడదగినది. ప్రభువులను నిద్రనుండి లేపుటకు ఉపయోగింపబడును. నిద్రలేచి నరముల యుద్రేకముతో ఉత్సాహముగ నుండుటకు భూపాలరాగ మక్కరకు వచ్చును; కాని

---

1. గిరికాదేవి విరహాతిశయంచే వెన్నెలను తట్టుకోలేక పున్నమినాటిచంద్రుని పోలిన తన ముఖమునకు పైటకొంగు హొత్తిపట్టి, కిన్నెరపడుచుల చేతులలోని కాంభోజిరాగం పలికే వీణాస్వనంవంటి స్వరంతో గొంతెత్తి రోదించింది. (వసుచరిత్ర, 4-52)

2. 17వ శతాబ్దంలో మహబూబ్‌నగర్ జిల్లాలోని జటప్రోలు సంస్థాన (కొల్లాపుర సంస్థానమని నామాంతరం) పాలకుడు. ఇంటిపేరు సురభి. ఎలకూచి బాలసరస్వతిని ఆదరించి, పోషించి తన తండ్రికి అంకితంగా భర్తృహరి శతకత్రయాన్ని అనువదింప చేశాడు. తాను స్వయంగా వసుచరిత్రకు అనుకరణగా చంద్రికాపరిణయం అనే ప్రబంధాన్ని రాశాడు. ఇది "నీరసప్రబంధ"మని, "సుఖంలేని కవిత్వం" అని ఆరుద్ర, "రామరాజభూషణుని వసుచరిత్రమునకు దాదాపు సాటి రాగలిగిన రసిక జనమనోభి రామమయిన రచన" అని శేషాద్రిరమణ కవులు అంటున్నారు.

ఏడ్పునకు బనికిరాదు. అందుచేత సురభి మాధవరావుగారి యేడ్పు దొంగయేడ్పు. ఈ సందర్భమున రామరాజభూషణుని మరియొక పద్యమును వినుడు:

వాలారుం గొనగోళ్ల నీవలసతన్ వాయించుచో నాటకున్
మేలంబైన విపంచి నిన్న మొదలున్ నీవంటమిం జేసి యా
యాలాపంబె యవేళ బల్కెడు ప్రభాతాయాత వాతాహతా
లోలత్తంత్రుల మేళవింపగదవే లోలాక్షి దేశాక్షికిన్[3]

నాటరాగస్వరము స, గ, మ, ప, ని, స, స, ని, పమగస. దేశాక్షి మీద గీతమే చెప్పెదను. మగరిమగరిస, సనిధసారి, మగరిసనిధప, ధధపమగరిగ, గపధపధప, ధనిసనిధ సారి; దేశాక్షి భూపాల వంటిదే. దేశాక్షి పల్కెడుదానికి బదులుగా నాట బల్కుచున్నది. ఇందువలన తెలియదగిన దేదనగ, ఆనాటి వీణలకు మెట్లు ఏరాగమున కారాగము సద్దుకొనదగినవే[4]. ఇప్పటి వీణలకు కదలని మెట్లు యెట్లో యొకట్లు. కానీ యీ చిత్రమేమి! గాలిచే తీగలు కదలినంతమాత్రమున నాటరాగము పల్కుటే. చేతపట్టుకొని శ్రుతితీగలను తంబుర తీగలను వాయించుచు ఆయా మెట్లు నుంకించి నొక్కినగాని పల్కునా. విరుద్ధముగా లేదా? అదేమి మాట? మహతి యను వీణ 'ఓం' అని పల్కెడిది కాదా యని యాక్షేపింతురా?[5] గాలిచేత తీగ గదలిన యెడల రాగము పల్కుటరుదుగాని ధ్వనియగుట కేమి? రామరాజభూషణుడు ఇట్లు వ్రాసి యుండెనేమి?

---

3. పానుగంటివారు ఈ పద్యం విషయంలో ఆదమరచారు. ఇది అల్లసాని పెద్దన పద్యం (మనుచరిత్ర, 3–57). వరూధినితో చెలికత్తె పలికిన మాటలు. "ఓ సఖీ! నిన్న మధ్యాహ్నము నాటరాగం వాయించడానికి వీలుగా వీణను సవరించి పెట్టావు. అప్పటి నుండి నీవు దానిని అంటకపోవడం చేత ఇవాళ ఉదయపుగాలికి తంత్రులు కదలి ఆ నాటరాగమే పలుకుతున్నది. ఈ సమయానికి తగినట్లు వీణను దేశాక్షి రాగానికి మేళవించు" అని అర్థం. ఈ పద్యం రామరాజభూషణునిదని పానుగంటి ఒకటికి రెండుసార్లు చెబుతున్నారు. 'ప్రమాదో ధీమతామపి' అని సరిపుచ్చుకోవాలి. ఆనాటి పాఠకులెవరైనా ఈ పొరపాటును ఎత్తిచూపారేమోనని ఈ రచన పడిన సంచిక తరువాతి ఐదు సంచికల వరకు చూసినా లాభం లేకపోయింది.

4. తంజావూరు నాయకరాజులలో మూడవవాడు రఘునాథనాయకుడు రాగానికి అనుగుణంగా మెట్లు సవరించే వీణను సంస్కరించి, మెట్లు స్థిరంగా ఉండేటట్లు, ఏ రాగాన్నైనా ఆ వీణ మీద వాయించేటట్లు రూపొందించాడట. అందుకే మెట్లు స్థిరంగా ఉండే వీణను 'రఘునాథమేళ' అంటారట.

5. నారదుని వీణ మహతి మీటకుండానే నిరంతరం 'ఓం' అని పలుకుతుందట.

అతడు గాత్రజ్ఞుడేకానీ జంత్రజ్ఞుడు కాడేమో యని యనుకొనవలసి వచ్చినది. శ్లేషార్థములలో నితని వర్ణనాశక్తిని గూర్చి చెప్పుదును. స్త్రీ తొడలను వర్ణించుచు పద్యము చెప్పినాడు.

సతియూరుద్యుతిఁ జెందఁ బూని నిజదుశ్చర్మానోదక్రియా
రతి బాధోలవపూరితోదరములై రంభేభహస్తంబు లు
న్న తరిన్ వీఁడె మరుద్విభూతిఁ గదళిన్ ద్వగ్దోష మా చంచలో
ద్ధతశుండాతతి బాయదయ్యె నదెవో తద్వైరమూలం బిలన్

(వసుచరిత్ర, 2-37)

ఇందులోని గాథ యేమనగా, కదళీవృక్షము, కరితుండము, గిరికయొక్క తొడలతో పోలుటకై తపము చేసెను. ఎందుకు? కదళికి, తుండమునకుగల దుశ్చర్మము పోవుటకై. గాలి తాకుట వలన అనగా మరుద్విభూతి వలన కదళికి ఊరుసామ్యము సిద్ధించినది. అదిగాక మరుద్విభూతి యనగా దేవతావైభవము చేతనని భావము. ఇట్టి గాలితాకుడు వలనగాని, దేవతాప్రాభవము వలనగాని తుండమునకు దుశ్చర్మము వదలలేదు. కదళివిషయమై దుశ్చర్మమనగా పైదొప్పలు, తుండము విషయమై బొల్లి, కఱకుదనము, ముడుతలు. కదళి తపస్సున కృతార్థత నొందినది; కాని తుండ మట్లు కాలేదు. అందుచేతనే తుండము కదళితో వైరపడెను. అదియే వాటి వైరమునకు మూలమని కవి సెలవిచ్చినాడు. ఇదియేమయ్యా, సతితొడ లెట్లున్నవో చెప్పక తుండము అరటిచెట్లను పీకివేయుచున్నందులకు కారణము జెప్పినావు. తొడలు అరటిబోదలవలెను, తుండమువలెను నున్నవనుమాటయే కానీ అందుకు భేదమేమైన నున్నదా? ఈ మాత్రము దానికీ పద్యమెందులకు?

స్వైరవిహారధీరలగు సారసలోచన లున్నచోటికిన్
బోరున లాతివారు చనఁ బూనినచో రసభంగ మంచు నే
జేరక పూవుదీవియల చెంతనె నిల్చి లతాంగిరూపు క
న్నారఁగ జూచి వచ్చితి నవాంబురుహాంబక నీకుఁ దెల్పఁగన్

(వసుచరిత్ర, 2-55)

స్వతంత్రలైన స్త్రీలు (సారసలోచనలు) ఉన్నచోటికిన్ బోరున లాతివారు. చప్పున అనగా సెలవడుగకుండ పైవారు–ఇచ్చట 'బోరున' యన్నది ప్రాసము కొరకు– వచ్చిన యెడల రసభంగమగునట. అనగా వారి కింతవరకున్న సంతోషము, సుఖము భంగమగునని యర్థము. అదిగాక 'రస' అనునక్షరములు భంగమగునట; అనగా

సారసలోచనలు అన్న దానిలో 'రస' పోయినయెడల సాలోచన లగుదురని భావము. ఆఁ! ఎవ్వరు వీరు చెప్పుమా యని యాలోచనభావమున స్త్రీలుందురని కవి యభిప్రాయము. అట్లు వారి కిబ్బందిగా నుండు నని చేయక నేనే పూలచెట్లు మాటున డాగి లతాంగిరూపు గంటిని. పూవుదీవియలలో ఆమె యొకపూదీగెగనుక లతాంగి యని విశేషణము బాగుగా నున్నది. రూపు అనగా మంగళసూత్రము గాదు. రూపు కన్నెలు ధరించునది. అందుచేత నీ సతిపై నీ పెండ్లియాస అడియాస కాదని విదూషకుడు వసురాజాబహద్దూరుతో బల్కెను. ఆవురావురని వేచియున్న యా యబ్బెరాసితో గ్రంథారిగానివలె [6] పెండ్లియైతేనా, అని యెగిరెగిరిపడి స్త్రీరోగాబాధాకరునితో కొంచెము హెచ్చుతగ్గుసముడగు వసురాజుతో జెప్పెను. ఇతని కవిత్వమార్దవము చూపుటకై రెండు మూడు పద్యములు :

చెలికత్తెలు ఇంకను వసురాజు రాలేదని యాతురతతో గిరికకు నివేదించిన పద్యము.

> ఇన్నగరాజు జూడ వసుధేశ్వరు డెన్నడు వచ్చు, వచ్చి యీ
> క్రొన్నన తీవజొంపముల కోనకు నెన్నడు డిగ్గు, డిగ్గి యీ
> కన్నియ గన్నులార కుతుకంబున నెన్నడు గాంచు, గాంచి తా
> నెన్నడు గారవించు చెలు లెన్నడు గాంతు రభీష్టసంపదల్ [7]

ముంటికి కత్తి, కత్తికి కంప, కంపకు రొట్టె, రొట్టెకు ముండ, ముండకు డోల్, డోల్‌బజా అని అనకాపల్లి బులుసు పాపయ్యశాస్త్రిగారి [8] ముక్తపదగ్రస్తాలంకారోదాహృత

---

6. తోలుబొమ్మలాటలో వచ్చే ఒక హాస్యపాత్ర గ్రంథారిగాడు. జనవ్యవహారంలో గంధోళి గాడయ్యాడు. హాస్యం పేరుతో బూతును గంధోళి ద్వారా పలికించి ప్రజలను ఉల్లాసభరితులను చేస్తారు తోలుబొమ్మలాటవాళ్లు. అవకతవక ఎడ్డిమడ్డి గోలకు గంధోళిగాడు ప్రతీక.

7. ఈ పర్వతరాజమును (కోలాహలపర్వతము) చూడటానికి వసురాజు ఎప్పుడు వస్తాడు! వచ్చి ఈ పూతీవెల కోనలో ఎప్పుడు దిగుతాడు! దిగి గిరికాకన్యను కళ్లార ఎప్పుడు చూస్తాడు! చూసి ఎప్పుడు మన్నిస్తాడు! చెలుల కోరికలు ఎప్పుడు తీరుతాయి! *(వసుచరిత్ర, 3-42)*

8. ఈ ఉదాహరణ పానుగంటి కల్పితమై ఉండాలి. అదేమి గ్రహచారమో కానీ పానుగంటికి పిఠాపురాస్థానకవులలో చాలామందికి పడదు. సూర్యారావు, వారి తండ్రి గంగాధర రామారావు హయాంలో ఉన్న గొప్పపండితుడు బులుసు పాపయ్య.

గద్యశ్రాద్ధమువలె నుండక ఈ పద్యము మిగులసొంపుగా నున్నది. ఇట్టిదో, ఇంతకన్న మిన్నయో అగు నొక్క పద్యము చెప్పెదను.

ఏమేమీ జగతిన్ గఠోరములు శైలేంద్రంబు లౌఁగా తదీ
యామేయస్మయభేది యంతకుఁగఠోరాకారుఁ డౌనే కదా
యా మేటిన్ ధృతి వాసి చూపులనె యూటాడించువా రెంతవా
రో మీనేక్షణ తా నెరుంగదె తదారూఢ ప్రభావోన్నతుల్[9]

ఓహో! రామరాజభూషణా! శేషునిశిరస్సు వంపవలసిన పద్యము జెప్పితి వయ్యా, ఇంత మృదులత, ద్రాక్షాపాకము నీ సొమ్మేనయ్యా, మహాకవీ!

నాళీకాకరతీరసారకదళీ నారంగపూగావళీ
పాళీవాసిత మైన కోనఁ గని యాబల్గోనలోఁ గానలో
లాళి ప్రేరకరత్నకోరిక మయూరాళీసమాలీఢ మౌ
కేళీధామము గంటి భూరమణ యాకేళీనివాసంబునన్[10]

ఇతడు బహుప్రశస్తకవి. అయిననేమి? పనికిమాలిన శ్లేషములకై బోయి యేమో యైనాడని చెప్పవలసి వచ్చినది.

(భారతి, నవంబర్ 1934)

శాస్త్రజ్ఞానము, లౌక్యప్రజ్ఞ సమానంగా ఉన్నవారు. బులుసువంశం అనాదిగా విద్వద్వంశం. అందుకే బలుసులేని శ్రాద్ధమా? బులుసులేని యజ్ఞమా? అనే లోకోక్తి ఏర్పడింది. ఈ వ్యాసరచనా కాలానికి వారు స్వర్గతులు.

9. ఈ భూమియందు మిక్కిలి కాఠిన్యముగలవి పర్వతములు. ఆ పర్వతాలకు ఉన్న అపరిమితమైన గర్వం పోగొట్టిన ఇంద్రుడు అంతకంటే కఠినుడై ఉంటాడు కదా! అట్టి కఠినులుకూడా చూపులతోనే లొంగదీసుకొని ఉఙ్ఞూతలూగించేవారు ఎంతటివారో కదా! ఆ చూపుల ప్రభావాన్ని గిరికాదేవి ఎఱుగదా!

10. ఓ రాజా! ఆ సరస్సు ఒడ్డున ఉన్న మంచిఅరటి, నారింజ, పోకచెట్ల సమూహముచే పరిమళింపచేయ బడుతున్న ప్రబలమైన ఆ కోనలో, ఝుంకార గానం చేస్తున్న తుమ్మెదలకు ఉల్లాసం కల్పిస్తున్న రత్నమయములైన మొగ్గలనుండి వస్తున్న కిరణాలు వ్యాపించియున్న కేళీగృహాన్ని చూశాను. *(వ.చ. 2-29)*

ప్లేటో అరిస్టాటిలులకు వాదోపవాదములు

(వ్యాసుని మాధ్యస్థ్యము)

ప్లేటో: నా శిష్యుడవైయుండియు నా నిర్వచనము తప్పనుటకు సాహసించితివిగా!

అరిస్టా: అనవలసి వచ్చినప్పుడు తప్పదయ్యా! సోక్రటీస్ చెప్పినవి కొన్ని సరిపోవని నీకు తోచుటచేత నీ కల్పనలు కొన్ని వానికి జేర్చి అవియన్నియు సోక్రటీసే చెప్పినట్లుగా నీవు ప్రకటింపలేదా? "అవి నా యభిప్రాయము లెంత మాత్రము కావయ్యా" అని సోక్రటీస్ నీ యెదుట, అనేక జనసంఘము నెదుట, ప్రత్యక్షముగా ఘోషింపలేదా? అంతకంటె నేను జేసినది తప్పా గురూజీ! నేనేమంటి ననగా, కవిత్వస్వభావము కేవలమనుకరణము. ప్రపంచమును కవిత్వమను అద్దములో ప్రతిఫలింపజేయుటయే కవితాప్రయోజనము. వర్ణ్యవస్తువు దృష్టవస్తువువలెనే ఉండవలయును. కవిత్వమునకు, చిత్రలేఖనము నకు చాల సామ్యమున్నది. ప్రపంచమునకు బొమ్మ గీయుటయే చిత్రలేఖకునికి వృత్తి. సరిగా నదియే కవియొక్క వృత్తికూడను. చిత్రలేఖకుడు లొట్టిపిట్ట కుచ్చులతోను, రంగులతోను స్వప్రయోజనమును నిర్వహించుకొనును. కవి చిత్రములైన మాటలతోను, శబ్దార్థాలంకారములతోను తన వృత్తిని నిర్వహించు కొనును. తన కవిత్వమువలన వినువారికి సంతోషముగలిగిన సరే, దుఃఖము గలిగిన సరే, నీతిగలిగిన సరే, అవినీతిగలిగిన సరే, ప్రపంచమున కచ్చుగ్రుద్దు టయే అతని పని. మరి నీవేమందువయ్యా!

ప్లేటో: నీదంతయు తప్పందును. కవిని నీవు నిర్జీవమైన ఛాయాగ్రాహియంత్రమును జేసిపారవేసినావు. కవికి భావనాశక్తి, కల్పనాశక్తి ముఖ్యములు. అవి అతనికి ప్రాణములు. ప్రపంచపుబొమ్మను జూచి సరిగా బొమ్మ గీయుటయే కవికి కార్యమైనపుడు భగవంతు డతనికిచ్చిన కల్పనాశక్తి యుపయోగమేమున్నది? ఆతడు కల్పింపవలెను. ఆతడు భావింపవలెను. ఇదివఱకున్న దానిని భావించు టయే భావనాశక్తి ప్రయోజనము కాదా. నీ వీ రెండుశక్తులను యీడ్చివేయుటకు బ్రయత్నించినావు! అవి నీ వ్రాతలవలన బోవునవి కావయ్యా!

అరిస్టా: నీవు నా అభిప్రాయమును కాదంటివి కాని, నీదేదో చెప్పవేమి ?

ప్లేటో: కవిత్వమునకు ప్రపంచముతో సంబంధముండగూడదు.

అరిస్టా: అయ్యయ్యో! ప్రపంచములోనున్న కవి కవిత్వము జెప్పునపుడు ప్రపంచసుఖ దుఃఖములు లేకుండజేయుట సాధ్యమగునా? అత్తరులను జేయువాని వృత్తి నవలంబించుచు, ఎక్కడను వాసనగొట్టుట పనికిరాదని అనగనెట్లు? పాటలు పాడుకార్య ముద్యమించినగాయకుని ధ్వని కాగూడదని నిరోధించుట తగునా?

ప్లేటో: నీ బుద్ధిహీనమైన మాట లావలబెట్టుము.

అరిస్టా: బుద్ధిగలిగినవాడవు నీవు చెప్పరాదా!

ప్లేటో: చెప్పెదను. ప్రపంచము కష్టభూయిష్ఠమని అందరొప్పుకొనినదేకాదా. వానిని విడనాడి సౌఖ్యపడుటకే అందరు మార్గములను జూచుచున్నారు కాదా. ఆ మార్గములను, వాని విభేదములను చెప్పుటయే కవిత్వము.

అరిస్టా: ఆ పని వేదాంతము చేయుచున్నది కాదా. అందులకు కవిత్వ మెందులకయ్యా!

ప్లేటో: రా! అలాగున దారిలోకి రా! కవిత్వము గణబద్ధమైన వేదాంతము. "Poetry is the versified philosophy of life" అని నా మతము. సరిగా నీమాటలే నీవనినట్లు నాకు జ్ఞప్తియున్నది. ఇప్పుడు పెదదారి ద్రొక్కెదవేల?

అరిస్టా: ఎప్పుడంటినో, యేసందర్భమున నంటినో నాకు జ్ఞప్తిలేదు.

ప్లేటో: పోనిమ్ము. సాదీ ఏమని చెప్పినాడో, యెఱుగుదువా?

జహా, అయిబిరాదర్, నమానద్‌బక్‌కస్, దిలంద రెజహాఫరీన్ – బందోబస్ మకున్‌తెక్యబర్ముల్కె, దుస్యాఒపుష్త్ కెబిస్యార్‌కస్పాతొా పర్వర్దొకుష్టఛో ఆహంగేరఫ్‌తన్‌కునద్‌జాన్ యేపాక్‌చెబర్ తఖ్తొముర్దన్, చబర్‌రూర్‌యెఖాక్.

సోదరుడా! ప్రపంచ మొకనికొఱకు నిలువబడునా? మనస్సును భగవంతునందు గట్టిగా లగ్నమొనర్పుము. ప్రపంచసంబంధమైన సుఖరాజ్యభోగభాగ్యాదులను ఎంతమాత్రమును నమ్మకుము. ఏలననగా నీవంటివారి ననేకులను అది హతమార్చినది. స్వచ్ఛమైన ప్రాణి స్వర్గయాత్రకు బయలుదేరునప్పుడు, సింహాసనముపై జచ్చిననొక్కటి – భూమిమీద జచ్చిననొక్కటియు గాదు. ఇది దానికర్థము.

ప్రపంచమును విడువు–విడువు–విడువుమని చెప్పినాడు– దేనితో జెప్పినాడు– కవిత్వముతో జెప్పినాడు. ఇంకను ప్రపంచమును గూర్చి యుండవలెనని నీవు చెప్పుటేల?

అరిస్టా: అందుచేత కవిత్వ మెప్పుడు మతముతో-

ఇంతలో నొకడు మహాతేజశ్శాలి, కమండలధారి, జటాధారి, దాడీవాలా, మృగచర్మధారి, పింగాక్షుడు, ద్రాఘిష్ఠస్వరూపుడు, అసితదేహమున విభూతిని ధరించి అచ్చట దిగెను, 'నమస్తే! నమస్తే!' యని వ్యాసమహర్షిని వారు గౌరవించిరి.

ఇద్దరు: తమరాకకు గారణమేమి ?

వ్యాసు: ఇద్దఱు మాటలాడుకొను మాటలు రహస్యములై ఉండవలెనే! అట్లుగాక మీ కేకలు నా తపోభంగ మొనర్చుటచేత ఇక్కడనేమి జరుగుచున్నదోయని వచ్చితిని.

ప్లేటో: గురుశిష్యులమైన మా కొక్కవిషయమున తగవు గలిగినది. మీరు పెద్దలు. తీర్పు చెప్పదగుదురు. మిమ్ము మాధ్యస్థముగా నంగీకరించితిమి. ఏమీ అరిస్టాటిల్!

అరిస్టా: అది నాకును సమ్మతమే.

అప్పుడు వారి కిదివఱకు గలిగిన వాదప్రతివాదములు వ్యాసమహర్షికి నివేదించిరి. ఆయన విని నవ్వెను.

వ్యాసు: ఇంతయేనా? ఈ మాత్రమున కింత రాద్ధాంతపూర్వపక్షములేల? ప్లేటోగారూ! మీ మాటలు సత్యమే. బాబూ, అరిస్టాటిల్! మీ మాటలు సత్యమే.

ప్లేటో: అదెట్లు? వాద మన్నతరువాత ఏదియో ఒక్కటి సత్యము, మరొక్కటి యసత్యము కావలెనుగాదా!

వ్యాసు: అది అట్లుండనక్కఱలేదయ్యా! రెండును సత్యములు కావచ్చును, రెండు నసత్యములు గావచ్చును. మహాతార్కికుడవే!

ప్లేటో: మా వాద విషయమట్టిది కాదు.

వ్యాసు: అట్టి విషయమును జూచుకొంటిరి. నేనందుల కేమి చేయగలను? దూరపు పట్టుబట్ట-నీవు పచ్చగా నున్నదంటివి. ఆత డెఱ్ఱగా నున్నదనెను. నేను నల్లగా నున్నదంటిని. అన్నియు సత్యములే కావా? అది అటుండనిమ్ము, ఈ ప్రాకునది తేలంటివి. జెఱ్ఱి యని నేనంటిని. రెండును గాకుండా పురికొస కాకూడదా? అందుచే నేను తప్పుమాటలాడలేదయ్యా!

ప్లేటో: నాకు మీరు చెప్పినది నచ్చలేదు. మీరు చెప్పిన ఉభయసత్యములు - ఉభయాసత్యములు-ఎప్పుడో ఒకప్పుడు సిద్ధించునుగాని-సర్వసాధారణముగా ఒకటి సత్యము, ఒకటి యసత్యమగుట ప్రపంచములోనేమి, ప్రపంచేతర లోకములోనైననేమి జరుగుచున్నవికాని వేరు కాదు. నీవు చెప్పినమాటలు పురస్కరించుకొనిన ప్రపంచమున నొక్క కేసైన విచారణ చేయ సాధ్యమగునా? ఒక బలాత్కారపుకేసులో ముద్దాయిని ఫిరియాది బలాత్కరింపను బలాత్కరించి నాడు; లేనూ లేదు. బందిపోటు కేసులో-బందిపోటు సత్యమగును; బందిపోటు లేకపోవుటయు సత్యమగును. అని చెప్పుట ధర్మమగునా? నిన్ను మధ్యస్థునిగా గైకొనినప్పుడు, నీవేమో పరిహాసముగా బలుకుచున్నావు. మా యిద్దఱికన్నులు దుడుచుటకు యత్నించుచున్నావు.

వ్యాసు: (పెద్దనవ్వు నవ్వి) అంత యేడ్పువఱ కేలవచ్చినదయ్యా! ఎంతమాట! ప్రపంచములో ఏడువవలసినన్ని యేడ్పుల నేడ్వనే యేడ్చినాము. ఇక్కడకు సుఖముకొఱకు వచ్చి నిత్యమహానంద మనుభవింపవలసియుండగా ఇంకను ప్రపంచమును దలచుకొని యేడ్తురా నాయనా! క్రోధము, మమకారము, వెఱ్ఱిపట్టుదల మనకు ప్రపంచమున నున్నంతకాలమేగాని యిక్కడకు వచ్చినగూడ నవియేనా? మీరింక సఖ్యపడుడు.

ప్లేటో: ఇందువలన మా సఖ్యము చెడునది కాదు.

వ్యాసు: సంతోషమే! నాయనలారా! కల్పవృక్షముక్రింద గూరుచుండి సుఖముగా మందార పారిజాతాదిసౌరభములను, సురనదీమందవాయువులను ననుభవించుచు బ్రహ్మానందానుసంధానమును జేసికొనుచునుండక యీ తగవులెందులకు? సర్వసాధారణముగా మనము ప్రపంచములో భుజియించుచున్నప్పుడు విస్తరి లోనిది కందిపప్పా, పెసరపప్పా, అది యిది కలగలుపాయని గుంజాటనపడి సుఖభోజనానుభవమును మానుకొనువా డుండునా?

ప్లేటో: మమ్ము జీవాట్లు పెట్టుటయే కాని కవిత్వమునుగూర్చి మీ నికరమైన యభిప్రాయమును జెప్పినారు కారు.

వ్యాసు: అయ్యా! మీకిద్దఱికంటె కవిత్వపుబాధ నాకు బహుళతరముగా భూలోకమున నుండెడిది కాదా! అది యేదో వదలిపోయినది. ఇక దానిని జ్ఞప్తి చేయకయ్యా!

అరిస్టా: మీరెన్ని చెప్పినను గవిత్వ మనుకరణమే కాని వేరు కాదని నేను ఘంటాపథముగా జెప్పుచున్నాను.

ప్లేటో: అది తప్పని నేను మఱింత ఘంటాపథముగా జెప్పుచున్నాను.

వ్యాసు: అరిస్టాటిల్! నీవు ప్రపంచమున బహుభాగ్యవంతుడవు. సర్వసౌఖ్యముల నెఱుగుదువు. అలెగ్జాండరును శిష్యునిగా జేసికొని మహాసుఖముల ననుభవించి నావు. ఏవో ప్రకృతి ననుసరించి కొన్ని కష్టములగూడ బడినావు. నాయనా! ఇంకనూ జాలదా? స్వర్గమునకు వచ్చినావు. ఇంకను బ్రాపంచికపుసొంటు వదలక భూలోకచింతనాలంపటుడవై యుండుట యెంత మాత్రము బాగుగా నున్నది కాదయ్యా!

ప్లేటో: వ్యాసమహర్షీ! అతనిని బాగుగా జీవాట్లు పెట్టినారు.

వ్యాసు: ప్లేటో! ఉండవయ్యా. నిన్నుగూర్చి రవంత చెప్పెదను. నీవు భూలోకము నుండి మహాగురువైన సోక్రటీస్ నొద్ద విద్య నేర్చుకొని యెందఱనో వాదముల నోడించి దిగ్విజయములను సంపాదించియుంటివే. నీ కట్టి భూలోకసంబంధముచేతనే కదా నీ వింతవాడగుట సిద్ధించినది. అట్టితల్లి, కల్పవల్లియైన భూదేవిని నేటి కాలమునకు స్వర్గమునకు వచ్చిన కారణమున తృణప్రాయమున జూచుట ఛీ! యెంత విశ్వాసహీనతయో కనిపెట్టక పోయితివి కదా!

అరిస్టా: వ్యాసమహర్షీ! ప్లేటోను బాగుగా జీవాట్లు పెట్టినారు.

ప్లేటో: (కోపముతో) ఊకదంపుతో పనియేమయ్యా! నీ నికరమైన యభిప్రాయమును జెప్పరాదటయ్యా!

వ్యాసు: చెప్పెదనుగాని, ముందుగా గోపమును విడువుము.

ప్లేటో: క్షమింపవలెను.

వ్యాసు: నేను భూలోకమందుండగా నా కొడుకగు శుకుడు కాననములవెంట పోబోగా, "వలదు నాయనా, వలదు నాయనా" యనుచు బర్వతములు పరికంపించున ట్లేడ్చుచు నాతనిగూడ బోతిని. నేనెంత ప్రపంచలంపటుడనో కనిపట్టితిరా. శుకు డప్పుడు చాలమంచిపని చేసినాడని నేనిప్పుడు గ్రహించితిని. నేనెంత మూఢుడనో యిప్పటికి నాకు దెలిసినది. అదిగాక అనేక పురాణములు చెప్పితిని. నావంటికవి ప్రపంచమున లేడు. Homer, Virgilను ఆవలబెట్టుడు.

వాల్మీకికవిత్వము నా కవిత్వము కంటె మంచిదని యెవ్వడో "సాక్షి" యను చున్నాడని యీ నడుమ నెవ్వడో నాయొద్దకువచ్చి చెప్పినాడు. ఇంత విశేష కవిత్వమును జెప్పినను నాకేమో కాని మనస్సునకు సంతోషము లేనేలేదు. నా జిహ్వకేమో యరుచియను దోషము తగిలినది. ఎంతసేపు వారు వీరు కొట్టుకుని చచ్చినారని, ముట్టుదానిగుడ్డ విప్పివేసినారని, యమవాయ్వింద్రాదుల కేని ధర్మరాజాదులు పాండురాజునకు బుట్టలేదని, ఒక్కదానికైదుగురు మగలని, యేమేమో అనగూడని, వినగూడని యవకతవకవ్రాత లెన్నియైన వ్రాసితిని. ఈ మహాపాపముచేతనే నా కిట్టి జిహ్వారోగము సిద్ధించినదని గ్రహించి భాగవతమును రచియించి నందనందనపాదారవిందామృతాస్వాదనమును నిరంతరము చేసి జిహ్వారోగము వదలుచుకొంటిని. ఇంక నెప్పుడు ప్రపంచచర్య గూర్చి కవిత్వము చెప్పగూడదని యెట్టుపెట్టుకొంటిని. అరిస్టాటిల్ కవిత్వ మనుకరణమని చెప్పినమాట సత్యము. ప్రపంచసుఖముల నపేక్షించుచు దుఃఖముల కేడ్చుచు పిల్లలగని సంతోషించుచు వారి చావులకై తలగొట్టుకొనుచు ధనముండినయెడల దెగనీల్గుచు లేకున్నయెడల హెూరున నేడ్చుచునుండ దలచిన మనుజులకు, అరిస్టాటిల్! నీవు చెప్పినకవిత్వము, అనగా అనుకరణ కవిత్వ మావశ్యకము. ప్లేటో! ప్రపంచలంపటత వీడి దుఃఖరాహిత్యమునకు మతమే మూలాధారమని గ్రహించి వేదాంతజ్ఞానసంపాదనకు బ్రయత్నించు చున్న లంపటతాశూన్యులకు నీవు నిర్వచించిన కవిత్వమే యుండవలయును. అనుకరణకవిత్వ మిక్కడ పనికిరాదు నాయనలారా, అందఱు ప్రపంచలంపటు లుండరు. అందఱు వైరాగ్యసంపన్ను లుండరు. అందుచేత రెండువిధములైన కవిత్వములుగూడ నావశ్యకములే. అవి రెండు నావశ్యకములని చెప్పకుండ చెప్పుటకే పురాణములును, భాగవతేతిహాసమును నేను రచించితిని. అందుచేత నాయనలారా, మీరిద్దఱు సత్యమునే పల్కితిరి.

ఇంతలో ఓమ్మని ధ్వని వినపడినది. నారద మహర్షి వచ్చుచున్నా రాతని కెదురుగ బోవుదుమని యందఱు పోయిరి.

(1935 - ఆంధ్రపత్రిక యువ సంవత్సరాది సంచిక)

ఆంధ్రప్రబంధములు - పారితోషికములు!

క్రిందటి నెల సువర్ణలేఖాసంచికలోఁ బ్రస్తుతకవితాదురవస్థయుఁ గవుల యైకమత్యావశ్యకతయుఁ గవితాదురవస్థను దొలగించుటకై పుణ్యాత్ములు లోకోపకార స్వభావులగు మహాపురుషుల సత్ప్రయత్నముల గూర్చియు నించుక వ్రాయఁబడి యుండెను. కవితారసగ్రహణపారీణుఁడును, విద్వత్ప్రభుండును, వదాన్యతారాధే యుండుననగు శ్రీ పీఠికాపురాధీశుడు ఆంధ్రప్రదేశమున కమూల్యభూషణుఁడై విరాజిల్లుచున్నవాఁడు. ఆంధ్రకవితాదుస్థితి నా మహనీయుడు సమగ్రముగ గ్రహించి తన్నివారణార్థముగాఁ గొందఱు బుద్ధిమంతుల యాలోచనముపై నొకమార్గమును గల్పించియున్నాఁడు. దానిలోని యంశము లీ క్రింద విశదముగ నుదహరింపఁ బడినవి.

1. ఆంధ్రప్రబంధములు -

ఈ క్రింది నియమముల ననుసరించి తెలుఁగున నొకప్రబంధమును రచియించి భాద్రపదశుద్ధ పాడ్యమి నాటి కంపువారిలో నుత్తమమైనదిగా నిర్ధారణ చేయఁబడినదానిని రచియించినవారికి బారితోషికముగాఁ గొంతద్రవ్యమును, 500 ముద్రితప్రతులు నొసంగబడును.

2. కథాకల్పన చమత్కారముగా నుండవలెను.

ప్రబంధములో వచ్చు స్త్రీ పురుషులస్వభావవర్ణన లాయావ్యక్తులకు నియతము లుగా నేర్పాటయి యుండవలెను. అనఁగ నొకపురుషవిషయముననేమి స్త్రీ విషయమున నేమి యభివర్ణింపఁబడుచర్యలు భావములు మొదలగునవి ఆయా వ్యక్తుల కొక్కొక్క నియతస్వభావమును వ్యక్తీకరింపుచుఁ దుదముట్ట వైరుధ్యము పొసగకుండ దానిఁ బోషించుచుండవలెను.

3. అశ్లీలములు నసభ్యములునగు వర్ణన లుండఁగూడదు.

4. మొత్తము కథ యేదేని నీతిని బోధించునదిగా నుండవలెను. ఈ నీతి యొక మత సిద్ధాంతమునుగాని, నయసిద్ధాంతమునుగాని యనుసరించి యుండక్కఱలేదు.

5. గ్రంథములో నాల్గువందల పద్యములకుఁ దక్కువయుండకూడదు.

6. ఏ సంవత్సరమందైన వచ్చిన గ్రంథములలో నుత్తమమైనదిగూడ నుత్కృష్టగ్రంథము కాదని దీని తారతమ్యనిర్ధారణమున కేర్పడిన మండలివారికి దోచిన యెడల నాసంవత్సర మేవిధమైన పారితోషిక మీయబడదు.

చూచితిరా! ఈ మహానుభావుని లోకోపకారబుద్ధి! కవితాప్రపోషణాభిలా షోత్కంఠత! ఆంధ్రభాషాభిమానానూనత! అన్నిటిని మించిన యౌదార్యము! శిరః కంపనార్హమై యున్నవి. ఈ మహానుభావుఁడు నిత్యమును భాషాభిమానియై, దేశాభిమానియై, భోజ కృష్ణదేవ రాజరాజనరేంద్రాది మహామండలేశ్వరార్జిత యశః పరిపాకనీకాశయశస్సామగ్రీవిభవుఁడై, ధనధాన్యపుత్రపౌత్త్రాది సమస్తైహిక సౌఖ్యసాధన వితానసనాథుఁడై, సనాతనధర్మవర్మసంతాననితాంతస్వాంతుఁడై, దీర్ఘాయుష్మంతుఁడై, సర్వార్థిజన భూలోకపారిజాతమనఁగ విరాజిల్లుఁగాత!

యథోచితముగ శ్లాఘించుట మా శక్తికి సంతుష్టి కెంతమాత్రముఁ జాలని దయ్యును వీరి నింతవారని యంతవారని యట్టెయట్టె స్తోత్రపాఠము లీ వ్యాసమున నొనర్చుట మా యభిసంధికాదు. ఆంధ్రకవితాప్రాశస్త్యప్రోజ్జీవనమునకై వీరేర్పఱిచిన మార్గముయొక్క సమీచీనతాసమీచీనతను గూర్చి యిప్పుడించుక యోజించుటయే మాయుద్యమము.

"ఆంధ్రప్రబంధములు" శీర్షికయున్నది. సంతోషమే–ఈ ప్రబంధములు శ్రవ్యములా? దృశ్యములా? శ్రవ్యప్రబంధములేయని మా మిత్రులొకరు సెలవిచ్చిరి. దృశ్యప్రబంధ మేలకాఁగూడదో యీయంశములఁబట్టి బోధింపకున్నది. ఇతివృత్త కల్పనా చమత్కారము రెండింటిలో నుండవచ్చును. కథానాయికానాయక స్వభావౌచితీ పరిపోషణ రెండింటిలో నుండవచ్చును. ఉండవచ్చునని మాత్రమే యేల? ఉండియే తీఱవలయును. అది లేనియెడలఁ గవితాప్రాగల్భమే యున్నది? లోకజ్ఞాన మేమున్నది? స్వభావజ్ఞత యేమున్నది? సందర్భశుద్ధియేమున్నది? రసపోషణ మేమున్నది? ఔచిత్య మేమున్నది? ఇదియే శ్రవ్యదృశ్యప్రబంధములకుఁ బ్రాణము కాదా? మొదటి యాశ్వాసములోఁగాని యంకములోఁగాని యొకపాత్రమును ఉత్తముఁడుగను, రెండవదానిలో మధుపానాధర మధుపానలోలునిగను, మూఁడవదానిలో దుర్గుణదుర్మతదుశ్చేష్టాదురహంకార ధురంధరుఁడుగను, నాల్గవదానిలోఁ బశువుగను, నిష్కారణముగఁ జేయుకవి కొకకన్ను

గ్రుడ్డియా? రెండుకన్నులను గ్రుడ్డియా? మతియే గ్రుడ్డియా? అట్టివాడు కలము చేతఁబుచ్చుకొని ప్రభువదనము నిరీక్షించుటకంటె మేడితోఁకఁ జేబూని[1] పశుపృష్ఠములను జూచుట తనకు లోకమునకు మేలు కాదా? కావున స్వపాత్రస్వభావౌచిత్య ప్రపోషణము దృశ్యశ్రవ్యప్రబంధములకు రెంటికిని సామాన్యమే.

ఇఁక మూఁడవయంశము "నీతి." దాని కొక్క చిన్న యావరణము వేయఁబడి యున్నది. అది యేదన – "అదియొకమతసిద్ధాంతమునుగాని, నయసిద్ధాంతముగాని యనుసరించి యుండనక్కఱలేదు." ఇది మాకు విస్పష్టముగ బోధింపకున్నది. "ఉండనక్కఱలే"దని మృదులముగ వచియింపఁబడియున్న నుండకపోవునెడలనే మంచిదని కొంచెము దూరముగ గోచరించుచున్నది. అట్లే కాని యెడల నీ మడతమాట నిష్ప్రయోజనము. ఎట్లయిన సంతోషమే. కాని మతనయసిద్ధాంతబాహ్యములగు నీతులేవియో దురవగాహములై యున్నవి. త్రాగఁగూడదు. వ్యభిచరింపఁగూడదు. అసత్యమాడగూఁడదు. జూదమాడఁగూడదు. చౌర్యమొనర్పఁగూడదు. ఈ మొదలైన నీతులు– ఇవి యన్నిసిద్ధాంతము లంగీకరించినవికావా? ఈ సిద్ధాంతముల ననుసరింపక యుండియు నీతులనిపించుకొనినవి మఱేవైనఁగలవా? లోకయాత్రాసదుపాయమునకై– యనఁగ సుఖజీవనమునకై మనము నవీనముగ నేర్పాటు చేసికొనిన పద్ధతులు నీతు లగునా? సుఖవాంఛ ప్రతిమనుష్యున కొక్కతీరుగ నుండదు. సుఖానుభవము నట్లేకాదా? ఇట్టిపద్ధతులు దేశదేశమునకు మాఱును. కాలకాలమునకు మాఱును. జాతిజాతికిని మాఱును. మనుష్యమనుష్యునికి మాఱును. కిందటి శూన్యమాసమునకున్న పద్ధతి యీ శూన్యమాసమునకు శూన్యము. రాజగౌరవపాత్రమై, సర్వజనరంజకమై ప్రభుశిఖామణీపరిదత్తపారితోషికార్హమై, శాశ్వతముగ నుండదగిన యుత్తమప్రబంధము మతనయసిద్ధాంతానుసారమగు శాశ్వతనీతిని బోధించుట సమంజసముకాని, యూసరవెల్లిరంగులవలె క్షణక్షణభంగభేదావస్థలఁ జెందు నూతననిర్మితమగు – తాత్కాలికోపయోగమగు నీతిని బోధించుట యెట్లు సమీచీనమో యూహింపఁదగి యున్నది! ఎట్లయినను వారి యిష్టానుసారమే కావచ్చును. ఏదియో యొకయుత్తమ పర్యవసాన ముండుట మంచిదే. కావునఁ బర్యవసానమున మేము మనవి చేసికొనున దేమనగా – నీతిబోధము దృశ్యశ్రవ్య ప్రబంధములు రెండింటికిని సమానధర్మమే.

ఇఁక నైదవయంశము–"నాల్గువందలపద్యములకంటెఁ దక్కువ యుండ గూడదు" అని యున్నది. ఇదియే కొంత బాధించెడు నంశమని మా మిత్రుని

1. నాగలిలో ఒక భాగం మేడితోక. 'పొలము దున్నుకొని' అని పానుగంటి భావం.

యభిప్రాయము. పద్యసంఖ్య యీ విధముగ వక్కాణింపబడినప్పుడు శ్రవ్యప్రబంధమే యుద్దిష్టమని యాతని వాదము. దృశ్యప్రబంధములో మాత్ర మాసంఖ్యఁగల పద్యము లుండఁ గూడదా? దృశ్యప్రబంధములలో విశేషముగ వచనము లుండునుగాదా? యని మా మిత్రుఁడు శంకించెనుగాని శ్రవ్యప్రబంధములో మాత్ర మట్లుండగూడదని యెచ్చటనున్నది? కాని నిర్వచనప్రబంధము వ్రాయవలయునని వారి యభిప్రాయమై యుండునా? ఏమో? ఎట్లు తెలియవచ్చును? ఎటులైనను బద్యరచన శ్రవ్యదృశ్య ప్రబంధముల రెండింటికి సామాన్యమే కాదా?

ఇఁక నాఅవది "యిట్టి యేర్పాటులకుఁ బరిపూర్ణముగఁదగినట్లు వ్రాయఁబడని గ్రంథమునకుఁ బారితోషిక మీయఁబడదు" అని చెప్పఁబడినది. అట్లు పారితోషిక మీయకుండఁ బంపఁబడు నెడలఁ దద్గ్రంథకర్త విచారపడవలయునుగాని యీ యంశమును గూర్చి మేము విచారింపవలసిన పనిలేదు. ఆ మీఁదఁ జెప్పఁదలఁచిన దేమనఁగ–దృశ్యప్రబంధము వ్రాసినను బాధయుఁడఁగూడదని మాకుఁ దోఁచుచున్నది.

ఇఁకను, ఈయేర్పాటుల ననుసరించి ప్రబంధము వ్రాయు కవులెవరో యోజింపవలయునుగాదా? వయస్సునుబట్టి కవులను బ్రస్తుతావసరోచితముగ వృద్ధకవులనియు, యువకవులనియు, బాలకవులనియు స్థూలముగ మూఁడు విభాగములు చేసెదము. కవితాపటిమనుబట్టి, వైచిత్ర్యమునుబట్టి, వేగమునుబట్టి, సమీచీనతనుబట్టి పురాణకవులని, ప్రబంధకవులని, చిత్రకవులని, బంధకవులని, యాశుకవులని, నిమిషకవులని,ఘంటాకవులని, కుకవులని పెద్దలు కవివిభాగమును జేసియుండఁగ నఅసినవెంట్రుకలనుబట్టియు, వడితిరిగిన మీసములను బట్టియు, పేడిచెక్కిళ్లనుబట్టియు, మేమిట్టివిభాగములను జేయవలసివచ్చినందులకుఁ జింతిల్లు చున్నాము.ఇప్పటి కవు లీ మూఁడిఁటిలో నేదోతరగతిలోనికి రాకపోరు. వీరిలో నెవ రీ ప్రబంధమును వ్రాయుదురో యోజింతుము.

వృద్ధకవులనఁగ దాదాఁపేబదిసంవత్సరములు దాఁటినవారు. కవితా మహా యుద్ధముల ననేకవ్యూహములు భేదించి ఖడ్గపట్టిసగదాదిసాధనములఁ బాండిత్యమును వెల్లడించి వరుణవాయవ్యాదిమహాస్త్రప్రాగల్భ్యమున నారితేఱి, యతిరథులని, మహారథులని బిరుదముల నొంది విజయధ్వజముల గడించి యిప్పుడు రణరంగము నుండి తొలఁగి శాంతమూర్తులై తమకంటెఁ జిన్నవారు పోరాడుచుండఁగ మాత్రము వినోదార్థముగఁజూచుచు నస్త్రశస్త్రములుడుగుటచే వార్ధకముతో నోపికయుఁ గల్పనా శక్తియుఁ దగ్గుటచే నాయుధముల వదలి తులసిపూసలపేరులో, రుద్రాక్షమాలలో ధరించి విశేషయశఃప్రభావులై కాలక్షేపమును జేయుచున్నారు. వీరు కవితాపరీక్షలోఁ

గృతార్థులైనవారు. ఇట్టి వీరు తిరుగఁ పరీక్షాపూర్వకపారితోషికార్థము ప్రబంధ నిర్మాణమునకుఁ బూనుకొనరుగదా! కక్కుఱితిచేఁ బూనుకొన్నను మాటదక్కదు గద! ఆత్మగౌరవము యశస్సమృద్ధియుఁగల వీరీసాహసకృత్య మొనర్చి తాము జీవించి యున్నంతకాలమే కాక తమతరువాతఁగూడ శాశ్వతముఁగ నందఁదగిన ఈ రెండును జాఱవిడుచుకొనరుగదా! ఇఁక యువకవులు. వీరు దాదాఁపుగ నిరువది యైదు దాఁటినవారు. వీరుమాత్రము సామాన్యులా? ప్రజ్ఞాప్రాగల్భ్యాదుల వీరు వృద్ధకవులకుఁ దీసిపోవువారా? వీరిప్పు డాంధ్రభాషనభివృద్ధి సేయుటకు యత్నించుచున్నారు. వీరు కవితావనితకు సింగారించిన చేమంతిపూలు, మొగలిరేకులు, రత్నహారములు, రవిచంద్రులు, మకరికాపత్రములు, మంజీరములు, కంకణములు, కనకాంబరము లిన్నన్నియా? వృద్ధకవులకాలములోఁ గొన్ని సంస్కృతనాటకము లాంధ్రీకరించుట, స్వల్పముగ నొకటిరెండు కల్పనాగ్రంథములే బయలువెడలుట జరిగినది! కాని యీ యువకవులనాఁడో! ఎన్ని నవలలు! ఎన్ని నాటకములు! ఎన్ని శాస్త్రీయగ్రంథములు! ఎన్ని చరిత్రాంశకగాథలు! ఎన్ని వినోదకథావళులు! వీ రాంధ్రకవిత నెంతభాగ్యాన్వితగాఁ జేయుటకుఁ బ్రయత్నించుచున్నారో తలఁచుకొనఁగ నాశ్చర్య మగుచున్నది కాదా!

ఈ పక్షమున గ్రంథపూర్తి. పైఁబక్షమున ముద్రాపూర్తి. ఆపైఁబక్షమున గ్రంథవ్యాప్తి. దానిపైఁబక్షమున ధనప్రాప్తి. ఇంతగా నిరంకుశముగ స్వేచ్ఛానుసారముగ వ్రాయుచు, వ్రాసినఫలం బతిత్వరలో ననుభవించుచు దేశవిశ్రాంతయశోధనులగు వీ రొకరు పేనియుంచిన త్రాళ్లతోఁదమ్ము బంధించుకొని, కుంటుచు, నెగురుచు, నొంటికాలి భరతమాడుదురా? ఎవరిమట్టునకు వారే మహాబుద్ధిమంతులమని, మహాకవులమని వీరు సహజముగ నారోపించుకొనుచునుండఁగ వీరిలో నెవ్వఁడైనఁ గవితాపరీక్షలో విద్యార్థియగునా? ప్రబంధమును బరీక్షకులయెదుటఁ బెట్టి పారితోషికమునకు నొడిఁబట్టునా? పండితాసనమును బరిత్యజించి శిష్యుని చిటిచాఁపపై కూరుచుండ బోయిన గొందరైన గ్రంథమును వ్రాసెదరు. సరేనా? వ్రాసినారు. ఈ గ్రంథములు విమర్శించువారెవ్వరు? ఇందులకై వేదపురుషులు రారు కద! తర్కసింహులక్కఱకు రారు కద! వైయాకరణవ్యాఘ్రములు పనికిరారు కద! ఈ కవులే కవులను విమర్శింప వలయును. ముగ్గుపెట్టువారు వారే - తుడిచిపెట్టువారు వారే. రచించువారు వారే - చించువారు వారే. చిటిచాఁప నల్లెడువారు వారే-పృష్టములక్రింద నీడ్చెడువారు వారే. ఆహా! కవులు నిగ్రహానుగ్రహస్థులుకద! కావునఁ బైనిఁజెప్పిన వృద్ధకవులలోనే కొంద ఱీ గ్రంథవిమర్శమునకై నియమింపఁబడుదురని వేఱె చెప్పవలయునా? ఇంక వీరె ట్లీ కార్యమును నిర్వహించుకొనఁగలరో కొంచెము యోజింతమా?

క్రిందటి సువర్ణలేఖాసంచికలో గవితాసూయాప్రాముఖ్యమును గూర్చి ముచ్చటించియుంటిమి. తండ్రికొడుకులు కవులై యుండునెడలఁ దండ్రికవిత్వమునకుఁ గొడుకు పెదవి విఱుచును. తమ్ముఁడన్నకవితను చాఁపకూర్పు, నవారునేఁత యని యధిక్షేపించును. శిష్యునికవిత్వమును గురుఁడు మన్నింపఁడే. అయ్యయ్యో! ఏమి ప్రారబ్ధమో? అధిక్షేపించుట దుష్టబుద్ధిచేఁగాదు. పరకవితాప్రాశస్త్యమును గ్రహించు కన్నే మందమైపోవును. అట్టిచో నీవృద్ధకవులు యువబాలకవికవితాపరీక్షలను నిష్పక్షపాత బుద్ధితోఁ జేయఁగలరా? ఏమో? మాకు మనము తొలుకుచున్నది. చేయుదు రనుటకంటె నన్యథాయనుకొనుట యంతతప్పు కాదు. ప్రకృతివిరోధము కాదు. సనాతనాధునాతన కవిచరిత్రములకు భిన్నమునుగాదు. అందులో – తమకంటె సంఖ్యలో హెచ్చగు నీ యువకవులను, తమకంటె ననేకవిధముల నవీనపద్ధతులఁ గవిత్వముఁ జెప్పిన యీయువకవులను, తమకంటె వివిధగంధగంధిల వివిధవర్ణప్రపూర్ణప్రబంధ కుసుమము లచేఁ గవితాదేవతను బూజించి తదనుగ్రహపాత్రులైన యీ యువకవులను, తమ కాళులయొద్దఁ గూరుచుండి కచటతపలు పరుషములు నేర్వలేదని నాసికాపుటములు యెగురవేయుదురు.

ఇటులే– ఒకనికి సన్నపాకములో మృదులత యిష్టము. ఒకనికి బిరుసిష్టము. ఇట్లే–ఇట్లే ఒకఁడుపమకయి వహావ్వాయనును. ఒకఁడుత్ప్రేక్షకయి శిరఃకంపము సేయును. ఒకఁడు లాటానుప్రాస చాటించును. ఒకఁడు వృత్త్యనుప్రాసమున కుర్రూట లూగును. ఒకఁడు మాటలబడబడకు గిచకిచలాడును. ఒకఁడర్థగాంభీర్యమున కాహా యనును. ఒకఁడతిశయోక్తికై మతిసేయును. ఒకఁడు శ్లేషకయి భేషనును. ఒకఁడు ధ్వనికయి నెమకును. ఒకఁడు వృత్తముల సొగసునకయి యిగిలించును. ఒకఁడు పలుకులతళుకునకయి గులుకును. ఒకఁడు కథాకల్పనకు మెచ్చుకొనును. ఒకఁడు పాత్రస్వభావపోషణకయి బళియనును. ఒకఁడు నీతికిఁ బ్రీతిసేయును. ఇట్లే – ఇట్లే – ఎన్ని రుచిభేదములు చెప్పవలయును? చెప్పగలము? మనుచరిత్రము మంచిదని యొకఁడు, వసుచరిత్రము మంచిదని యొకఁడు మున్ను మృదులముగ ముచ్చటించు కొనలేదా? తరువాతఁ గొంచెము ముదురుపాకమున నొకరినొకరు దాకుకొనలేదా? తరువాతఁ గఠినోక్తులతోఁ గదనమొనర్పలేదా? ఇట్లు కొన్ని సంవత్సరములు జరిగిన పోరాటమునకుఁ బర్యవసానమేమి? అల్లరులు, అధిక్షేపణములు. చిట్టిచిట్టితిట్లు, మొట్టికాయలేకాదా? మనుచరిత్ర మంచిదో, వసుచరిత్ర మంచిదో తేలినదా? వీరేకారు, మఱెవ్వరైనఁ దెల్పఁగలరా?

నూతనప్రబంధవిర్శనమునకయి ముందేర్పఱపఁబడువారు పాండురంగ మాహాత్మ్యము ఘనమో, పారిజాతాపహరణము ఘనమో చెప్పగలరా? ఈ రెండు గ్రంథములు వారు చిరకాలమునుండి చూచుచున్నవి, శిష్యుల కనేకపర్యాయాలు పాఠములు చెప్పినవి. కంఠస్థములైయున్నవేకద! ఏదీ? ఏది మంచిదో చెప్పనిండు, చూచెదము! ఏ హేతువులచేత నీ రెండుగ్రంథములలోఁ బ్రాశస్త్యనిర్ణయమును జేసెదరో చూచెదము? అదిగాక హేతువులుకూడ నేలయుండును? రుచికి హేతువేమిటి? నీకుఁ గారమెందులకిష్టమో వానికిఁ బులుసందులకే యిష్టము.

అదిగాక యేకాలపుకవుల నాకాలపుజనులే మన్నించియుండనపుడింక నాకాలపు కవులు మన్నింతురా? బేకన్ (Bacon) అను మహావిద్వాంసుడు విద్యాధికుల తారతమ్యము తెలియు (Inventory of Human Learning) గ్రంథమును వ్రాయునప్పు డాకాలమున జీవించియుండు షేక్సుపియరుపేరైన నెత్తినాఁడా? కాని యెందరు బేకను(Bacon)లనైనఁ బ్రపంచము మఱచునుగాని యొక్క షేక్సుపియరును మఱవఁ గలదా? పింగళి సూర్యనార్యుఁడు గొప్పకవియైన ట్లిదివఱకెవ్వఁడైన ననుమానించి యున్నాఁడా? ఇప్పుడిప్పుడుగదా యాసూర్యుఁడు గడియగడియ కెగఁ బ్రాకి దివ్యతేజమునఁ బ్రకాశించుచున్నాఁడు! ఈ విమర్శకులందఱేమైరి? ఈ రసగ్రహణ పారీణులంద ఱిదివఱకేమైరి? ఈ గ్రంథప్రాశస్త్యవివక్షాదక్షు లిదివఱకేమైరి? విమర్శకులేనా గ్రంథప్రాశస్త్యము నిర్ణయము సేయునది? వారు దానికడ్డు రాకుండు నెడల నంతేచాలును. అది కాలము. కాలమునుబోలు విమర్శనయంత్రము వేఱొకటి యేది? సర్వస్వతంత్రశక్తియగు కాలమే నూఱు నూటయేబది సంవత్సరములలోఁ గాని యొకగ్రంథప్రాశస్త్యమును నిర్ణయింపలేనిచో–ఈ భాద్రపదశుద్ధపాడ్యమికి వెలుపలఁబడిన ప్రబంధమును – ఈ విమర్శకులా – ఈయాశ్వయుజశుద్ధ పాడ్యమి లోపున – మంచిదని చెడ్డదని నిర్ణయించుట! ఆహా! ఎంత సాహసము! అందులోఁ గూడ నీప్రబంధ మెన్ని యేర్పాటులకులోనై యుండవలయును? కథ చమత్కారముగ నుండవలయును. ఈ కల్పనాచమత్కారములోఁ బ్రాశస్త్యమును నిర్ణయించుట యెంత కష్టమో చెప్పవలయునా? అరేబియన్‌నైట్సు కథలలో "కెమరల్‌జమను" కల్పనాచమత్కారములో నెక్కువయినదా? అల్లాయుద్దీను ఎక్కువైనదా? షేక్సుపియరు నాటకములో "రోమియో అండు జూలియట్టు" కథాకల్పనము మంచిదా? "మిడ్ సమ్మరు నైట్సు డ్రీము" మంచిదా? సంస్కృత నాటకములో "ఉత్తరరామచరిత్రము" కథాకల్పనము మంచిదా? "రత్నావళి" కల్పనము మంచిదా? ఈ గ్రంథములంద ఱెఱిఁగినవేకావా? ఏ కల్పన చమత్కారతరమో

చెప్పఁగలమా? మనము సాహసించలేము. ఏల? ఏది విననప్పుడదే రంజకముగ నుండును. ఇదిగాక "స్వభావగుణ పరిపోషణముండ వలయును" అని రెండవయేర్పాటు. పలుకులు సులభములు కాని పనులసాధ్యములు. ఇంతసాధ్యమగు నేర్పాటునెత్తిపై వైచికొని యెవ్వడైన నిప్పుడు వ్రాయగలఁడా? వ్రాయునెడల నేవిమర్శకుఁడైన సరిగ విమర్శింపఁగలడా "Characterisation" (పాత్రౌచిత్యము) సామాన్యమే? అది పూర్వకవులకైనఁ బూర్ణముగ నన్నిచోటుల నమరినదా? దివ్యజ్ఞానియగు వాల్మీకి రచియించిన శ్రీమద్రామాయణముం జూడుఁడు! రావణవధాంతమునఁ దనయెదుటికిఁ దీసికొనిరాఁబడిన జానకీదేవిని గూర్చి శ్రీరామచంద్రునంతటి ధీరోదాత్తుఁ డెంత తూలుగఁ బలికినాఁడో! అట్టిమాట లిట్టిదినములలో నెట్టిమొఱకైనను వ్యభిచారిణి యగు భార్యనుగూర్చియైన పలుకఁడే! సీతాదేవి మహాసాధ్వియని తాను బూర్ణముగ నెఱుఁగును. సర్వమంగళగుణగణాలంకారుఁడైన యవతారపురుషుఁడట్టి పతివ్రతా శిరోమణినిగూర్చి యాడవలసిన మాటలేనా యవి? ఇట్టిది స్వభావవిరోధముగ లేదా? అరణ్యవాసమునకు రావలదని నిరోధించిన రామచంద్రుని సీతాదేవి యెట్లుగా దూషించి నదో మీరు రామాయణమునఁ జూచియుండరా? ఇదికూడ స్వభావవిరోధముగ నుండ లేదా? ఇందుకొఱకు రామాయణ ముద్గ్రంథముకాదని యెవ్వరైనఁ జెప్పగలరా? షేక్సుపియరు నాటకములఁ బరిశీలించిన నెన్నెన్నిస్థలములలో స్వభావభంగములున్నవి! ఇట్టి మహాకవులకే దిక్కుదిశలేనప్పు డిఁకఁజెప్పవలసిన దేమున్నది? అందుచే నీయేర్పాటు ప్రకారము వ్రాయుట కష్టము. విమర్శించుట యంతకంటెఁ గష్టము.

అదిగాక ఒక ప్రబంధములోఁ గల్పన చక్కగనున్నది. మఱియొకప్రబంధములో స్వభావపోషణము బాగుగనున్నది. ఈ రెండుప్రబంధములలో దేనికిఁ బారితోషిక మిమ్మని విమర్శకులు చెప్పఁగలరు? కవులెట్లోయెకయట్లు వ్రాయగలరు. కాని విమర్శకులకు విమర్శనకార్యము గొంతుక పట్టుకొనదా? అందుచే విమర్శకులు తమ కార్యమును న్యాయముగను సంతుష్టికరముగను నిర్వహించుకొనలేరని మాయభిప్రాయము.

పదుగురు కవులు పరీక్షాప్రబంధములను రచియింపుదురని యనుకొందము. వారిలోఁ బారితోషికస్వీకర్త యొక్కఁడే కాఁడా? మిగులువారు దేవుఁడాయని దేవులాడ వలసినవారేకారా? వీరి గ్రంథములింక నచ్చుపడునా? అచ్చుపడినను ద్రోసివేయఁ బడినను మచ్చదగిలిన యీగ్రంథముల నెవఁడు కొనును? కడుపు చుఱచుఱమనిన యీ కవులూరకుందురా? తమ గ్రంథములేల నిరాకరింపఁబడెనో చెప్పుఁడని బహిరంగముగ విమర్శకుల నెదిర్చి యడుగరా? అందులకుఁ గారణము లేవైన

విమర్శకులు చెప్పఁగలరా? చెప్పమని నిరాకరించిన బాగుగ నుండునా? మాకట్లు తోఁచుటచే నిరాకరించితి మనుమాటకంటె వారేమైనఁ బ్రత్యుత్తరము చెప్పఁగలరా? అంతటితో నీ కవు లూరకుందురా? ఇట్టి విమర్శకుల నియమించి మమ్మేల యవమానించితిరని శ్రీప్రభువులవారిని నిరంకుశముగ వారడుగరా? "విమర్శకులట్లు చెప్పుటచేఁ జేసితి"మని యనుటకంటె బ్రభువువారికి గత్యంతర మేమున్నది? ఈ కంటితుడుపుమాటలతోఁ గవు లూరడిల్లుదురా? కోపము ప్రేరేపఁగఁ గవులు కుటిల గ్రంథములు వ్రాయరా? తిరుగఁ "గేశఖండనములా?", "పృష్టతాడనములా?", "నాసికాచ్ఛేదములా?" ఇదివఱకుఁ బ్రబలియున్న దుష్టగ్రంథములు చాలకున్నవా? ఇట్లు కవుల కసూయఁ గల్పించి వారిలోని శాంతిని భంగపఱచుట న్యాయమా? వారిలోని విరోధకారణములు తొలగించి వారినేకీభవింపఁ జేయుటకు బదులుగా నిట్లు చేయుట సమంజసముగనున్నదా?

కవిత్వరసజ్ఞతాప్రపూర్ణులగు శ్రీపీఠికాపురసంస్థానాధిపతులు తమ యేర్పాటులకు లోనగు నుత్తమప్రబంధ మాంధ్రభాషలో వ్రాయించు సదుద్దేశముతో నీపారితోషికములను నియమించినారు కాని, యీ మార్గము పైకారణములచే బాగుగ నుండలేదు. వారు చేసియుండవలసిన యేర్పాటేదో మేము వారికి సూచించుటకు సాహసించినందులకు వారు మమ్ములను క్షమింతురని నమ్ముచుంటిమి. వారి యాస్థానమున మంచి కవులుండకపోరు. వారిచేతనో, వారికంటెఁ దగినవారని తోచిన మఱియితరకవిని బిలిపించి వానిచేతనో తమయేర్పాటుతోఁ గూడిన యొక ప్రబంధమును వ్రాయించి యచ్చువేయించి వెల్లడింపవలయును. అది బాగుగ నున్నదని లోకులకుఁ దోఁచినయెడల నది విమర్శకుల లోపలివెలుపలధాటుల కాఁగి కొంత కాలము జీవించియుండునెడలఁ గవులందఱుదానిత్రోవనే పోయి సద్గ్రంథము లనేకములు సృష్టింపగలరు. మొదటఁ బెద్దనార్యుఁడు వ్రాసిన మనుచరిత్రము బాగుగనున్నట్లు తోఁచఁగనే కవులు దానిమార్గము ననుసరించి యనేకప్రబంధములు వ్రాయలేదా? తరువాతియల్పకవులు పద్యమునకుఁ బద్యము, గద్యకు గద్య, వర్ణనకు వర్ణన, అచ్చుగుద్దినట్లు వ్రాయదలచి ప్రబంధమర్యాదను జెడఁగొట్టినారు. దానికెవరేమి సేయఁగలరు? అటులే యిప్పు డీ యాంధ్రదేశప్రభువు, అల్లసాని పెద్దన యంతవాని నెవనినైనఁజూచి యాతనిచే నీనూతనప్రబంధము వ్రాయించునెడల మిగులమంచిది. అది బాగుగనుండునెడల దానిమార్గము నొకరు ప్రోత్సాహపఱుపకుండఁగనే కవు లవలంబింతురు. అది బాగుగనుండనియెడల మఱియొకనిచే నింకొకగ్రంథము వ్రాయింపవలయును. ఇంతకంటె నాంధ్ర ప్రబంధాభివృద్ధికయి మఱియొక సులభతరమగు మార్గము కనిపింపదు.

గ్రంథాభివృద్ధి కవులలో సఖ్యమువలనఁగాని యసూయవలనఁ గలుగనేరదు. భోజమహారాజు తనసభలో నుత్తమకవులను సమావేశపరచి వారివారి యిష్టానుసారముగ గ్రంథములను వ్రాయించి వారిని సత్కరించి సంస్కృతభాషాభివృద్ధి చేసి యసమానయశస్సు నందియున్నాఁడు. కృష్ణదేవరాయలు తనయాస్థానమున నాంధ్ర కవిశిఖామణునెందఱినో రప్పించి వారివారిచేత "మీ రీ ప్రబంధమును వ్రాయుడు", "మీ రీ ప్రబంధమును వ్రాయుఁడు"అని వారిని బ్రోత్సాహపఱిచి యనుకూలముగ సత్కార మొనర్చి యాంధ్రకవిత్వము ప్రబలమగునట్లు చేసి యనంతకీర్తి నొందినాఁడు. కవితాపోషకులగు పూర్వులెవ్వరుఁగూడ "మీరీ యేర్పాటులతోఁ ప్రబంధము లొనర్పుఁడు. వానిని బరీక్ష చేయించి యుత్తమమని తోఁచినదానికిఁ బారితోషిక మిచ్చెద"మని యాజ్ఞాపించియుండలేదు. అట్లు చేయఁదగదు. అట్లు చేసియుండిన యెడల వారివారి కాలములలోఁ గవిత యభివృద్ధినొందియుండదు. వారి నామములిప్పటికి నిల్చియుండక పోవును.

ప్రస్తుతకాలమున విజ్ఞానచంద్రికామండలివారును, ఆంధ్రభాషాభివర్ధనీ సంఘమువారును, ఆంధ్రప్రచారిణీగ్రంథనిలయమువారును సంఘశక్తిచే నెట్లు లోకోపకారకగ్రంథముల నభివృద్ధిఁజేయుచున్నారో యందఱెఱింగినయంశమే.

కావున మనప్రభువువారుకూడ నింక మఱికొందఱుత్తమకవుల నాస్థానమున స్వీకరించి వారిచేఁదమయిష్టానుసారముగనే గ్రంథములను వ్రాయించి వారినందఱ సత్కరించి గ్రంథజాల మభివృద్ధిపఱచి భోజకృష్ణదేవరాయాదులు సంపాదించిన మహాయశస్సును సంపాదించి యాంధ్రలోకము నుద్ధరింపవలయునని మా ప్రార్థనమై యున్నది.

(సువర్ణలేఖ, 1911, మే, జూన్ సంచిక)

(ఈ వ్యాసం రాసిన చాలాకాలానికి 1935, ఫిబ్రవరి ప్రబుద్ధాంధ్రలో శ్రీపాద సుబ్రహ్మణ్యశాస్త్రి "పిఠాపురం మహారాజావారి ప్రబంధాల పరీక్ష మంచి ఫలితం యివ్వలేకపోవటమే కాదు, నిలిచికూడా పోయింది" అని రాశారు. పానుగంటివారి మాటలలోని సత్యాన్ని గుర్తించి సూర్యారావుగారు ప్రబంధాల పోటీని ఆపేశారన్నమాట.)

మా ప్రాంతీయ వైద్యకుటుంబములు

(న్యాయవాదులలాగే వైద్యులుకూడా పానుగంటి హేళనకు గురి అయ్యారు. ఆయన హేళన చేసేది వ్యక్తులను, వృత్తులను కాదు. ఆ వ్యక్తుల స్వభావంలోని భేషజాన్ని, వంకరటింకరను, ఓనమాలు కూడా రానివాడు వేత్తలాగా ప్రవర్తించడాన్ని మాత్రమే ఆయన హాస్యం మాటున వెక్కిరించేవాడు.

"రోగనిదానమెఱుఁగని యొక్కవైద్యునివైద్యము పదిజర్మనీ యుద్ధముల పెట్టు. వాని చేతిలోనివి మాత్రలు కావు. నాయనలారా! బాంబులు. వానియొద్ద కంపౌండరే కైజరంతవాఁ డైనప్పుడు వాఁడెంతవాఁడో చెప్పవలయునా?" (సాక్షి, పుట. 412)

"ఈతని (అంటే ఒక మహమ్మదీయవైద్యుడు) యుపన్యాసములోఁ ప్రథమవాక్య మేదియో చెప్పనా? "ఉత్తమఆడుదానితో సంభోగించినట్లయితే నెత్తి మీఁద రణము పుట్టును." ఏ గ్రామములోని ప్రజల ప్రాణము లిట్టి వైద్యుల యధీనములై యున్నవో - రామ - రామా!" (సాక్షి, పుట. 802)

"ఆయుస్సు చల్లగా నున్నయెడల బ్రదుకుదుమను విశ్వాసమున్న వారముకాని అల్లోపతి వలననే బ్రతుకుదుమను నమ్మకమున్నవారము కాము." *(సాక్షి, పుట. 805)*

"కొలఁదిమాసములనుండి వ్యాధిగ్రస్తులకుఁ బాశహస్తకింకరులకు నడుమ రాయబారపుఁబనిని నిర్వర్తించుచు వృత్తికి మఱింత వన్నెయు వాసియుఁ దెచ్చుచున్న దేశీయభిషగ్వృషభులగు తిరుపతిశాస్త్రులుగారి...."(సాక్షి, పుట. 125)

"సంధానకర్తలేని సానిసరసము - పౌరోహితుఁడులేని పెండ్లి - న్యాయవాది లేని వ్యాజ్యెము - వైద్యుఁడులేని మరణము - పొసఁగుడువాఁడులేని పశువుల సంతయు లేవు." (సాక్షి, పుట. 325)

పానుగంటికి దేశీయ వైద్యవిధానాలన్నా, ఆయుర్వేదమన్నా మహాగౌరవం. ఆయన తండ్రి 'చల్లనిచేయి' అని పేరుగన్న ఆయుర్వేదవైద్యుడు.

పానుగంటివారికి చిరకాలమిత్రుడు, కుటుంబవైద్యుడు 'వైద్యరాజ' పాలంకి సూర్యనారాయణ. పాలంకివారు ఆయుర్వేద వైద్యములో ఆనాడు కడుప్రసిద్ధులు. ఆయన రాసిన 'అభినవచికిత్సారత్నాకరము' అనే ఆయుర్వేద పద్యవైద్యగ్రంథానికి (1936) పానుగంటివారు రాసిన ఉపోద్ఘాతమిది. తరువాత దీనిని 'ఆయుర్వేద' పత్రికవారు

'మా ప్రాంతీయ వైద్యకుటుంబములు' పేరుతో కొన్ని పేరాలు తగ్గించి ప్రచురించారు. ఇది పూర్తిపాఠం. ఈ వ్యాసానికి శీర్షికను "ఆయుర్వేద" పత్రికవారు పెట్టారు. వైద్య గ్రంథంలో 'పీఠిక' అనే ఉంది. ఈ శీర్షిక లేదు.)

ఎఱిఁగినవాఁ డెఱుఁగనట్లున్నాడు. ఎఱుఁగనివాఁ డెఱిఁగినట్లున్నాడు. కాని యెఱుఁగనివాఁ డెఱుఁగనట్లుండుట అరుదు.

నేను వైద్యమెఱుఁగను. కాని వైద్యశాస్త్రమునకు ననఁగా అభినవచికిత్సారత్నాకరమున కుపోద్ఘాతమును వ్రాయుట సిద్ధించినది. ఎటులుండునో వేఱే చెప్పవలసినది లేదు.

ఎఱుఁగుట యెఱుఁగుట యెఱుఁగుట; యెఱుఁగకపోవుట యెఱుఁగక పోవుట యెఱుఁగుట యెఱుఁగుట; యెఱుఁగకపోవుట యెఱుఁగకపోవుట యెఱుఁగక పోవుట; యెఱుఁగకపోవుట యెఱుఁగుట యెఱుఁగుట; దీనిలో నాయవస్థ యెఱుఁగకపోవుట యెఱుఁగకపోవుట.

నేను వైద్య మెఱుఁగను. అట్లెఱుఁగ నన్నమాట కూడ నెఱుఁగక యిట్టి యుద్గ్రంథమునకుఁ బీఠిక వ్రాయుటకు దొరఁకొంటిని. ఏల యనఁగా గ్రంథకర్తగారు నా మిత్రుఁడు. నాకు, నా పిల్లలకు ననేకపర్యాయములు చికిత్సఁ జేసిరి. అందుచేత మైత్రి ననుసరించి వారు నన్నుఁ గోరిరి. చపలుడనైఁ నే నంగీకరించితిని. ఇంతవఱకు స్వవిషయము చాలునా?

శరీరధారుల కందఱకుఁ జావు నిక్కము. చావు రోగముచేఁగాని సిద్ధింపదు. అందుచేత శరీరమునకు రోగము స్వభావము గదా! పైకెంతో యారోగ్యముగ నున్నను ప్రతిమనుజునకు నేదియో రోగ ముండకతప్పదు. వానికేమయ్యా మొద్దులాగున్నాఁ డనుకొందుముకాని యతఁడు మూలశంకచే బాధపడుచున్నట్లు నీకెట్లు తెలియును! మూఁడు వందల పౌనుల బరువెత్తు ఫైల్మాను పైకెంత యారోగ్యవంతుఁడో యనుకొందుము. అతనికి విశేషవ్యాయామమున హృద్రోగము తఱచుగా సిద్ధించును. ఒకయాఁడు దిట్టి ఫైల్మానుని జూచి సుఖపడుటకు వరించినది. గర్భాధానపురాత్రియే తన్నేమో సుఖపెట్టునని యాశించియుండఁగా కదలిక లేదు; మెదలిక లేదు. చచ్చినట్లు పండుకొన్నాఁడు. వేయి దండెములు తీయగల సమర్థుఁడే – మూఁడు వేల బస్కీలు తీయగలవాఁడే – అయిదుసేర్లపాలు త్రాగువాఁడే – బుట్టెఁడు కోడిగ్రుడ్లు తినువాఁడే! వీనిశక్తి తిండి మండిపోవుటకే కాక మఱెందుకు? ఇంత తిండి తిని, పేరలల్‌బార్సు

మీఁద చక్రపు పలటీలు గొట్టువాఁడు పడకగదిలో భ్రష్టుఁడు, పంద అయిపోయినాఁడే! వీనిశక్తి మఱియొక బండెడుపుల్లలు కర్చగుటకు దప్ప మఱి యెందులకు అక్కఱకు వచ్చును?

ఒక మహారాజు – పేరెందులకు? గుఱ్ఱమెక్కి చెట్టు క్రిందనుంచి గుఱ్ఱమును బోనిచ్చుచుఁ జెట్టుపైకొమ్మ బట్టుకొనిఁ మోఁకాళ్లతోను బాదములతోను పైకి గుఱ్ఱమును గూడ యెత్తినవాడు, రాణీగారి పైఁటనయినను పైకెత్తలేకపోయెనేమి? వీని బలము తన స్త్రీకే యక్కఱకు రానప్పుడు, ఎన్ని గుఱ్ఱాల కెన్ని గాడిదెల కక్కఱకు వచ్చిన నేమి?

నేనొక వెలమదొరగారి నెఱుఁగుదును. ఆయననౌకరు "బాబూ! అమ్మగారి యొద్ద నెన్నఁడు బండుకొనరేమి?"యని అడుగగా "యెదవా! మూర్తంనాడు పండుకో లేదంట్రా"యని మందలించెను. వీని ముహూర్తము ముక్కలైపోను! ముహూర్తమై ముప్పదియేండ్లయినది. అప్పటినుండియు వంటయింటిమొగమేగాని పడుకటింటి మొగ మెఱుఁగని యానిర్భాగ్యుఁడు చచ్చిననేమి? బ్రతికిననేమి?

అందుచేత నెంతబలశాలికిని రోగము తప్పదు. ఆరోగ్యవంతుఁడు ప్రపంచమున లేనేలేఁడు. అందుచేత ప్రతిజనుఁడును వైద్యునాశ్రయింపక తప్పదు. వైద్యశాస్త్రము ప్రాణాధారమగు శాస్త్రమగుటచేత దానికి ప్రాముఖ్య మీయక తప్పదు. తర్కశాస్త్ర మంతయు తగులఁబడిపోయినను తలపోయువాఁడు లేడు. వ్యాకరణశాస్త్ర మంతయు వాకతిప్పవార్ధిలోఁ బడవైచినను వనట నొందువాఁడు లేఁడు. కాని వైద్యశాస్త్ర ముండితీర వలయును. అది లేనినాఁడు ప్రాణము లేదు.

కాని అది బాగుగాఁ జదువుకొని యనుభవమును సంపాదించుకొని మఱియు వైద్యము చేయవలెను. అశాస్త్రీయ వైద్యుఁ డంతికయమదూత. ఒకనితండ్రి వైద్యుఁడు. ఆ వైద్యునియొద్ద నేదియో వైద్యశాస్త్రమున్నది. ముసలియాతఁడు చనిపోయినాఁడు. కొడుకు వైద్యము నేర్చికొని తండ్రియంతవాఁడు కావలయునని శాస్త్రము విప్పినాఁడు. అందులో నొకపంక్తి 'జపాంతేతు విరేచన'మ్మని యున్నది. అదేమి యనఁగా ప్రతి దినమును జపము చేసికొనిన పిమ్మట విరేచనమునకు మందు పుచ్చుకొనవలెనని యర్థ మనుకొని, ప్రతిదినము జపమయిన పిమ్మట రసభస్మమో, ఆముదమో తీసికొనెడివాఁడు. ఇట్లు చావునకు సిద్ధమయినాఁడు. అది యేమనఁగా 'జ్వరాంతేతు విరేచన'మ్మని – జ్వరము పోఁగానే విరేచనమున కౌషధమీయవలెను. ఎందుచేత ననఁగా విషమజ్వరములలో విరేచనములగును. Typhoid fever లో విరేచనములు సాధారణముగా నగును. అందుచే జ్వరము Typhoid లోనికిఁగాని, Typhus లోనికిఁగాని

దిగునేమో, ముందుగా విరేచనములు చేయించకూడదు. అదిగాక మనకున్న జ్వరౌషధము లన్నియు కూడ విరేచనబద్ధకకారకములే.

తీర, చెప్పవచ్చినదేమనగా – స్వయముగా శాస్త్రమెన్నఁడు చదువవలదు. సంప్రదాయ మెఱిఁగిన గురువునొద్ద నభ్యసింపవలయును. ఇప్పుడు వైద్యము చేయువారిలో నూటికి 95గురు శాస్త్ర మెఱుఁగనివారే. అదిగాక యింకొక చిత్రమున్నది. అందఱు వైద్యమెఱిఁగినవారే. కడుపునొప్పికి వాము వైద్య మొకరు చెప్పవలయునా? తలనొప్పికి శొంఠికొమ్ముగంధ మొకరు చెప్పవలయునా? కరకకాయ లవంగము పటికపంచదారముక్క నొక్కతములపాకులో నుంచి నమలినయెడల దగ్గు తగ్గునని యెవ్వ రెఱుఁగరు? అందుచేత నందఱు వైద్య మెఱిఁగినవారే. కాని దాదాపుగా నందఱుకూడ వైద్యమెఱుఁగనివారే.

అదిగాక మఱియొక చిత్రమున్నది. మనము మనుష్యులము. కావున నెంతశాస్త్రము చదువుకొనకపోయినను రవంత బుద్ధిచేత నాలోచించి యేదో వైద్యము చేసికొందమనుకొనుఁడు. పిల్లికి వైద్యమెవరు చెప్పినారు? గాడిద కెవరు చెప్పిరి? కుక్క కెవరు చెప్పిరి? గిలగిలలాడజేయు కడుపునొప్పి రాఁగాఁ బిల్లి యొకవిధమయిన గడ్డి తిని వాంతి చేసికొని కడుపునొప్పి పాపుకొనును. కుక్కకు కాలిలో పుండునకు పురుగు పట్టఁగ అది నాకి నివృత్తి చేసికొనును. నోటియందున్న Saliva లో నట్టిపుండు మానుపఁగల గుణమున్నదని మన మెఱుఁగుదుముగాని కుక్క యెట్లెఱుఁగును? ఎవరు చెప్పినారు? అందుచే నేమనుకోవలెననగా, మానుపుకొను శక్తి శరీరములోనే యున్నది. అందుచే నిక శాస్త్రమెందుకు అను ప్రశ్నము రాకతప్పదు. అది సత్యమైన ప్రశ్నమే. ఆ ప్రశ్న కుత్తరమే యీయనగ్రంథము. వైద్యుఁడు వచ్చువఱకు తగినట్లు చికిత్స చేసి రోగవృద్ధి కాకుండఁగఁ జేయుటకే యీ గ్రంథము యొక్క ముఖ్యోద్దేశము. అందఱుఁగూడ నిష్ప్రమాదముగ నీ గ్రంథ మనుసరించి వైద్యము చేసికొనవచ్చును. కుదురునా కుదురనేఁ కుదురును. లేదా, శాస్త్రీయ వైద్యుఁడున్నాఁడు.

ఆతడు వచ్చి Case పాడుచేసినాఁడనునింద రాకుండఁగనే యీ గ్రంథము సృష్టింపఁబడినది. మన హిందూవైద్యములో రసవైద్యము, మానుషికవైద్యము, ఆసుర వైద్యము, సిద్ధవైద్యము అని నాల్గు విధములు. ఆలాగుననే ఫార్సీవారి వైద్యములో హకీమని, తబీబని, మోవాలిజ్ అని, జఱ్ఱాయని నాల్గు విధముల వైద్యులున్నారు. హకీమనగా, ఇతడు శాస్త్రీయవైద్యుఁడు కాడు. కాని తాత్కాలిక బుద్ధిసూక్ష్మతచేత (అదే హిక్మత్తని అందరు.) రోగము నివారణ చేయును. ఒడలు కలువకాడయైనదని యెవ్వడైన

రోగి చెప్పిన చప్పున నొక యౌన్సుబ్రాంది వేడినీళ్లలో కలిపి యిచ్చి యాపద నివారణ చేయును. "ఒరిబీజ మున్నదయ్యా!"యని యెవ్వరైనఁ జెప్పిన రవంత పొగాకు దెచ్చి కట్టించి యాబాధ మాన్పును. ఇవి శాస్త్రములో దఱచుఁ గానరావు.

ఇఁక తబీబీ అనగా నాయుర్వేదము చదువుకొన్నవాఁడన్నమాట. ఇతనికి చికిత్సాక్రమము తెలియకపోవచ్చును. అదిగాక ఇతనిమాత్ర వైకుంఠయాత్రకు గారణము కావచ్చును. ఇతడు మందులు చేయఁగలఁడు. రోగనిదానము కూడ కొంత చేయఁగలఁడు. ఇంతమట్టునకే యితని ప్రజ్ఞ.

ఇఁకను మొవాలిజ్. అనగాఁ జికిత్సకుఁడు. ఇతనికి సన్నిపాతభైరవిలో నాభి పడునా లేదాయని యడుగ నాతనికి తెలియదు. అభ్రకం, రససిందూరం, గంధకం, టంకం, సమమ్మని, సిందూరభూషణపుయోగము గూడఁ దెలియకపోయినను, చూలింతరాలి వేవిళ్లకు సిందూరభూషణ మిచ్చి కుదుర్చఁగలఁడు.

ఇఁకను జఱ్ఱాయనఁగ కోఁతగాఁడు. ఇతనికి చికిత్స యేమియుఁ దెలియక పోవచ్చును. కాని రాచపుండ్లను మాన్పును. అవయవములు ఖండించి మిగిలిన యంగకముల కారోగ్యమీయఁగలఁడు.

ఇట్లు మననాల్గు విభాగములవలెనే మహమ్మదీయులలో నాల్గు విధములగు వైద్యులున్నారు. ఇక నిది యింతమట్టుతో ముగింతము.

ఈ ప్రాంతములందు బాహాటముగాఁ జిరకాలసాంప్రదాయముల నెఱిఁగి శాస్త్రీయముగా వైద్యము చేసినవారు, నిప్పుడు చేయుచున్నవారు నాల్గు కుటుంబముల వారున్నారు. ఆకొండివారు, చెన్నాప్రెగ్గడవారు, పాలంకివారు, కాకరపర్తివారు – ఇవి నాల్గు కుటుంబములు.

వారిలో మూడవదైన పాలంకివారి వంశములో నీ గ్రంథకర్త సూర్యనారాయణ గారు పుట్టి వైద్యము చేయుచున్నారు. ఈయన గట్టివాడు. అల్లమరాజు పేరరాజుగారు కూడ వైద్యము చేయుచున్నారు. ఈయన తఱచుగా గ్రామాంతరములందుండుదురు.

ఆకొండివారిని గూర్చి కొంత చెప్పుదును. వీరు మొదట నేయూరివారో కాని పిమ్మట పోలవరము వచ్చినట్లున్నది. వీరి పూర్వులలో కామన్నగారు చాల గట్టివారఁట. ఆయనను నేను చూచినట్లు రవంత జ్ఞప్తియున్నది. ఆయన పచ్చగా లావుగా పొట్టిగా నుండును.

పెద్దాపురము సంస్థానాధీశునకు రక్తవిరేచనములు కాఁగా నెవ్వరుఁ గుదుర్చ లేకపోయిరి. వారి యాస్థానవైద్యులు చెన్నాప్రెగ్గడవారుకూడ చేతులు వెత్తగిలవైచిరి.

అప్పుడ ఆకొండి కామన్నగారికి వార్త రాఁగా, ఆయన వెళ్లి కుదిర్చిరి. ఎట్లు కుదిర్చె ననగా, అల్లోనేరేడు పండ్లతో కుదిర్చెనఁట. ఇది యీయన బుద్ధిచే కనిపట్టినదిగాని శాస్త్రమున లేదు. ఇట్టివే అనేక విచిత్రయోగములు వారియొద్ద నున్నవి. ఎవ్వరి యనుభవములో నున్న యంశములను వారు వ్రాయుచు వచ్చిరి. ఇట్లు కొంత చిత్రమైన యోగసుధాకరమైనది. అది లోకుల కెంతయైన నుపయోగకరముగా నుండును గాని దానిని వారు ప్రకటింపరు. ప్రస్తుతము జీవించియున్న ఆకొండి రామమూర్తిగారు మిక్కిలి సమర్థులగుట నిశ్చయము. ఈయనను గూర్చిన యొకకథ – కథయేమి? సత్యవృత్తాంతమే. ఒకయామెకు దఱుఁగని వేవి ళ్లారంభమైనవి. ఎవ్వరును కుదుర్చ లేకపోవుటచేత నాకొండి రామమూర్తిగారిని పిలిచిరి. ఆయన చిత్రముగఁ గుదిర్చెను. ఆమెకు రవంత నీటిచుక్క లోపలకుఁ బోవుసరికి అంతకు మూఁడురెట్లు వెలుపలికి వచ్చును. అట్టిస్థితిలో నాయన యేమి చేసినా రనఁగా పావుగంటకు పావుగంటకొక్క యిండుపుగింజంత మాత్రలోనికి వేసినారు. మాత్ర కావున వెడలిపోలేదు. ఆలాగు నొద్దఁగూర్చుండి జాములో కుదిర్చెను. ఆ మందేది యనఁగా పెండలము. అదేమి? పెండలము కుమ్ములోఁబెట్టి మెత్తఁబడిన పిమ్మట తీసి పైచెక్కు తీసి లోనికిచ్చెను. ఇది గొప్ప హిక్మత్. ఇది యాయుర్వేదములో నెచ్చటనయిన నుండునా?

ఇట్లు రామమూర్తిగారు కనఁబఱచిన బుద్ధిసూక్ష్మతను వైద్యలోక మంతయు సంతసింపదగినది. ఇంక నీయనను గూర్చి విచిత్రమయిన గాథలున్నవి. ఇప్పటికిది చాలు – వీరి బంధువులలో ఆణివిళ్లవారుకూడ మంచివైద్యులై యుండిరి.

చెన్నాప్రెగ్గడవారిని గూర్చి చెప్పెదను. వీరు వేషభాషలలో బహునిపుణులు. గిరజాలు, మీసాలు, గల్పటాలు, తెల్లని లాల్చీలు, తెల్లని కోరపాగాలు, విఱిచికచ్చకట్టు, మెడలో బంగారు పూసలు, వంకరనవ్వులు, డాబుమాటలు మొదలయిన చిహ్నములు గలిగియుండిరి. వీరిలో నొకరినిగూర్చి యొకగాథ చెప్పెదను. ఆయన పేరు నాకుఁ దెలియదు. బహుశః సీతన్నగారేమో కావచ్చును. ఈయనగూడ వేషభాషలు బాగుగాఁ గలవాఁడు. ఈయనయింటిలో తద్దినము వచ్చినది. భోక్తలకాళ్లు కడుగుచుండగా ఆయన వారిలో నొకనిని జూచి "అయ్యా! నీవిందుండక పొమ్ము. నీవిచ్చట నుండఁ దగ"దని పలికెను. ఆతఁడు పోయెను. మఱియొక రేమనియడుగఁగా, ఆతడొక గంటలో మరణించునని ఆయన చెప్పెనఁట. ఎట్లు కనిపట్టితివనగా, కాళ్లు కడుగు నపుడు కాలిలోని నాడి మృత్యుగతి గలిగి యుండెనని చెప్పెనట. ఇది యాశ్చర్యకర మయిన నాడీనిదానము.

ఇదిగాక, చెన్నాప్రెగ్గడవారి గర్వమును గూర్చి యొక్క కథ చెప్పెదను. పెద్దాపురపు మహారాజావారి కొకపరి జ్వరము వచ్చినదట. చెన్నాప్రెగ్గడ సీతన్నగారికి వర్తమానించగా, ఆయన వచ్చి చేతిని చూచునప్పుడు కాళ్లనున్న ముచ్చెలు వదలకుండనే మహారాజా వారి మంచమెక్కి చేయి చూడఁగా నా మహారాజు చేయి లాగుకొని "అంబలి తిన్నట్లే యున్నది వైద్య"మని తీంఁడ్రించెను. "మహారాజా! అంబలి తినవలసియే వచ్చు" నని వైద్యుడు పలికెను. చూచితిరా! వైద్యుని గర్వభూయిష్ఠత! వీరి స్వరూపములే గర్వభూయిష్ఠతను తెలియఁజేయును. మొలను చురకత్తి, కుడిచేత పొన్నుకఱ్ఱ, విఱిచికట్టుపంచె, చేత తాంబూలపుమడుపులు, ఎక్కడనయిన కూర్చుండవలసి వచ్చినపుడు మనవలె కూరుచుండక యెడమకాలు ముందునకు దబాయించి తివాచిపై కుడిమోకాలు వెనుకకు లాగి కుడియడుగు కుడినితంబముక్రింద మోపి యెడమచేయి ముందునకు చాచి యెడమచేతితోనే నాడిని చూచువాఁడు. ఇప్పుడుగూడ నీ యాచారమో యవకతవకయో ఆకొండివారిలో నున్నది. అట్లు చేయుట మిక్కిలితప్పు. కుడిచేతితోనే నాడిని చూడవలసినది. అవసర మయినయెడల రెండు చేతుల నాడిని చూడవచ్చును.

ఒకప్పుడు చెల్లయ్యమ్మగారికి[1] దగ్గు విశేషముగా నుండగా చెన్నాప్రెగ్గడవారిని పిలిపించిరి. అప్పుడాయనను నేను జూచితిని. ఈ వెఱ్ఱివికారములను గనిపట్టితిని.

కాని ఆకొండివారు చాలవఱకు గర్వశూన్యులు. గర్వమున్న లోనికిగాని యది పైకి కనబఱచరు. కాని చిత్తము చిత్తమని యెన్నిమాఱులో పైకందురు. పని వచ్చినప్పుడెంతకైన కదలిరారు. కాని ఆకొండి రామమూర్తిగా రట్టివారుకారు. శాంతుఁడు.

ఇది కాక మఱియొక కథ చెన్నాప్రెగ్గడవారిని గూర్చి చెప్పుదును.

తుని ప్రభువునకో మఱియెవరికో జ్వరము రాఁగా వైద్యుడు బిలిపించిరి. ఆయన చేయి చూచి యట్టె చేయి వదలిపెట్టెను. తల వంచుకొని మౌనము ధరించి యుండెను. అంతట మహారాజ్ఞీమణి "ఏమండీ అన్నగారూ! ఊరకుంటిరి" అని యడిగెను .మాటాడలేదు. గ్రుచ్చిగ్రుచ్చి యడిగెను. అంతట "అక్కగారూ! జ్వరము వచ్చినదమ్మా!" అని సాగుడుగా పలికెను. "ఆ సంగతి మీరు చెప్పనేల? అది యాయన యొడలే చెప్పుచున్నది గదా" యని యామె పలికి, 'సరే, మందీయవలయు' నని కోరెను.

---

1. పిఠాపురం సమీపంలోని కోలంక ఎస్టేట్ జమీందారిణి రావు చెల్లయ్యమ్మ. కోలంక ఎస్టేట్ దివాన్‌గా పానుగంటివారు సుమారు ఏడెనిమిదేళ్లు పనిచేశారు.

మందక్కఱలేదని గిరుక్కున మరలిపోయెను. వార్తలంపిన రాలేదు. సరే యనుకొని మిగిలిన వైద్యులను పిలిపించి వారిచే వైద్యము చేయింపగా మహారాజున కారోగ్యము కలిగెను. పథ్యము పుచ్చుకొనెను. ఇంటిలో తిరుగుచునే యున్నాఁడు. అంత చెన్నాప్రగ్గడవారిని రమ్మనగా ఆ వైద్యుఁడెవరో వచ్చినాఁడు. “అన్నగారూ! చేయి చూడుఁ” డని యడుగ నక్కఱలేదని యాయన చెప్పెను. చూడుఁడని బలాత్కరింపగా మునుపటివలెనే పలికెను. అంతట రాజు విసుఁగుకొని యూరకుండెను. అంత నా మహారాజ్ఞి, వైద్యుని రహస్యముగఁ బిల్చి ‘యేమి మీ సందేహ’మని యడుగ ‘సందేహము కాదు. నిశ్చయమే’ యని యాతఁడు పలికెను. ‘ఏమిటి నిశ్చయ’ మనియామె యడుగ ‘పోనిండు’ అని యూరకుండెను. చెప్పినఁగాని వదలనని ప్రమాణము చేసినమీఁదట “అమ్మా! రేపు సాయంకాలము అయిదుగంటల ముప్పదిమూడు నిముషములకు మహారాజుగారు పెద్దలలోఁ గలియుదు”రని పలికెను. కాని అది వెఱ్ఱిమాటగా నుండెను.

తెల్లవాఱినది, మధ్యాహ్నమయినది, సాయంకాలమయినది, నాలుగు గంట లయినది, అంతట కొంతమత్తు మహారాజునకు గలిగెను. నిద్ర వచ్చుచున్నదని పండుకొనెను. ఆ రీతి మాఱలేదు. జ్వరము నూటయెనిమిది డిగ్రీలు వచ్చినది. గంటలో కాలధర్మము నొందెను.

ఇంక శివల మల్లును గూర్చి చెప్పెదను.

ఇతడు హిక్మత్తు నెఱిఁగినవాడు. తాత్కాలికోపాయశాలి. ఒక్కరోజున నెవ్వఁడో వచ్చి “కన్నులు మండుచున్నవయ్యా!”యని కేకలు వైచెను. వైద్యునకు ప్రాణము విసిఁగి “ఆ కంచెయొద్దకుఁ బోయి చెముడుపాలు కంటిలోఁ బొడుచుకో”మ్మని కోపముతో బలికెను. “అట్లే బాబో”యని పోయి పొడుచుకొనెను. తెల్లవారి లేచి ఆ మల్లుగారి వద్దకు వచ్చి “అయ్యా! కన్నులు బాగుపడె” నని సంతోషముతోఁ బలికెను. “అరరే! చెముడుపాలు పొడుచుకొంటివఁటరా!”యని భయాక్రాంతుఁడై యడుగ “తమ సెలవునకు వేఱు చేయుదునా?”యఁని వాడు పలికెను. అంతవైద్యుఁ డాశ్చర్యపడి చెముడుపాలవలనఁ గన్నులు పోవును గదా! ఈ కంచె చెముడు పాలవలనఁ గన్నులు బాగుపడుట యేమని విచారించి యాకంచె జాగ్రత్తగా త్రవ్వించెను. అంత చూడఁగా దాని వ్రేళ్లొక్క పెద్దకుండలోనికిఁ బోయి యుండెను. ఆ కుండలో నేమున్నదోయని చూడఁగ దానిలో నెన్ని వందల సంవత్సరముల ప్రాతదో యైన యావునేయి యున్నది. ఆహా! యీ చిత్రమునకు కారణమిదిగదాయని గ్రహించి ఆ నేయి తీసికొని దానితో దివ్యమైన నేత్రాంజనములను చేసి వాడెను.

ఇతని శిష్యుఁడు గంద్రపు వెంకన్నగారు. ఇతడు శక్తిపూజాపరుడు. ఇతనికి మా తండ్రిగారికిని మిత్రత. ఒక దినమున నాకస్మికముగా నాయక్కగారికి విపరీతమైన గోంద్రింపు బయలుదేఱెను. అంతట నెందఱో వైద్యులు వచ్చి చూచి కార్యము లేదని పోయిరి. అప్పుడేదో పనియుండి గంద్రపు వెంకన్నగారు మా యింటికి వచ్చిరి. ఆయన మా తండ్రిగారిని చూచి "బావా! వెంకటరమణా! నారింజ పండ్లున్నవా?" యని యడిగెను. "ఓ కావలసినన్ని"యని యాయనకు బండ్లిచ్చెను. ఆయన యొక్కపండొల్చి నాల్గుతొనలు తానే మాయక్కగారి నోటి కందిచ్చెను. అంతతో గోంద్రింపంతయు తగ్గిపోయి నిక్షేపములాగున చప్పున మాయక్కగారు లేచెను. ఇది మిక్కిలి చిత్రమైన వైద్యము. ఈ రోగమునకు "గంభీరహిక్కా"యను పేరు.

ఇఁకఁ గాకరపర్తివారిని గూర్చి చెప్పెదను. వీరిలో బాపన్నగారు ముఖ్యులు. ఈయన కొడుకు వెంకటరాయుడు గారు. ఈయన కూతురు బాయమ్మగారు. వీరిద్దఱు కూడ వైద్యము చేసెడివారు. వీరిది పాషాణవైద్యమని చెప్పుదురు. ఎంతవఱకు సత్యమో తెలియదు. బాపన్నగారియొద్ద సన్నయావగింజలవంటి మాత్రలుండెనట. వీరు జ్వరములమీద నమోఘముగా బని చేసెదరట. ఒక్క సన్నమాత్ర యిచ్చి పెరుగుఅన్నము పెట్టించి ముసుగు పెట్టుకొని నిద్ర పొమ్మనువారట. లేచినట్లయ్యెనా లేచుసరికి జ్వరము జాఱిపోయెడిదఁట. జ్వరము పోవుటయే వైద్యునికి రోగికిగూడ గావలసినది. ఈ తరువాత పాషాణసంబంధమైన దుర్గుణములచేత కామిలయో, ఉబ్బో, జలోదరమో, ఆర్శరోగమో, కార్జెము పెద్దదగుటయో, హృద్రోగమో, అతిసారమో, మఱియేదో సంభవించెడిదఁట. ఇవియన్నియు 'అటలు'గాని మఱియొకటి కావు. నేను స్వయముగా నెఱుఁగనుగాని జ్వరమును మాత్రమొక్కసారి దింపుట కెన్నఁడు ప్రయత్నింపఁగూడదు. అది యనేకవిధముల ప్రమాదహేతువు.

కాకరపర్తియను వారింటిపేరు ఎందులకు వచ్చినదని చెప్పుదురనగా – ఏ రోగమును జెప్పినను "కాఁకరా" యనువారట. ఉబ్బుసంకటమువానిని జూచి "కాఁకరా" యనువారట. 'ఇకముందేమిటయ్యా!'యని యడుగ, 'పత్తి' యనువారట. పత్తిగింజలపలుకులు తీసి పంచదారతో నిచ్చెడివారఁట. ఇది యెవ్వరో పరిహాసమున కన్నమాటలు కాని సత్యములు కావు.

మా తండ్రిగారు కలియుగధన్వంతరి. ఆయన రాజమండ్రిలో ననేకులకు రోగములు కుదిర్చిరి. ధర్మవైద్యము, అమృతహస్తత్వము ఆయనకు గలవు.

ఆచంట లక్ష్మీపతిగా రొక్కరు వైద్యము చేయుచున్నారు. పండిత గోపాలాచార్యులుగారు మందులు చేయుటయేకాని ప్రయోగము తఱచుగా లేదు. ప్రయోగించినారో, రోగి బ్రతుకుట తఱచుగా లేదు. ఆయన హస్తము మంచిది కాదందురు. ఎంతవఱకు సత్యమో తెలియదు. ఆయన పరమపదించుటచేత నిక నెవ్వరిని చంపజాలరు గదా! అందును గూర్చి విచారముగాని, భయముగాని అక్కఱలేదు.

చింతలూరిలో ద్విభాష్యం వేంకటేశ్వరులుగారు ప్రసిద్ధివడసిన ఘనవైద్యులుగా నున్నారు. కొత్తపల్లిలో అల్లమరాజు పేరరాజుగా రొక్కరు వైద్యము చేయుచున్నారు.

ఇక్కడ సాహేబు లనేకులు వైద్యులున్నారు. అందఱు కూడ నశాస్త్రీయ వైద్యులేమో తెలియదు.

సముద్రాల భాష్యకారాచార్యులుగారు ధర్మవైద్యము బాహాటముగా జేయు చున్నారు. ఈయన అమృతహస్తుఁడను నంతవఱకు సత్యము. అదిగాక ధర్మ వైద్యమునందు దైవసాహాయ్య మెక్కుడుగా నుండును. ఈయన లౌకికుఁడుగూడను.

కామర్షి మృత్యుంజయవర్మగారుకూడ బాగుగా వైద్యము చేయుచున్నారు. ఇంగ్లీషువైద్యులమాట మన కక్కఱలేదు.

కార్జెమున ప్లీహమున కలిగిన రోగములలో జమ్మి వేంకటరమణయ్యగారు విశేషఖ్యాతిని సంపాదించుచున్నారు.

ఇఁకఁ బ్రస్తుతగ్రంథకర్తయొద్దకు వత్తము. ఈయన వైద్యశాస్త్రము పూర్ణముగాఁ జదివినారు. మిక్కిలి నిదానము గలవారు. వస్తుగుణపాఠమును బాగుగా నెఱుగును. తొందరపాటు లేకుండ వైద్యము చేసెదరు. ఈయన బుద్ధిశాలి యనుట నిస్సందేహము. ఈయన కుమారుఁడుఁగూడ గొన్ని వైద్యపరీక్షలలో గృతార్థుఁడైనాఁడు. ముందు మంచివైద్యుఁడు కాగలఁడు.

ఈ గ్రంథమును నేను గ్రంథకర్త చదువగా సావకాశముగా వింటిని. చిత్రచిత్రమైన యోగములు గలవనుట యథార్థము. దీనికి "అభినవచికిత్సారత్నాకర" మని పేరు పెట్టినారు. "చికిత్సారత్నాకర"మని చెప్పినంతమాత్రమునఁ జాలదా? అభినవశబ్దము సార్థకమా? నిరర్థకమా? పరిశీలింపవలసియున్నది. అనగా నిదివఱ కెచ్చటను లేనియోగము లేవో చూడవలసియున్నది. అవి యీయనకల్పితములే యైనయెడల 'నభినవము'నకు సార్థకత యున్నది. పూర్వులెవ్వరివో యైనయెడల పనికిరాదు. ఆ క్రొత్తయోగము లేవో కనఁబఱచుట గ్రంథకర్తవిధియై యున్నది.

పెద్దపూచీ యీయనపై బడినది.

పుట 120. ఉదావర్త ప్రకరణము, తత్కాలరేచనక్రియలు.

ఎ) కుంకుడుపళ్లరసము ఆసననాళములో పిచికారీ చేయుట.

బి) మూరుకొండాకురసమును గుదమునఁ బట్టించుట.

100 పుట. తత్కాల చికిత్సాస్ఫురణ విషయమున అగ్నిమాంద్యప్రకరణములో ఉప్పు, నీటిలో గలిపి యిచ్చినయెడల వమనమై కడుపుబ్బు, శూల తగ్గి వెంటనే సుఖము కలుగును.

77 పుట. సులభసాధ్యమార్గబోధన–ఛర్దిహరణోపాయము.

(1) పాలు, (2) మజ్జిగ, (3) కొబ్బరికాయనీరు, (4) పండ్ల రసము. నీరు పనికిరాదు.

194. కంటిలో పొరలకు రెడ్డివారినానుబాలు.

జ్వరప్రకరణము.

ఆహికజ్వరమునకు తాంబూలసేవ.

శోఫలకు – ఈఁతకల్లు త్రాగుట.

పక్షవాతమునకు – మధుసేవనము.

హిక్కలకు – (ఎ) మంచిగంధపుపొట్టుచుట్ట, (బి) చెఱకును తినుట, (సి) లేఁత తాటియాకు రసము.

ఛర్దికి – మామిడిచిగురురసము.

అగ్నిమాంద్యమునకు – ఉదకపానము.

ఇట్లే అనేకములున్నవి. అన్నియు నే నుదాహరించుట యసంభవము. ఇందువలన అభినవచికిత్సారత్నాకరమని పేరు పెట్టుట తటస్థించినదని గ్రంథకర్తగారు చెప్పినారు.

అణివిళ్లవారు (వీరి మాతామహకుటుంబములోనివారు) ఆస్థానవైద్యులు, రాజవైద్యులు. ఆకొండివారితో సమానులు. పేరుగలవారు, కాట్రేనికోన.

మధునాపంతులవారుకూడ ఆకొండివారితో సమానులు. వీరిలో పల్లెపాలెములో నున్న సత్యనారాయణగారు పైతృకసంప్రదాయముచేతనేమి ఆకొండివారి

మేనల్లుఁడగుటచే మేనమామపోలికచేతనేమి బాహాటముగా వైద్యము చేయుచున్నారు. పాలకొల్లులో చుండూరి నారాయణరావుగారి యింటిలో గొప్పజబ్బును కుదిర్చి వారివలన అనేక సువర్ణబహుమానములను పొందినారు.

ఇంతకంటె వ్రాయవలసినది లేదు. నేను వైద్యజ్ఞానశూన్యుఁడ నగుటచేత ననేక ప్రమాదము లీ పీఠికలో నుండవచ్చును. వాని నన్నిటిని మన్నింప గోరినాను.

నేను భగవంతుని నమ్మినవాడనుగాని వైద్యుల నమ్మినవాడనుగాను. భగవత్కటాక్ష మున్నయెడల వారు తృణమిచ్చినను రోగనివారణ మగును.

అచ్యుతానంత గోవిందనామోచ్చారణ భేషజాత్ నస్యంతి సకలాన్ రోగాన్ తమస్సూర్యో........

త్వయి ప్రసన్నే మమ కిం గుణేన త్వ య్యప్రసన్నే మమ కిం గుణేన।
రక్తే విరక్తేచ వరే వధూనాం నిరర్థకః కుంకుమపత్త్రభంగః॥

అందుచేత భగవత్కటాక్ష మున్నయెడల రోగికి వైద్యుని యవసరము లేదు. భగవత్కటాక్షము లేనియెడలను వైద్యుని యవసరము లేదు. కావున వైద్యుఁడే యవసరము లేనట్లు గానఁబడుచున్నది. పైమాటలు శరీరాభిమానము వదలిన వేదాంతులకుఁగాని మనవంటివారికా! నాయనలారా! నిత్యము వైద్యులవెంట తిరుగవలసినది. వారు విఙ్జీగవలసినది. డబ్బీయలేక నోట్లు వ్రాయవలసినది. వ్యాజ్యాలు వేయించుకొని డిక్రీలు పొంది సివిలు ఖైదులో కూర్చుండవలసినది. ఈ కర్మము మాత్రము మనకు తప్పదు. ఏమి చేయగలము?

ఈ గ్రంథకర్తకు భగవంతుఁడు దీర్ఘాయుర్దాయ మిచ్చి చిరకాలము పోషించి యీయనకు అనేకయశస్సులు సంపాదింపఁజేసి యీయన పుత్రు నీయనకంటె గట్టివానినిగాఁ జేసి రక్షించుఁగాక! నాకంటె ఆయన బొత్తిగ చిన్నవాఁడు గావున నే నాశీర్వదించితిని. ఆయన క్షేమమునకై మేము భగవంతుని ప్రార్థించుచుందుము.

ఓం శాంతి శ్శాంతిః

పానుగంటి లక్ష్మీనరసింహారావు పంతులుగారి సాహిత్యం

1. సాక్షి వ్యాసాలు - 143

సాక్షి శీర్షికలోకాక విడిగా రాసిన ఇంకొక నాలుగు వ్యాసాలను కలిపి వావిళ్లవారు 147 వ్యాసాలతో ఆరు సంపుటాలుగా సాక్షిని ప్రచురించారు. ముదిగొండ వీరభద్ర శాస్త్రిగారి సాకల్యపరామర్శతో డీలక్స్ పబ్లికేషన్స్ రెండు సంపుటాలుగా, అభినందన పబ్లిషర్స్ మూడు సంపుటాలుగా, 2011లో ఎమెస్కో ఒకే సంపుటంగా ప్రచురించారు.

2. విమర్శాదర్శవిమర్శాదర్శము, 3. ప్రకీర్ణోపన్యాసములు

పై రెండు పుస్తకాలను, నైజామ్‌లోని మాండలిక పదాల పట్టికను, వివిధ మాండలికాలలో కొన్ని నమూనా ఉత్తరాలను కలిపి ఒకే పుస్తకంగా 1918లో ప్రచురించారు.

4. కథావల్లరి 5. కథాలహరి 6. హాస్యవల్లరి

7. 2 నుండి 8వ తరగతి వరకు ఆనందవాచకము పేరుతో తెలుగు పాఠ్యపుస్తకాలు.

8. నాటకాలు

1) నర్మదాపురుకుత్సీయము
2) సారంగధర
3) ప్రచండచాణక్యము
4) రాధాకృష్ణ
5) పట్టభంగరాఘవము
6) కోకిల
7) విజయరాఘవము
8) వనవాసరాఘవము
9) విప్రనారాయణ చరిత్రము
10) బుద్ధబోధసుధ
11) వృద్ధవివాహము
12) కల్యాణరాఘవము
13) కంఠాభరణము
14) ముద్రిక
15) పూర్ణిమ
16) సరస్వతి
17) వీరమతి
18) చూడామణి
19) పద్మిని
20) మాలతీమాల
21) గుణవతి
22) మణిమాల
23) సరోజిని
24) రాతిస్తంభము
25) విచిత్రవివాహము
26) సుబ్బరాజు
27) పరప్రేమ
28) రామరాజు
29) చిన్ననాటకము
30) మనోమహిమము

9) ఆంధ్రపత్రిక సారస్వతానుబంధంలో, సువర్ణలేఖ పత్రికలో అనేక వ్యాసాలు.